가장 알기쉬운
기초 태국어

한국외국어대학교 교수 차상호

SAMJI BOOKS

<태국어의 자음>

ก	ข	ฃ	ค	ฅ	ฆ	ง
จ	ฉ	ช	ซ	ฌ	ญ	ฎ
ฏ	ฐ	ฑ	ฒ	ณ	ด	ต
ถ	ท	ธ	น	บ	ป	ผ
ฝ	พ	ฟ	ภ	ม	ย	ร
ล	ว	ศ	ษ	ส	ห	ฬ
อ	ฮ					

<태국어의 모음>

-ะ   -า   -ิ   -ี   -ึ   -ื   -ุ   -ู

เ-ะ   เ-   แ-ะ   แ-   โ-ะ   โ-

เ-าะ   -อ   เ-อะ   เ-อ   เ-ียะ

เ-ีย   เ-ือะ   เ-ือ   -ัวะ   -ัว

ฤ   ฤๅ   ฦ   ฦๅ   -ำ

ใ-   ไ-   เ-า

머리말

　본 저자가 태국의 말과 글을 전파하는 일과 인연을 맺은지 벌써 30 여 년이 되었다. 그동안 1977 년에 「타이어 강독」이란 소책자를 시작으로 「대학 태국어 강독」, 「대학 태국어 회화」, 「가장 알기 쉬운 태국어 회화」등의 태국어를 공부할 수 있는 여러 교재를 만들어 왔다.
　이 교재 혹은 다른 훌륭한 교재들을 통해 태국어를 전공한 많은 학도들이 배출되어 태국에 진출할 수 있었고 현지 생활에 적응하는 분들이나 기업 경영인들에게도 나름대로 길잡이가 될 수 있었다고 전해들은 바 있다.
　그런데 최근에 있었던 교육개혁의 하나인 전공 이수학점의 축소로 전공 외국어 교육의 부실화가 초래되고 전공 외국어에 대한 관심이 적어지지 않을까 적지 않게 우려된다.
　그러나 세계화를 지향하는 시대에 살고 있는 만큼 한·태간의 인적, 물적 교류가 활발해지고 풍부한 자연 자원과 인적자원을 비롯한 많은 잠재력을 가지고 있는 태국에 대한 관심이 더욱 증대되리라 예견된다. 이에 따라 시대에 맞는 새로운 태국어 교재의 필요성을 느껴 그간의 저술 활동과 강의 경험을 바탕으로 이 책자를 펴내게 되었다.
　이 책은 제 1 부에서는 태국어의 기초 단계로서 문자와 성조를 익힐 수 있게 하였고, 제 2 부에서는 기본 문형을 익힐 수 있는 갖가지 표현과 기본 어휘들을 망라하였으며, 제 3 부에서는 기초문법에 관한 지식을 알 수 있도록 품사편을 포함시켰다. 그리고 제 4 부에서는 「태국어 읽기 원칙」을 심도 있게 연구할 수 있도록 하였고, 제 5부에서는 초보적인 문장을 통해 독해력의 배양과 더불어 태국의 사회와 문화및 태국에 관한 전반적인 것을 두루 섭렵할 수 있는 다양한 내용을 실어 고급 강독을 통한 학습을 할 수 있도록 배려하였다.
　이 책을 출판하는 과정에서 많은 분들의 도움을 받았다. 태국에서 컴퓨터 작업에 애써준 쭐라롱껀 대학교의 쏨윗리 군과 이정우 사장님, 쏭클라 대학교의 한국 유학생 쁘라쭈업 인쎈, 씨나카린위롯 대학교의 쏨끼앗 쿠타위꾼 교수님 그리고 한국외국어 대학교의 정환승 선생님이 많은 도움을 주었으며, 또한 힘들고 까다로운 작업을 해주신 오름기획의 여러분과 삼지사 박세경 사장님께도 이 기회를 빌어 각별한 감사의 말씀을 드린다.

1998 년 9월
저자 씀

차 례

태국어의 자음 / 5
태국어의 모음 / 6
태국어의 개관 / 15

문자와 발음 ……… 21

1장 자음 ……… 21

2장 모음 ……… 23

1. 단모음 / 2. 이중모음

3장 자음과 모음의 결합 ……… 25

1. 모음의 발음 연습 / 2. 자음의 발음 연습

4장 문자와 발음연습 ……… 27

1. 1) 자음 **ขคฆงจฉช** ……… 27
 2) 모음 -ะ -ั -า -ำ -ิ -ี ……… 28
 3) 발음연습 ……… 29
2. 1) 자음 **ฌญฎฏฐฑฒณด** ……… 29
 2) 모음 -ึ -ื -ุ -ู ……… 30
 3) 발음연습 ……… 31
3. 1) 자음 **ตถทธน** ……… 31
 2) 모음 เ-ะ เ- แ-ะ แ- ……… 32
 3) 발음연습 ……… 32
4. 1) 자음 **บปผฝ** ……… 32
 2) 모음 โ- ใ- ไ- ……… 33
 3) 발음연습 ……… 33
5. 1) 자음 **พฟภม** ……… 34

2) 모음 -ว -ัว -วย เ-าะ -อ -อย ………… 34
3) 발음연습 ………… 35
6. 1) 자음 ย ร ล ว ………… 35
2) 모음 -ัย -าย -าว -ิว -ุย ………… 36
3) 발음연습 ………… 36
7. 1) 자음 ศ ษ ห ………… 37
2) 모음 เ-ย เ-ว เ-อ เ-า ………… 37
3) 발음연습 ………… 38
8. 1) 자음 ฬ อ ฮ ………… 38
2) 모음 เ-ิ เ-ีย เ-ียว เ-ือ ………… 38
3) 발음연습 ………… 39
9. 1) 자음 ฆ ฅ ………… 39
2) 모음 เ-ือย แ-ว โ-ย ไ-ย ………… 40
3) 발음연습 ………… 41

2 기본 문형 72

1장 문장의 종류 ………… 72
1. 형식상으로 본 문장의 종류 ………… 72
2. 의미상으로 본 문장의 종류 ………… 74
3. 구조상으로 본 문장의 종류 ………… 79

2장 기본 표현 ………… 86
1. 사물을 가리키는 표현 ………… 86
2. 정중한 표현 ………… 88
3. 사물의 위치 · 존재장소 ………… 90
4. 인칭대명사 ………… 93
5. 동사와 시제 ………… 97
6. 시간, 요일, 월, 계절, 년 ………… 101

7. 수 ……………………………………………… 109
   8. 복합어 ……………………………………… 113
   9. 복합동사와 보조동사 …………………… 119
  10. 형상명사 (수량사) ……………………… 124
  11. 비교의 표현 ……………………………… 135
  12. ก่ 의 용법 ………………………………… 140
  13. ให้ 의 용법 ………………………………… 146
  14. 가능, 불가능의 표현 …………………… 151
  15. 의뢰, 명령, 금지의 표현 ……………… 159
  16. 요구, 희망, 의도의 표현 ……………… 167
  17. 소유, 존재의 표현 ……………………… 170
  18. 전치사 ……………………………………… 175
  19. 접속사 ……………………………………… 192
  20. 관계대명사 ……………………………… 203
  21. 부사 ………………………………………… 206

3장 기본 단어 ……………………………………… 214
   1. 사람, 가족관계 …………………………… 214
   2. 직업 ………………………………………… 215
   3. 관공서 ……………………………………… 217
   4. 공공장소및 시설 ………………………… 218
   5. 스포츠 ……………………………………… 220
   6. 상점, 쇼핑 ………………………………… 221
   7. 금융, 통신 ………………………………… 222
   8. 교통, 차량 ………………………………… 224
   9. 음식 ………………………………………… 226
  10. 음료수, 조미료 …………………………… 228
  11. 과일, 야채 ………………………………… 230
  12. 인체 ………………………………………… 231
  13. 건강 ………………………………………… 234

14. 질병 ………………………………… 235
15. 병원, 의약품 ……………………… 237
16. 월, 계절, 요일 …………………… 239
17. 숫자 ………………………………… 241
18. 시간 ………………………………… 243
19. 방향, 위치 ………………………… 245
20. 주택, 아파트 ……………………… 247
21. 가구, 실내용품 …………………… 248
22. 식기, 주방용품 …………………… 250
23. 도구, 용품 ………………………… 251
24. 동물 ………………………………… 253
25. 색깔 ………………………………… 255
26. 의류, 장신구 ……………………… 255
27. 사고, 범죄 ………………………… 257
28. 종교 ………………………………… 258
29. 산업 ………………………………… 259
30. 식물 ………………………………… 260
31. 정치 ………………………………… 261
32. 지리, 기후 ………………………… 262
33. 음악, 영화, TV …………………… 264
34. 기차, 항공 ………………………… 265

3 품사   267

1. 명사 ………………………………… 267
2. 대명사 ……………………………… 269
3. 동사 ………………………………… 271
4. 수식사 ……………………………… 273
5. 전치사 ……………………………… 278

6. 접속사 ·· 281
7. 감탄사 ·· 284

4 หลักการอ่านภาษาไทย 287

1. หลักการอ่านอักษรนำ ····························· 287
2. หลักการอ่านอัษรควบ ···························· 288
3. หลักการอ่านคำแผลง ···························· 289
4. หลักการอ่านคำพ้อง ······························ 290
5. หลักการอ่านคำบาลีและสันสกฤต ············ 293
6. หลักการอ่านคำสมาส ···························· 295
7. หลักการอ่านตามความนิยม ···················· 296
8. หลักการอ่านคำประพันธ์ ························ 297
9. หลักการอ่านคำย่อและอักษรย่อ ·············· 298
10. หลักการอ่านตัว ฤ ································ 305
11. หลักการอ่านตัว ฯ ································ 306
12. หลักการอ่านตัวเลข ······························ 307
13. หลักการใช้ตัวการันต์ ··························· 308
14. หลักการใช้ไม้ไต่คู้ (็) ···························· 310
15. หลักการใช้ ร. หัน (รร) ························· 310

5 강독 312

1. เรื่องห้องนอนของฉัน ····························· 312
2. ภาษาไทย ·· 312
3. ชีวิตประจำวันของคุณสนิท ····················· 313
4. ครอบครัวของนายสมชาย ······················ 314
5. หมู่บ้านของเรา ····································· 315

6. จดหมายของนายสนิท 316
7. น้ำชา 317
8. ฤดูของประเทศไทย 318
9. หนังสือกับชีวิตประจำวัน 319
10. สิ่งแวดล้อมกับชีวิตมนุษย์ 320
11. เรื่องสามเกลอ ของ ตำรา ณ เมืองใต้ 321
12. ความสำคัญของปลาต่อมนุษย์ 322
13. กินดี มีความสุข 323
14. เด็กกรุงเก่า 324
15. สัญญาของเอก 325
16. พืชไมตรี 327
17. ชีวิตยุคใหม่ 328
18. บทบาทของคอมพิวเตอร์ 330
19. ชีวิตตามลำน้ำ 331
20. ชนต่าง ๆ ในประเทศไทย 333
21. ชาวเขาในไทย 334
22. ศัพท์ไทย 335
23. กรุงเทพฯ สมัยเก่า-สมัยใหม่ 336
24. เที่ยวกรุงเทพฯ 338
25. การแต่งกายของคนไทย 340
26. เด็กไทย 341
27. จดหมายของจิตรา 343
28. ชีวิตชาวนาไทย 345
29. วันขึ้นปีใหม่ 346
30. เทศกาลสงกรานต์ 348
31. สินค้าส่งออกของไทย 349
32. สถานที่ท่องเที่ยวที่มีชื่อเสียงของเรา 351
33. ประเทศเพื่อนบ้านของเรา 354
34. อาหารไทย 356

35. จดหมาย ……………………………………… 358
36. กระแสพระราชดำรัสอำลาประชาชน ……… 359
37. คำกล่าวต้อนรับ ……………………………… 360
38. ครูวิชาอื่นมีหน้าที่สอนวิชาภาษา
    ไทยร่วมกับครูภาษาไทย ………………… 362
39. คำปราศรัยของนายกรัฐมนตรี …………… 364
40. เกาหลีกทีมเยือนไทย …………………… 366
41. นโยบายต่างประเทศของรัฐบาลไทย …… 368
42. ยังจะมีอีกชวน 3 อีกหรือ ………………… 371
43. พิพิธภัณฑ์ธรรมชาติวิทยา
    ขอสักแห่งจะได้ไหม …………………… 373
44. ไกลวัด ……………………………………… 376

6 부록 — 379

잘못 읽기 쉬운 말 ……………………………… 381
두 종류로 발음되는 말 ………………………… 395
잘못 쓰기 쉬운 말 ……………………………… 398
속담, 격언 ……………………………………… 404
왕실용어와 경어 ……………………………… 409

<태국어의 개관>

1. 타이족의 기원

타이족이 중국 남부 지역에 거주하고 있었을 때 그들 고유 문자가 있었는가의 여부는 아직도 확실한 근거를 찾을 수 없다. 다만 타이족이 인지반도에 이주해 올 당시에는 중국과 공통 문자를 사용했으리라 추측할 뿐이다. 프랑스의 언어학자 George Coedes 교수는 타이족이「먼」문자(อักษรมอญ)를 변형하여 사용하면서 이를 원유 타이문자(อักษรไทยเดิม)라고 불렀으며 타이족의 최초의 국가인「쑤코타이」왕조를 세우고 「람캄행 대왕」에 이르러 비로소 쑤코타이 문자를 새로이 창제하게 되었다고 하는데 이는 서기 1283년으로「람캄행」대왕 비문이 증명해주고 있다. 즉 「람캄행」대왕이 창제한 쑤코타이 문자(อักษรสุโขทัย)는 고대 「먼」 문자(อัษรมอญโบราณ)를 모방한 원유 타이문자(อักษรไทยเดิม)와 고대 크메르 문자 (อักษรขอมหวัด)에서 개조한 것이며 표음 음소문자로 되어 있다.

또한 크메르 문자와 먼 문자는 남인도계의 krantha 문자(อักษรคฤนถ์)로부터 빌어 온 것이며 크란타 문자는 유럽 각국의 문자와 같이 Phoenicia 문자(อักษรเฟเนเซียน)가 기원이 되는 고대 인도문자인 Brahmi (อักษรพราหมี)로부터 개조한 것이다.

2. 태국어의 계통

태국어는 세계 최대의 인구를 가진 차이나 티벳어족에 속하며 차이나 티벳어족은 크게 차이나 타이어파와 티벳 버마어파로 나누어지는데, 다시 차이나 티벳어파는 중국 제방언과 타이제어로 분류된다.

일반적으로 알려진 바로는 타이족은 원래 중국 남부지방이 원향으로 양자강 유역으로부터 운남성을 지나 서쪽으로는 앗쌈으로부터 동쪽으로는 북 베트남에 이르기까지 넓은 지역에 이주하였으며 오늘날에도 중국 운남성이나 광서성에는 약간의 동족이 잔존하고 있다고 한다. 중국으로부터 최후로 집단 이주하여 짜오프라야 강 유역에 정착한 부족이 타이족 중 가장 우수한 부족으로 바로 이들이 Siam인으로 현재 태국의 주류를 이루고 있는 민족이 되었다. 이 넓은 지역에 거주하는 타이족의 언어를 타이제어라고 총칭한다. 타이제어는 다시 북방계와 남방계로 분류되며 중국에 잔존하는 타이족과 앗쌈이나 미얀마의 샨주에 있는 타이족의 언어가 북방계이며, 라오스와 태국에 거주하는 타이족의 언어는 남방계이다. 남방계의 타이어는 또한 라오스어와 Siam어로 분류하는데 라오스어는 라오스국의 언어가 되었으며 Siam은 방콕을 중심으로 태국어에 표준어로 사용되고 있는 바 이것이 좁은 의미의 태국어이다. 본서에서 말하는 태국어는 이것을 지칭한다.

3. 태국어의 특징

첫째로 태국어는 대부분 단음절어로 되어 있다는 것이다. 따라서 원래의 순수 태국어는 원칙적으로 하나의 단어가 한 음절이다. 그러나 무역이나 종교, 문화면에서 외국과의 교류를 갖게 되고 과학 문명이 발달함에 따라 새로운 학술용어의 필요성을 느끼게 되었으며, 이에 따라 대부분이 다음절어인 바리어, 싼스크리트어, 영어등에서 차용한 새로운 차용어와 신조어가 생겨나게 되었다.

둘째로 태국어는 성조어로 되어 있어 용도와 일치하도록 발음해야 한다는 것이다 즉 태국어는 발음의 고저가 중요함으로 잘못 발음하게 되면 그 내용이 달라지게 된다. 성조를 나타내는 부호는 네가지 형태 (่ ้ ๊ ๋) 가 있으며 5성조 (평성, 1성, 2성, 3성, 4성) 로 되어 있는데, 예를 들면 กา ก่า ก้า ก๊า ก๋า 등의 말이 음의 고저 즉 성조에 따라 각기 다른 의미를 지니고 있다.

세째로 태국어는 고립어라는 점이다. 태국어의 동사, 조동사, 수식사는 일체 활용이 없고 명사, 대명사도 성·수·격에 의해 변화되지 않으며 동사는 시상과도 관계가 없다. 따라서 단어의 품사는 문장을 이루기전에는 결정되지 않으며 각 단어의 역할은 문맥에 의해서 결정된다.

　네째로, 태국어의 문장성분의 배열 역시 중요한 것으로 만일 어순이 달라지면 그 의미도 변한다. 기본적인 어순은 「주어 + 술어 + 목적어」 순서로 되어 있다. 그리고 영어와 중국어와는 달리 수식어가 명사 뒤에 놓이며, 또한 명사는 일정한 특징을 나타낼 수 있도록 형상명사 (유별사) 와 함께 사용되는 것이 특징이다.

　다섯째로, 왕족이나 승려 등에 관계되어 쓰이는 일종의 경어인 왕실어 (ราชาศัพท์)가 있다는 점이다. 이는 태국어를 사용하는 사람의 교양과 품위및 신분을 나타내주는 특수 용어이므로 따로 익혀 둘 필요가 있다.

기초 태국어

1. 문자와 발음
2. 기본 문형
3. 품사
4. หลักการอ่านภาษาไทย
5. 강독

제1부 문자와 발음

태국어는 44자의 기본자음, 32자의 기본모음과 4개의 성조부호 및 숫자 10자, 기타로 되어 있다.

1장 자음 (พยัญชนะ 파얀차나)

태국어에는 21음의 자음이 있으며, 44자로 되어있다. 하나의 자음을 발음할 때는 모음 「어—」를 붙여 발음한다.

순서	자 음	발 음		음 가	
				초자음	종자음
1	ก	kɔɔ	꺼-	ㄱ, ㄲ	ㄱ
2	ค, ฆ	khɔɔ	커-	ㅋ	ㄱ
	ข	khɔɔ	커-	ㅋ	ㄱ
3	ง	ŋɔɔ	응어-	ng	ng
4	จ	cɔɔ	쩌-	ㅉ	ㄷ
5	ช, ฌ	chɔɔ	처-	ㅊ	ㄷ
	ฉ	chɔɔ	처-	ㅊ	
6	ด, ฎ	dɔɔ	더-	ㄷ	ㄷ
7	ต, ฏ	tɔɔ	떠-	ㄸ	ㄷ
8	ท, ธ, ฒ, ฑ	thɔɔ	터-	ㅌ	ㄷ
	ฐ, ถ	thɔɔ	터-	ㅌ	ㄷ
9	น, ณ	nɔɔ	너-	ㄴ	ㄴ
10	บ	bɔɔ	버-	ㅂ	ㅂ

순서	자 음	발 음		음 가	
				초자음	종자음
11	ป	pɔɔ	뻐-	ㅃ	ㅂ
12	พ, ภ	phɔɔ	퍼-	ㅍ	ㅂ
	ผ	phɔɔ	퍼-	ㅂ	ㅂ
13	ฟ	fɔɔ	훠-	후, f	ㅂ
	ฝ	fɔɔ	훠-	후, f	
14	ม	mɔɔ	머-	ㅁ	ㅁ
15	ร	rɔɔ	러-	ㄹ	ㄴ
16	ล, ฬ	lɔɔ	ㄹ러-	ㄹㄹ	ㄴ
17	ย, ญ	yɔɔ	여-	이, f	이, ㄴ
18	ว	wɔɔ	워-	우	우
19	ซ	sɔɔ	써-	ㅆ	ㄷ
	ส, ศ, ษ	sɔɔ	써-	ㅆ	ㄷ
20	ฮ	hɔɔ	허-	ㅎ	
	ห	hɔɔ	허-	ㅎ	
21	อ	?ɔɔ	어-	ㅇ	

〈태국의 고유숫자〉

๑	๒	๓	๔	๕
๖	๗	๘	๙	๑๐

2장 모음 (สระ 싸라)

태국어의 모음은 기본모음이 32개이나, 여기서는 이를 단모음과 이중모음으로 구분하여 본다.

1. 단모음 (สระเดี่ยว 싸라디아우)

홀음으로 발음되는 모음을 말한다.

순서	단모음		장모음	
	모음	발음	모음	발음
1	-ะ	a 아	-า	aa 아-
2	ิ	i 이	ี	ii 이-
3	ึ	ɯ 으	ื	ɯ 으-
4	ุ	u 우	ู	uu 우-
5	เ-ะ	e 에	เ-	ee 에-
6	แ-ะ	ɛ 애	แ-	ɛɛ 애-
7	โ-ะ	o 오	โ-	oo 오-
8	เ-าะ	ɔ 어	-อ	ɔɔ 어-
9	เ-อะ	ə 으어	เ-อ	əə 으어-

※ 기호 「-」는 태국어는 자음문자의 위치를 표시한 것이며, 한국어는 장모음을 나타낸 것이다. 9의 「으어」는 한국어로는 발음을 표기하기가 곤란하며, 굳이 한다면 「의」로 할 수 밖에 없다.
태국어의 모음은 단모음은 짧게, 장모음은 길게 발음한다고 이해하면 좋다.

2. 이중모음 (สระประสม 싸라쁘라쏨)

두 개의 모음이 결합된 모음을 말한다.

순서	모 음	발	음
1	ไ-, ใ-, -ัย	ai	아이
2	-าย	aai	아-이
3	-็อย	ɔi	어이
4	-อย	ɔɔi	어-이
5	โ-ย	ooi	오-이
6	เ-ย	əəi	으이
7	-ุย	ui	우이
8	-ูย	uui	우이
9	-ิว	iu	이우
10	เ-า	ao	아오
11	-าว	aao	아-우
12	แ็ว	ɛo	애우
13	แ-ว	ɛɛo	애-우
14	เ็ว	eo	에우
15	เ-ว	eeo	에-우
16	เ-ีย	ia	이아
17	เ-ียว	iao	이아우
18	เ-ือ	a	으아, 으어
19	เ-ือย	ai	으어이
20	-ัว	ua	우아, 우어
21	-วย	uai	우어이
22	-ำ	am	암

3장 자음과 모음의 결합

1. 모음의 발음 연습

1) ① อา ② อี ③ อื ④ อู ⑤ เอ
⑥ แออ ⑦ โอ ⑧ ออ ⑨ เออ ⑩ อะ
⑪ อิ ⑫ อึ ⑬ อุ ⑭ เอะ ⑮ แอะ
⑯ โอะ ⑰ เอาะ ⑱ เออะ

① 아- ② 이- ③ 으- ④ 우- ⑤ 에-
⑥ 애 ⑦ 오- ⑧ 어- ⑨ 의- ⑩ 아
⑪ 이 ⑫ 으 ⑬ 우 ⑭ 에 ⑮ 애
⑯ 오 ⑰ 어 ⑱ 의

2) ① อาย ② ออย ③ เอย ④ โอย ⑤ อูย
⑥ ไอ ⑦ อ็อย ⑧ อุย ⑨ อิว ⑩ เอีย
⑪ เอา ⑫ แอ็ว ⑬ เอ็ว ⑭ แอว ⑮ เอว
⑯ อัว ⑰ เอือ ⑱ อวย

① 아-이 ② 어-이 ③ 의-이 ④ 오-이 ⑤ 우-이
⑥ 아이 ⑦ 어이 ⑧ 우이 ⑨ 이우 ⑩ 이-아
⑪ 아오 ⑫ 애우 ⑬ 에우 ⑭ 애-우 ⑮ 에-우
⑯ 우어 ⑰ 으어 ⑱ 우어이

2. 자음의 발음 연습

1) ① กา ② ชี ③ กาง ④ จะ ⑤ ดัง
⑥ ฉิ่ง ⑦ ดำ ⑧ กัญญา ⑨ ซุง ⑩ แกะ

⑪ เป็น	⑫ ธานี	⑬ คน	⑭ โต	⑮ ใจดี
⑯ ไป	⑰ ฝา	⑱ ผี	⑲ มวย	⑳ เวลา
① 까-	② 치-	③ 까-ㅇ	④ 짜	⑤ 당
⑥ 칭	⑦ 담	⑧ 깐야-	⑨ 쑹	⑩ 깨
⑪ 뻰	⑫ 타-니-	⑬ 콘	⑭ 또-	⑮ 짜이디-
⑯ 빠이	⑰ 화-	⑱ 피-	⑲ 무어이	⑳ 웰라-

2)

① จอมพล	② โรงงาน	③ ลม	④ พิมพ์
⑤ ลืม	⑥ กำลัง	⑦ เย็น	⑧ ตัว
⑨ เคย	⑩ เร็ว	⑪ วันอังคาร	⑫ เตือน
⑬ เชิญ	⑭ รังแก	⑮ กีฬา	⑯ เมีย
⑰ ขวด	⑱ ซอย	⑲ อาจารย์	⑳ ศาล
① 쩌-ㅁ 폰	② 로-ㅇ 응아-ㄴ	③ 롬	④ 핌
⑤ 르-ㅁ	⑥ 깜 랑	⑦ 옌	⑧ 뚜어-
⑨ 커이	⑩ 레우	⑪ 완앙카-ㄴ	⑫ 뜨-언
⑬ 처-ㄴ	⑭ 랑깨-	⑮ 낄라-	⑯ 미-아
⑰ 쿠-얻	⑱ 써-이	⑲ 아짜-ㄴ	⑳ 싸-ㄴ

4장 문자와 발음 연습

1.

1) 자음

ก　　꺼까이　　ไก่ (닭)
　　　　초자음 ㄱ, ㄲ　　종자음 ㄱ

ข　　커카이　　ไข่ (계란)
　　　　초자음 ㅋ　　종자음 ㄱ

ค　　커콰이　　ควาย (물소)
　　　　초자음 ㅋ　　종자음 ㄱ

ฆ　　커라캉　　ระฆัง (종)
　　　　초자음 ㅋ　　종자음 ㄱ

ง　　응어응우　　งู (뱀)
　　　　초자음 ng　　종자음 ng

จ　　쩌 짜-ㄴ　　จาน (접시)
　　　　초자음 ㅉ　　종자음 ㄷ

ฉ	처 칭 초자음 ㅊ	**ฉิ่ง** (징)
ช	처차-ㅇ 초자음 ㅊ	**ช้าง** (코끼리) 종자음 ㄷ

2) 모음

-ะ	아 (a)	예) **กะ จะ**
-ั	아 (a)	예) **กัง จัก**
-า	아- (a:)	예) **กา ชา**
-ำ	암	예) **จำ ชำ**
-ิ	이 (단모음)	예) **กิน บิง**
-ี	이- (장모음)	예) **กี่ ชี**

3) 발음연습

กา คา ชี กาง ชัง กัง ขา
ชิง กำ จาง คาง ชำ จำ งา ฆัง

2.

1) 자음

ซ	써 쏘	**โซ่**	(쇠사슬)
	초자음 ㅆ	종자음 ㄷ	
ฌ	처 처-	**เฌอ**	(나무이름)
	초자음 ㅊ		
ญ	여 잉	**หญิง**	(여자)
	초자음 y	종자음 ㄴ	
ฎ	더차다	**ชฎา**	(무용용관)
	초자음 ㄷ	종자음 ㄷ	
ฏ	떠빠딱	**ปฏัก**	(창, 장대)
	초자음 ㄸ	종자음 ㄷ	
ฐ	터타-ㄴ	**ฐาน**	(받침대, 단상)
	초자음 ㅌ	종자음 ㄷ	

| ฑ | 터몬토 | **มนโฑ** (여자이름) |
| | 초자음 ㅌ, ㄷ | 종자음 ㄷ |

| ฒ | 터푸타오 | **ผู้เฒ่า** (노인) |
| | 초자음 ㅌ | 종자음 ㄷ |

| ณ | 너 네-ㄴ | **เณร** (수련승) |
| | 초자음 ㄴ | 종자음 ㄴ |

| ด | 더 덱 | **เด็ก** (어린이) |
| | 초자음 ㄷ | 종자음 ㄷ |

2) 모음

| ◌ึ | 으 | 예) จึง ตึง |

| ◌ื | 으- | 예) คือ ชื่อ |

| ◌ุ | 우 (U) | 예) ดุ จุด |

| ◌ู | 우- (U:) | 예) ดู งู |

3) 발음연습

ดัง ดำ ดี จึง ฎีกา คุณ ดึง งา
กัญญา ดู กุญแจ งู จูง คูณ ซุง จัด

3.

1) 자음

ต	떠따오 초자음 ㄸ	**เต่า** (거북) 종자음 ㄷ
ถ	터 통 초자음 ㅌ	**ถุง** (자루, 봉지) 종자음 ㄷ
ท	터타하-ㄴ 초자음 ㅌ	**ทหาร** (군인) 종자음 ㄷ
ธ	터 통 초자음 ㅌ	**ธง** (국기) 종자음 ㄷ
น	너 누- 초자음 ㄴ	**หนู** (쥐) 종자음 ㄴ

2) 모음

เ-ะ 에 예) เกะกะ เด็ก

เ- 에- 예) เก่ง เช่น

แ-ะ 애 예) แกะ แข็ง

แ- 애- 예) แดด แก

3) 발음연습

ตา ที แดง เกะกะ ทำที ทาง แจง
แกะ ถุง กางเกง ธานี แข็ง ตี นาน

4.

1) 자음

บ	버바이마이	**ใบไม้** (나무잎)
	초자음 ㅂ	종자음 ㅂ

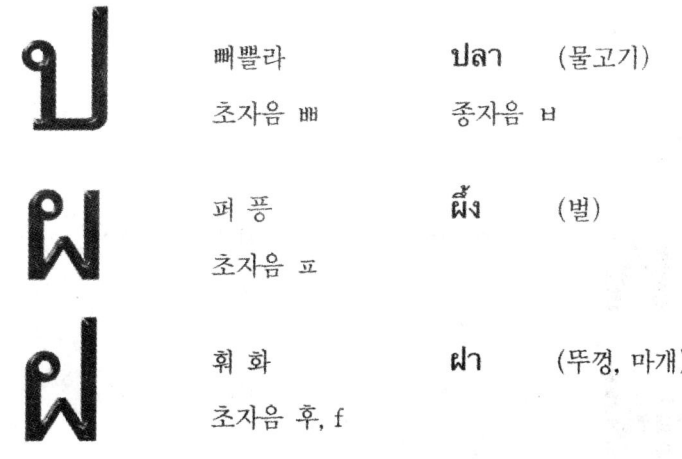

ป

빼쁠라 ปลา (물고기)
초자음 ㅃ 종자음 ㅂ

ผ

퍼 픙 ผึ้ง (벌)
초자음 ㅍ

ฝ

훠 화 ฝา (뚜껑, 마개)
초자음 후, f

2) 모음

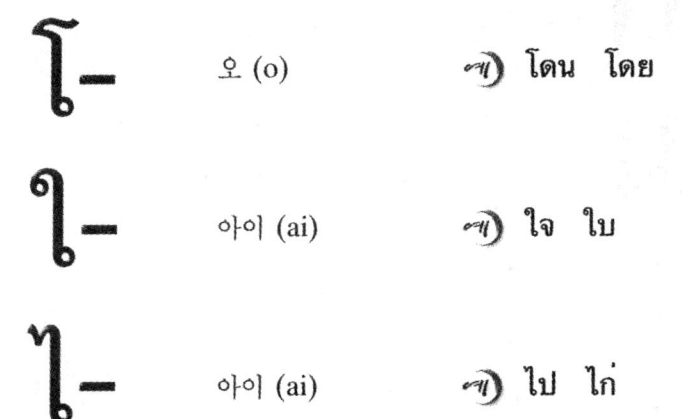

โ-

오 (o) 예) โดน โดย

ใ-

아이 (ai) 예) ใจ ใบ

ไ-

아이 (ai) 예) ไป ไก่

3) 발음연습

คน ทำงาน นาที ใน แทน บิน ปู โต
ปี ฝา ผี ไป จาน เซ็น ใจดี ปา

5.

1) 자음

พ	퍼 파-ㄴ 초자음 ㅍ	**พาน** 종자음 ㅂ	(쟁반)
ฟ	훠 환 초자음 후, f	**ฟัน** 종자음 ㅂ	(치아)
ภ	퍼 쌈 파 우 초자음 ㅍ	**สำเภา** 종자음 ㅂ	(돛단배)
ม	머 마- 초자음 ㅁ	**ม้า** 종자음 ㅁ	(말)

2) 모음

-ว	우-아, 우-어	예) **มวน** **ดวง**
-ั ว	우-아, 우-어	예) **ตัว** **รัว**
-วย	웨이, 우-어이	예) **สวย** **มวย**

เ-าะ 어 예) เกาะ เจาะ

-อ 어- 예) พอ บอก

-อย 어-이 예) คอย ดอย

3) 발음연습

จำนวน บัญชี พัน กิน ตำ คม มวย จีน
ใด ชมพู แพง เพดาน ตัว บัว คืน ญวน

6.

1) 자음

ย	여 약 초자음 이, y	**ยักษ์** (도깨비) 종자음 이, y
ร	러 르 아 초자음 ㄹ	**เรือ** (배) 종자음 ㄴ
ล	러 링 초자음 ㄹㄹ, l	**ลิง** (원숭이) 종자음 ㄴ

ว 워 왜-ㄴ **แหวน** (반지)

초자음 우, w 종자음 우, w

2) 모음

-ัย 아이 예) **ชัยชนะ วัย**

-าย 아-이 예) **ควาย ร่างกาย**

-าว 아-우 예) **ดาว กาว**

-ิว 이우 예) **นิ้ว คิ้ว**

-ุย 우이 예) **คุย ปุ๋ย**

3) 발음연습

จอมพล โรงงาน บวม เวลา เย็น งาม
พิมพ์ ลม ทำไม มวย เพลง ลืม ครู
โคลน โรงแรม ปลา กำลัง กลาง คุย ดาว

7.

1) 자음

ศ	써 싸-ㄹ 라- 초자음 ㅆ	**ศาลา** 종자음 ㄷ	(정자)
ษ	써 르-씨- 초자음 ㅆ	**ฤาษี** 종자음 ㄷ	(도사)
ส	써 쓰-아 초자음 ㅆ	**เสือ** 종자음 ㄷ	(호랑이)
ห	허 히-ㅂ 초자음 ㅎ	**หีบ**	(상자)

2) 모음

เ-ย	의-이	예) **เคย เลย**
เ-ว	에-우	예) **เอว เลว**
เ-อ	의-	예) **เธอ เทอม**

เ-า　　아오 (au)　　　예) เอา เมา

3) 발음연습

กาว เคย คุณนาย ฟอง เบา ยินดี จริง โบราณ จันทร์
เร็ว เย็น พรม ใคร กลาย ตำบล บันได วันอังคาร
ครัว กลัว นม เนย คลอง การ หอย ศาลา เมา

8.

1) 자음

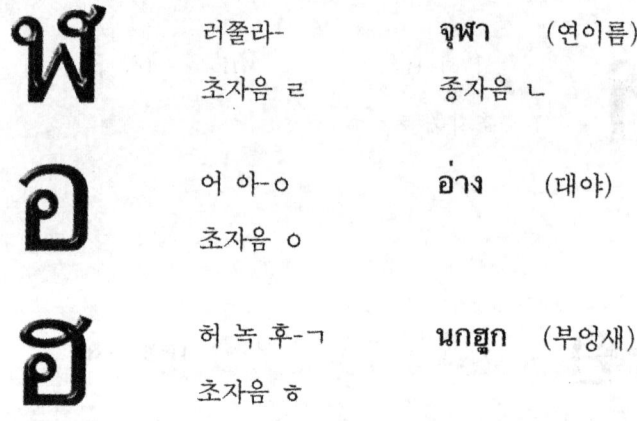

ฬ　　러쭐라-　　　　จุฬา　　(연이름)
　　　초자음 ㄹ　　　종자음 ㄴ

อ　　어 아-ㅇ　　　อ่าง　　(대야)
　　　초자음 ㅇ

ฮ　　허 녹 후-ㄱ　　นกฮูก　(부엉새)
　　　초자음 ㅎ

2) 모음

เ-ิ　　어-　　　　예) เกิน เดิน

เ-ีย　이-아-　예) เมีย　เสีย

เ-ียว　이아우, 이여우　예) เดียว　เกี่ยว

เ-ือ　으-아, 으-어　예) เรือ　เสือ

3) 발음연습

ชำนาญ　เอามา　เตือน　เต็ม　ซอง　เกิด　กอง　อาจารย์
เดิน　เมีย　เดียว　รังแก　เทียน　พายุ　เรือ　เดือน
เงิน　ลิง　กีฬา　โรงเรียน　โฮเต็ล　เกลือ　เตรียม　เชิญ

9.

1) 자음

ฃ　커쿠언　**ฃวด**　(병)
초자음 ㅋ

ฅ　커 콘　**ฅน**　(사람)
초자음 ㅋ
"현재 사용하지 않음"

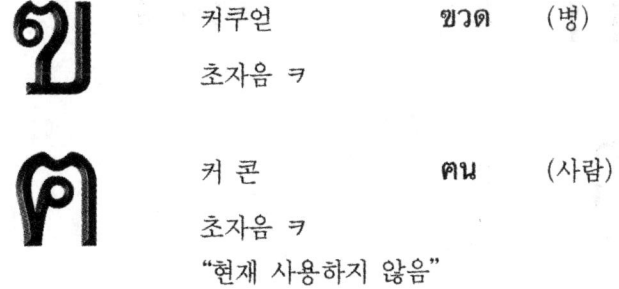

2) 모음

เ-ือย	으아이, 으어이	예) เรื่อย เหนื่อย
แ-ว	애우	예) แมว แก้ว
โ-ย	오이	예) โดย
ไ-ย	아이	예) ไทย
ฤ	르, 리	예) ฤดู อังกฤษ
ฤๅ	르-	예) ฤๅษี
ฦ	르	
ฦๅ	르-	

3) 발음연습

ทอง รวม จราจร เพียง ขวด แตงโม ซอย ฤดู
แมว เกวียน ตาม มารดา คน ยอม เมือง เกรงใจ
อังกฤษ คุย ดนตรี ไทย โดย การเมือง คนงาน บัว

10. 자음 (พยัญชนะ)

태국어의 자음은 44자이며, 21음소로 되어있다.

1) 기본자음

1. ก
2. ข ฃ ค ฅ ฆ
3. ง
4. จ
5. ฉ ช ฌ
6. ญ ย
7. ฎ ด
8. ฏ ต
9. ฐ ถ ฑ ฒ ท ธ
10. ณ น
11. บ
12. ป
13. ผ พ ภ
14. ฝ ฟ
15. ม

16. ร
17. ล ฬ
18. ว
19. ซ ศ ษ ส
20. ห ฮ
21. อ

2) 자음문자의 명칭

앞에서 배운 학과를 참조하시오.

3) 초자음 (พยัญชนะต้น)

첫음절에 있는 자음으로, 모든 자음이 초자음이 된다.

예) กา ลิง เดิน ดู ฯลฯ

4) 종자음 (ตัวสะกด)

태국어의 44개의 자음중에 종자음으로 사용되는 8개의 규칙이 있다.

① แม่ กก ใช้   ก - ปาก หาก มาก
              ข - สุข เวข
              ค - นาค ภาค พรรค
              ฆ - เมฆ
② แม่ กง ใช้   ง - กาง เสียง ดวง
③ แม่ กด ใช้   จ - สัจ ตรวจ

                    ช - คช
                    ซ - กรีซ
                    ฎ - กฎหมาย
                    ฏ - ปรากฏ
                    ฐ - รัฐบาล
                    ฑ - ครุฑ
                    ฒ - วัฒนา
                    ด - วัด
                    ต - เขต
                    ถ - รถ
                    ท - บาท
                    ธ - โกรธ
                    ศ - อากาศ
                    ษ - โทษ
                    ส - โอกาส
④ แม่กน ใช้   น - คน
                    ญ - สำคัญ
                    ณ - คุณ
                    ร - การ
                    ล - น้ำตาล
                    ฬ - กาฬ
⑤ แม่กบ ใช้   บ - พบ
                    ป - รูป
                    พ - ภาพ
                    ฟ - ออฟฟิศ
                    ภ - ลาภ
⑥ แม่กม ใช้   ม - คม ขม

⑦ แม่เกย ใช้ ย-เคย นาย
⑧ แม่ เกอว ใช้ ว-แมว ยาว

5) 종자음으로 사용되지 않는 자음

ฃ ฅ ฌ ผ ฝ ห อ ฮ

6) 모음의 형태로 사용되는 자음

อ-ขอ พอ
ย-คอย มวย
ว-กาว ดาว

7) 반모음 자음 (พยัญชนะอัฒสระ)

반모음의 음가를 가진 자음

ย-อิ, อี

ร-ฤ, ฤา

ล-ฦ, ฦา

ว-อุ, อู

8) 자음이 초자음이나 종자음이 될 때의 발음 비교표

	자음	초자음	예	종자음	예
1	ญ	j	ญาติ	n	เชิญ
2	ล	l	ลา	n	รางวัล
3	ฬ	l	กีฬา	n	ทมิฬ

4	ร	r	รถ	n	การ
5	ข	kh	ของ	g	เลข
6	ค	kh	ควาย	g	พรรค
7	ฆ	kh	ระฆัง	g	เมฆ
8	จ	c	จาน	d	ตำรวจ
9	ช	ch	ช่วย	d	ราช
10	ซ	s	โซ่	d	กาซ
11	ฏ	t	ปฏัก	d	วัฏ
12	ต	t	ตา	d	ทุจริต
13	ท	th	ทหาร	d	บท
14	ฐ	th	ฐาน	d	รัฐ
15	ฑ	th	มณโฑ	d	ครุฑ
16	ฒ	th	เฒ่า	d	พิพัฒน์
17	ถ	th	ถุง	d	รถ
18	ธ	th	ธง	d	อาวุธ
19	ศ	s	ศาลา	d	อากาศ
20	ษ	s	ฤาษี	d	โทษ
21	ส	s	เสือ	d	โอกาส
22	ป	p	ปู	b	ทวีป
23	พ	ph	พบ	b	กองทัพ
24	ฟ	f	ไฟ	b	ออฟฟิศ
25	ภ	ph	ภาษี	b	ลาภ

9) 자음의 분류 (การจำแนกพยัญชนะ)

조음점과 조음방식에 따라 다음과 같이 분류한다.

① 조음점에 따른 분류

　가. 양순음 — 두 입술 사이에서 나는 소리를 말하는데 **'ม, ป, พ, บ, ว'** 가 이에 속한다.

　나. 치조음 — 혀 끝과 윗 잇몸사이에서 나는 소리를 말하는데 **'ล, ร, ซ, น, ต, ท, ด'** 가 이에 속한다.

　다. 경구개음 — 혓바닥과 경구개 사이에서 나는 소리를 말하는데 **'จ, ช, ย'** 가 이에 속한다.

　라. 연구개음 — 혀의 뒷 부분과 연구개 사이에서 나는 소리를 말하는데 **'ง, ก, ค'** 가 이에 속한다.

　마. 성문음 — 목청 사이에서 나는 소리를 말하는데 **'ฮ, อ'** 가 이에 속한다.

　바. 순치음 - 윗니와 아랫입술 사이에서 나는 소리를 말하는데 **'ฟ'** 가 이에 속한다.

② 조음 방식에 따른 분류

　가. 파열음 — 폐에서 나오는 공기를 일단 막았다가 그 막은 자리를 터뜨리면서 내는 소리를 말한다. 양순 파열음 **'ป, พ, บ'** 치조 파열음 **'ต, ท, ด'** 연구개 파열음 **'ก, ค'** 가 이에 속한다.

　나. 파찰음 — 처음에는 파열음, 나중에는 마찰음의 순서로 두가

지 성질을 다 가지는 소리를 말하는데 '**จ, ช**' 가 이에 속한다.

다. 마찰음 — 입안이나 목청 사이를 좁혀서 공기가 그 사이를 비집고 나오면서 마찰을 일으키는 소리를 말하는데 '**ซ, ฟ, ฮ**' 가 이에 속한다.

라. 비음 — 입안의 통로를 막고 코로 공기를 내보내면서 내는 소리를 말하는데 '**ญ, ม, น, ง**' 가 에 속한다.

마. 설전음 — 혀끝을 윗이틀에 굴리어 내는 소리를 말하는데 '**ร**' 가 이에 속한다.

바. 설측음 — 혀끝을 윗잇몸에 대고 양쪽 트인데로 공기를 흘리어 내는 소리를 말하는데 '**ล**' 가 이에 속한다.

사. 반자음 — 모음의 성질을 가지나 모음에 비해서 자음적 요소가 많은 소리를 말하는데 '**ว, ย**' 가 이에 속한다.

③ 중자음, 고자음, 저자음에 따른 분류 (**ไตรยางศ์**)

가. 중자음 (**อักษรกลาง**)   — 9자

ก จ ฎ ฏ ด ต บ ป อ

나. 고자음 (**อักษรสูง**)   — 11자

ข ฃ ฉ ฐ ถ ผ ฝ ศ ษ ส ห

다. 저자음 (**อักษรต่ำ**)   — 24자

ค ฅ ฆ ง ช ซ ฌ ญ ฑ ฒ ณ ท
ธ น พ ฟ ภ ม ย ร ล ว ฬ ฮ

10) 저자음의 짝음자음과 홀음자음

① 짝음자음 (อักษรคู่)　　　— 14자

고자음의 짝음이 있는 저자음

อักษรต่ำ	อักษรสูง
ค ฅ ฆ	ข ฃ
ช ฌ	ฉ
ซ	ศ ษ ส
ฑ ฒ ท ธ	ฐ ถ
พ ภ	ผ
ฟ	ฝ
ฮ	ห

② 홀음자음 (อักษรเดี่ยว)　　　— 10자

고자음의 짝음이 없는 저자음

ง ญ ณ น ม ย ร ล ว ฬ

11) 결합자음 (พยัญชนะประสม)

두개의 자음이 단독모음과 결합하는 것을 말하며, 이는 복합자음과 선도자음으로 분류한다.

① 선도자음 (อักษรนำ)

두개의 자음이 단독모음과 결합하여 두음절로 발음되는 경우와 또 ห가 홀음저자음을, อ 가 ย를 동반하는 경우로서, 여기에 ห 와 อ는 묵음이 되며 단음절로 발음한다.

예) สภา(สะภา)   จรัส(จะหรัส)
    พยาธิ(พยาธิ)   ถนน(ถะหนน)
    หญ้า(หย้า)   ไหน(ไหน)
    อย่า(หย่า)   อยู่(หยู่)

② 복합자음 (อักษรควบ)

자음 ร ล ว 가 단독모음과 결합하여 이루어진 자음으로 두 종류가 있다.

a. อักษรควบแท้ (진성 복합자음)

예) ปลา ครู ควาย กว่า ฯลฯ

b. อักษรควบไม่แท้ (의사 복합자음)

예) จริง สรวม ทราบ ทรง ทราย ฯลฯ

※ 다음과 같은 ร ล ว 와 결합한 자음이 두음절로 발음하게 되면 선도자음으로 간주한다.

예) อร่อย(อะหร่อย) ตลาด(ตะหลาด)
    ตวาด(ตะหวาด)

II. 모음 (สระ)

태국어의 기본모음은 32자이며, 형태(**รูป**)와 음운(**เสียง**)에 따라 분류한다.

1) 모음의 형태 (รูปสระ)

모음부호의 명칭 — 모음은 21개의 형태가 있다.

1.	ะ	วิสรรชนีย์	위싼차니
2.	า	ลากข้าง	라-ㄱ 카-ㅇ
3.	ิ	พินทุ์อิ	핀 이
4.	ุ	ตีนเหยียด	띠-ㄴ 이얕
5.	ู	ตีนคู้	띠-ㄴ 쿠-
6.	เ	ไม้หน้า	마이 나-
7.	โ	ไม้โอ	마이 오-
8.	ใ	ไม้ม้วน	마이 무언
9.	ไ	ไม้มลาย	마이말라이
10.	ิ	ฝนทอง	훤 터-ㅇ
11.	"	ฟันหนู	환 누-
12.	ํ	นฤคหิต	나르카힏
13.	็	ไม้ไต่คู้	마이따이쿠-
14.	ั	ไม้หันอากาศ	마이한아까-ㄷ
15.	ฤ	ตัวรึ	뚜어 르
16.	ฤๅ	ตัวรือ	뚜어 르-
17.	ฦ	ตัวลึ	뚜어 ᄙᅳ-
18.	ฦๅ	ตัวลือ	뚜어 ᄙᅳ-
19.	อ	ตัวออ	뚜어 어-

20.	ย	ตัวยอ	뚜어 여-
21.	ว	ตัววอ	뚜어 워-

2) 모음의 음운 (เสียงสระ)

모음은 32개의 음이 있으며 이를 다음과 같이 셋으로 분류한다.

① 단모음 (สระเดี่ยว) — 18자

①-1. 단모음의 길이 : 홀음으로 발음되는 모음으로 짧게 발음되는 단모음과 길게 발음되는 장모음이 있다.

단모음 (รัสสระ)	장모음 (ทีฆสระ)
อะ	อา
อิ	อี
อึ	อื
อุ	อู
เอะ	เอ
แอะ	แอ
โอะ	โอ
เอาะ	ออ
เออะ	เออ

①-2. 단모음의 분류기준

가. 혀의 앞뒤 위치 — 성대를 떨어 울린 소리가 혀의 앞이나 가운데 또는 뒤쪽에서 공명되느냐에 따라 소리가 달라지게 된다.

ⓐ 전설모음 : 혀의 앞쪽을 공명실로 하여 나는 모음으로 **'อี, เอ, แอ'** 가 이에 속한다.

ⓑ 중설모음 : 혀의 가운데를 공명실로 하여 나는 모음으로 **'อือ, เออ, อา'** 가 이에 속한다.

ⓒ 후설모음 : 혀의 뒷쪽을 공명실로 하여 나는 모음으로 **'อู, โอ, ออ'** 가 이에 속한다.

나. 혀의 높이 — 입을 크게 벌리면 혀의 위치가 낮아지고 조금 벌리면 혀의 위치가 높아지는데, 이에 따라 고, 중, 저 모음으로 나뉜다.

ⓐ 고모음 : 입을 조금 벌려 혀의 위치가 높은 상태에서 발음되는 모음으로 **'อี, อื, อู'** 가 이에 속한다.

ⓑ 중모음 : 입을 더 조금 벌려 혀의 위치가 중간 정도에서 발음되는 모음으로 **'เอ, เออ, โอ'** 가 이에 속한다.

ⓒ 저모음 : 입을 크게 벌려 혀의 위치가 가장 낮은 상태에서 발음되는 모음으로 **'แอ, อา, ออ'** 가 이에 속한다.

② 이중모음 (**สระประสม**) — 6자

두개의 모음이 결합된 모음을 말한다.

단모음 (**รัสสระ**)	장모음 (**ทีฆสระ**)
เอียะ = อิ + อะ	**เอีย = อี + อา**
เอือะ = อึ + อะ	**เอือ = อื + อา**
อัวะ = อุ + อะ	**อัว = อู + อา**

③ 잉여모음 (**สระเกิน**) — 8자

하나의 모음이 종자음이나 결합된 음을 가진 모음

단모음 (รัสสระ)	장모음 (ทีฆสระ)
อำ = อะ + ม	
ใอ = อะ + ย	
เอา = อะ + ว	
ฤ = ร + ึ	ฤๅ = ร + ื
ฦ = ล + ึ	ฦๅ = ล + ื

3) 변형모음과 감형모음

어떤 모음에 받침이 오면 그 모음의 형태가 변화하거나 감축되는 것이 있다.

① 변형모음 (สระเปลี่ยนรูป)

모음 **อะ** 가 받침이 올때 **ไม้ผัด** 으로 변하거나 모음 **เอะ, แอะ** 가 받침이 올때 **ไม้ไต่คู้** 로 변화한다. 모음 **เออ** 에 받침이 오면 **พินทุ์อิ** 가 된다.

예) กะ + น = กัน　　อะ + ง = อัง
เกะ + ง = เก็ง　　แขะ + ง = แข็ง
ก + เออ + น = เกิน　　ด + เออ + น = เดิน

② 감형모음 (สระลดรูป)

가. 모음 **โอะ** 에 받침이 오면 그 모음이 소멸된다.

예) โกะ + ด = กด　　โมะ + ด = มด

나. 모음 **เอ** 에 받침 **ย** 이 오면 **อ** 가 소멸된다.

예) ล + เอ + ย = เลย

다. ก็ 도 เก้าะ 에서 감형되고 ไม้ไต่คู้ 를 넣은 것이다.

라. 모음 อ 도 받침 ร 가 오면 อ 가 감형된다.

예) พ + ออ + ร = พร

마. 모음 อัว 에 받침이 오면 ไม้หันอากาศ 이 감형된다.

예) พ + อัว + น = พวน

12. 성조 (聲調)

성조(**วรรณยุกต์**)란 각 음절에 갖추어진 성(聲)의 음악적 고저를 말하는 것으로 성조음(**เสียงวรรณยุกต์**)과 성조형태(**รูปวรรณยุกต์**)의 두 가지 의미를 지닌다. 즉 태국어는 성조성과 음악성의 언어이며, 유형성조이든 무형성조이든 간에 모든 음절이 성조음을 갖게된다. 그리고 성조에 따라 각기 그 의미가 전혀 달라지기 때문에 정확하게 습득할 필요가 있다. 예를들면 **คา** (칼, 형틀) **ข่า** (식물이름) **ค่า** (가치) **ค้า** (통상하다) **ขา** (다리)와 같이 발음의 높이에 따라 그 의미가 각기 다르다. 단 성조음이 성조규칙과 일치하지 않는 예외적인 것도 있다.

1) 태국어는 5성으로 분류한다.

① 평성 (The Common tone) กา
② 1성 (The Low tone) ก่า
③ 2성 (The Dropped tone) ก้า
④ 3성 (The High tone) ก๊า
⑤ 4성 (The Rising tone) ก๋า

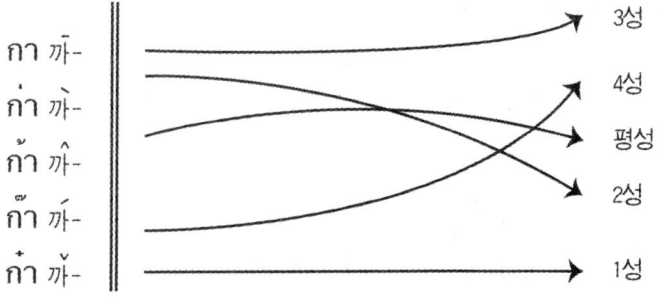

평성은 평상시의 보통 높이의 억양으로 평범하게 발음하며, 1성은 평성보다 낮은 음으로 발음한다. 2성은 평성보다 높은 음으로 힘을 주어 시작했다가 하강하면서 발음하며, 3성은 2성보다 조금 더 높은 음으로 시작하여 단모음의 경우는 높고 짧게, 장모음이면 끝까지 힘을 주어 높이 치켜올려 발음한다. 4성은 저음에 약간 힘을 주어 상승해 가는 발음을 하면 된다. 성조의 표시는 위 도표의 한국어 발음위에 표기한 바와 같이 하기로 한다.

2) 성조의 분류 (การจำแนกวรรณยุกต์)

성조는 4가지 종류의 모양(รูป)이 있으나, 그 사용 형태에 따라 유형성조와 무형성조의 두가지로 분류한다.

① 유형성조 (วรรณยุกต์มีรูป)

낱말위에 성조부호가 표시되어 있는 것으로 4종의 성조이다.

예) จ่า จ้า จ๊า จ๋า คลื่น โป๊ะ ป๋อง

② 무형성조 (วรรณยุกต์ไม่มีรูป)

낱말위에 성조부호가 없는 것으로 5종의 성조이다.

예) คา ขาด คาด คะ ขา

3) 성조부호는 다음 4가지가 있다.

" ่ "	(ไม้เอก)	마이엑
" ้ "	(ไม้โท)	마이토
" ๊ "	(ไม้ตรี)	마이뜨리
" ๋ "	(ไม้จัตวา)	마이짠따와

4) 성조부호의 위치

① 초자음위나 초자음의 모음위에 위치

ข้าว ชื่อ นั่น ห้อง ตื่น แม้

② 초자음이 묵음이면 두번째 자음위에 위치

หญ้า หนึ่ง อย่า อยู่ เหนื่อย

③ 복합자음이면 두번째 자음위와 그 모음위에 위치

กว้าง คลุ่ม เปล่า กล่าว ครั้ง เครื่อง

5) 성조의 기본원칙

	สามัญ	เอก	โท	ตรี	จัตวา
중 자 음	กา	ก่า	ก้า	ก๊า	ก๋า
고 자 음	-	ข่า	ข้า	-	ขา
저 자 음	คา	-	ค่า	ค้า	-
짝음자음	คา โซ	(ข่า) (โส่)	ค่า โซ่	ค้า โซ้	(ขา) (โส)
홀음자음	นา ยา	(หน่า) (หย่า)	น่า ย่า	น้า ย้า	(หนา) (หยา)

6) 생음과 사음

① 생음 (**คำเป็น**) = 개운

แม่ ก กา 종자음규칙에서 장모음이나 **สระ อำ ไอ ใอ เอา** 가 자음과 결합하는 말과 **แม่ กง กน กม เกย เกอว** (-ng -n -m -i -o)가 종자음이 되는 말을 뜻한다.

예) **กา ตา ตี งู ทำ ไม ใคร เอา เคย เลว ฯลฯ**

② 사음 (**คำตาย**) = 폐운

แม่ ก กา 종자음규칙(**สระ อำ ไอ ใอ เอา** 는 제외)에서 단모음이나, **แม่ กก กด กบ** (-K -T -P) 이 종자음이 되는 말을 뜻한다.

예) **กระทะ ทะลุ นก พูด จับ รัฐ ศัพท์ ฯลฯ**

13. 중자음의 성조법

1) 평성

① 중자음 + 장모음

예) กา ดี ปี ปู ตา ใจ

② 중자음 + 단모음 + 종자음(생음)

예) ดิน บิน บน จน กิน จึง

③ 중자음 + 장모음 + 종자음(생음)

예) จาน กาง บาง จูง ปูน

2) 1성

① 중자음 + 단모음

예) ดุ จะ ปะ เตะ กะ ติ

② 중자음 + 단모음 + 종자음(사음)

예) เป็ด กับ ตึก จัด ดิบ ปิด

③ 중자음 + 장모음 + 종자음(사음)

예) จอด ดอก อีก อาบ แดด ปอก

④ 마이엑 " ่ "

예) ก่อน กี่ เก่า ไก่ ป่า เต่า

3) 2성

마이토 " ้ "

예) เก้า จ้าง ต้อง ต้น ได้ บ้าง
ปิ้ง กุ้ง ใกล้ ป้า ป้าน แจ้ง

4) 3성

마이뜨리 " ๊ "

예) โต๊ะ ตุ๊กตา ก๊ก จ๊ะ โจ๊ก กุ๊ก

5) 4성

마이짣따와 " ๋ "

예) เดี๋ยว ตั๋ว บ๋อย ตี๋ จ๋า ป๋า

6) 성조연습

อย่าง	**ตลาด**	**เป็น**	**กัด**	**ปืน**	**แต่**
야-ㅇ	딸라-ㄷ	뻰	깓	쁘-ㄴ	때-
…처럼	시장	…이다	물다	총	그러나
อื่น	**แบ่ง**	**ใจ**	**เตือน**	**แตก**	**จ้าง**
으-ㄴ	배-ㅇ	짜이	뜨언	때-ㄱ	짜-ㅇ
다른	나누다	마음	경고하다	깨지다	고용하다
กี่	**อาบ**	**เด็ก**	**จ่าย**	**ปลูก**	**บุตร**
끼-	아-ㅂ	덱	짜-이	쁠루-ㄱ	붇
몇	목욕하다	어린이	지불하다	재배하다	자식

กระป๋อง	อยาก	ดื่ม	อ้วน	ปู	กิน
끄̀라빠̌-ㅇ	야̀-ㄱ	드̀-ㅁ	우̂언	뿌̄	낀̄
깡통	원하다	마시다	뚱뚱한	게	먹다
เจ็ด	ปิด	ปล่อย	บ่าย	อ่อน	อ่าน
쩬̀	삗̀	쁠러̀-이	바̀-이	어̀-ㄴ	아̀-ㄴ
일곱	닫다	놓아주다	오후	연약한	읽다
ตู้	เก็บ	เปลี่ยน	เกิน	ออก	เกิด
뚜̂-	껩̀	쁠리̀안	꺼̄-ㄴ	어̀-ㄱ	꺼̀-ㄷ
찬장	모으다	변하다	초과하다	나가다	출생하다

14. 고자음의 성조법

1) 4성

① 고자음 + 장모음

예) ผี หา ขา ถู เสือ หู

② 고자음 + 단모음 + 종자음(생음)

예) ฝัน หิน ฝน ฉัน ผม ถุง

③ 고자음 + 장모음 + 종자음(생음)

예) ขาย เขา หัว สวน เขียว ถาม สูง

2) 1성

① 고자음 + 단모음

예) เหาะ ผุ เถอะ แฉะ

② 고자음 + 단모음 + 종자음(사음)

예) ผัด หด หก ขับ สุข ผัก สด

③ 고자음 + 장모음 + 종자음(사음)

예) ขวด ถูก ฉีด ผูก แขก หีบ

④ 마이엑 " ่ "

예) ส่ง เข่า สี่ ผ่าน ข่าว ใหญ่

3) 2성

마이토 " ้ "

예) เข้า ห้อง ข้าว เหล้า ส้วม ส้ม

4) 성조연습

เข็ม	ผืน	ถั่ว	สวย	ผัก	แข็ง
캠̌	프̌-ㄴ	투̀어	쑤̌어이	팍̀	캥̌
바늘	장(수건)	콩	아름다운	야채	강한
หาย	สัตว์	ขี่	ถ้า	สาย	หมู
하̌-이	쌋̀	키̀-	타̂-	싸̌-이	무̌-
잃다	동물	…를 타다	만약	늦은	돼지

เสีย	**สวน**	**ขัด**	**หนัง**	**ถ่าน**	**สูง**
씨̌-아	쑤̌-언	캇̀	낭̌	타̀-ㄴ	쑤̌-ㅇ
상하다	정원	닦다	가죽	석탄	높은
หวี	**ห่อ**	**เหนือ**	**หลาย**	**สิบ**	**หาว**
위̌-	허̀-	느̌-어	라̌-이	씹̀	하̌-우
빗	포장하다	북쪽	여럿의	열	하품하다
หู	**สร้าง**	**ผัว**	**ถ้วย**	**เขียน**	**ผอม**
후̌	싸̂-ㅇ	푸̌-어	투̂-어이	키̌-얀	퍼̌-ㅁ
귀	건축하다	남편	컵	쓰다	날씬한
หนึ่ง	**ศูนย์**	**สี**	**ขาว**	**หญิง**	**หอม**
능̀	쑤̌-ㄴ	씨̌-	카̌-우	잉̌	허̌-ㅁ
하나	영	빛깔	하얀	여자	향기로운

15. 저자음의 성조법

1) 평성

① 저자음 + 장모음

예) **ชา ทำ นา งู มา ราคา**

② 저자음 + 단모음 + 종자음(생음)

예) **ชม ลม ยิน ยัง คุณ วัน**

③ 저자음 + 장모음 + 종자음(생음)

예) **นอน ชาม โมง ลืม ยาว แพง**

2) 2성

① 저자음 + 장모음 + 종자음(사음)

예) **ชาติ ญาติ รีด ยาก มีด พูด**

② 마이엑 " ่ "

예) **แม่ ง่าย ช่วย นั่ง ร่วม ค่า**

3) 3성

① 저자음 + 단모음

예) **และ มิ คะ แนะ ละ แยะ**

② 저자음 + 단모음 + 종자음(사음)

예) **พัก คุก รัก คิด ลด ชุด**

③ 마이 토 " ้ "

예) **น้า ม้า ร้าย ซ้าย ไม้ ใช้**

4) 성조연습

คน	**ครั้ง**	**ครึ่ง**	**ฆ่า**	**งาน**	**เงียบ**
콘	크랑	크룽	카-	응아-ㄴ	응이야-ㅂ
사람	번	반	죽이다	일	조용한
รีบ	**ใช่**	**ทราย**	**เยี่ยม**	**เธอ**	**ธุระ**
리-ㅂ	차이	싸-이	이-암	터-	투라
급히	네	모래	방문하다	그는	업무

นคร	**ทา**	**นั้น**	**นี่**	**พัน**	**เย็บ**
나 커-ㄴ	타	난	니-	판	옙
도시	칠하다	그것은	이것은	천	꿰매다
พื้น	**ฟัง**	**ไฟ**	**ฟ้า**	**มันเทศ**	**ไม้**
프-ㄴ	황	화이	화	만 테-ㅅ	마이
마루	듣다	불	하늘	고구마	나무
เชิญ	**ร้อง**	**โทรเลข**	**เมือง**	**ลง**	**ลวด**
처-ㄴ	러-ㅇ	토라레-ㄱ	므엉	롱	루-엇
초청하다	울다	전보	도시	내리다	철사
ยุง	**เล่า**	**และ**	**วัน**	**เรียก**	**ใคร่**
융	라-오	래	완	리-약	크라이
모기	말하다	그리고	날짜	부르다	원하다
ที	**เลือก**	**โทษ**	**เมื่อ**	**มุ้ง**	**เช็ด**
티	르-억	토-ㅅ	므-어	뭉	쳇
번	선택하다	형벌	…때	모기장	닦다
นึก	**นาน**	**เล่น**	**ญาติ**	**น้ำมัน**	**ชีวิต**
늑	나-ㄴ	레-ㄴ	야-ㅅ	남만	치-윗
생각하다	오랜	놀다	친척	석유	생명

16. 변칙성조

1) 초자음이 고자음인 경우

ขยัน	부지런한	1성 - 4성
ฉลาด	영리한	1성 - 1성
สนุก	즐거운	1성 - 1성
สว่าน	송곳	1성 - 1성
สล้าง	숭고한	1성 - 2성
ถนน	길	1성 - 4성
ขยุ้ม	붙잡다	1성 - 2성

2) 초자음이 중자음인 경우

จมูก	코	1성 - 1성
ตลาด	시장	1성 - 1성
อร่อย	맛있는	1성 - 1성

3) 예외

ไปรษณีย์	우체국	평성 - 1성 - 평성
สภาพ	상태, 조건	1성 - 2성
หนู	턱	1성 - 3성
อนุญาต	허가	1성 - 3성 - 2성
ตำรวจ	경찰	평성 - 1성
ประโยชน์	유익한	1성 - 1성
ประโยค	문장	1성 - 1성

17. 성조의 변화규칙

1) 중자음 (การผันอักษรกลาง)

① 생음인 경우 (อักษรกลางคำเป็น)

평성	1성	2성	3성	4성
กา	ก่า	ก้า	ก๊า	ก๋า
ดู	ดู่	ดู้	ดู๊	ดู๋
ปู	ปู่	ปู้	ปู๊	ปู๋

② 사음인 경우 (อักษรกลางคำตาย)

평성	1성	2성	3성	4성
-	กะ	ก้ะ	ก๊ะ	ก๋ะ
-	อุด	อุ้ด	อุ๊ด	อุ๋ด
-	จัก	จั้ก	จั๊ก	จั๋ก

2) 고자음 (การผันอักษรสูง)

① 생음인 경우 (อักษรสูงคำเป็น)

평성	1성	2성	3성	4성
-	ข่า	ข้า	-	ขา
-	ถั่ง	ถั้ง	-	ถัง
-	ห่า	ห้า	-	หา

② 사음인 경우 (อักษรสูงคำตาย)

평성	1성	2성	3성	4성
-	**ขะ**	**ข้ะ**	-	-
-	**ขาด**	**ข้าด**	-	-
-	**สับ**	**สั้บ**	-	-

3) 저자음 (**การผันอักษรต่ำ**)

① 생음인 경우 (**อักษรต่ำคำเป็น**)

평성	1성	2성	3성	4성
คา	-	**ค่า**	**ค้า**	-
ยุง	-	**ยุ่ง**	**ยุ้ง**	-
นัน	-	**นั่น**	**นั้น**	-

② 사음인 경우 (**อักษรต่ำคำตาย**)

평성	1성	2성	3성	4성
-	-	**ค่ะ**	**คะ**	**ค๋ะ**
-	-	**โน่ะ**	**โนะ**	**โน๋ะ**
-	-	**โม่ะ**	**โมะ**	**โม๋ะ**

③ 장모음과 사음이 결합한 경우 (**อักษรต่ำคำตายเสียงยาว**)

평성	1성	2성	3성	4성
-	-	**โนต**	**โน้ต**	**โน๋ต**
-	-	**เคก**	**เค้ก**	**เค๋ก**
-	-	**เชิต**	**เชิ้ต**	**เชิ๋ต**

18. 성조 연습 총정리

1)

คา	ไซ	ซอง	ทอง	คาง	ฮา	เลา	ไมล์
카̄-	싸̄이	써̄-ㅇ	터̄-ㅇ	카̄-ㅇ	하̄-	라̄-오	마̄이
ข่า	ใส่	ส่อง	ถ่อง	ข่าง	ห่า	เหล่า	ใหม่
카̀	싸̀이	써̀-ㅇ	터̀-ㅇ	카̀-ㅇ	하̀-	라̀-오	마̀이
ค่า	ใส้	ซ่อง	ท่อง	ค่าง	ห้า	เหล้า	ไหม้
카̂	싸̂이	써̂-ㅇ	터̂-ㅇ	카̂-ㅇ	하̂-	라̂-오	마̂이
ค้า	ไซร้	ซร้อง	ท้อง	ค้าง	ฮ้า	เล้า	ไม้
카́	싸́이	써́-ㅇ	터́-ㅇ	카́-ㅇ	하́-	라́-오	마́이
ขา	ใส	สอง	ถอง	ขาง	หา	เหลา	ไหม
카̌	싸̌이	써̌-ㅇ	터̌-ㅇ	카̌-ㅇ	하̌-	라̌-오	마̌이

2)

ทาสี	ไม่	ป้องกัน	เสมอ	จริง	เงิน
타̄-씨̌-	마̂이	뻐̂-ㅇ깐̄	싸̀머̌	찡̄	응̄-원
색칠하다	…아니다	방비하다	항상	사실	돈
เนื้อ	ซ้าย	บันได	หน่อย	พ่อค้า	หาย
느́-어	싸́-이	반̄다̄이	너̀-이	퍼̂-카́-	하̌-이
고기	왼쪽	계단	조금	상인	잃다
สามี	เล่ม	เดิน	นับถือ	ภาษา	แห่ง
싸̌-미̄-	레̂-ㅁ	드̄-ㄴ	납́트̌-	파̄-싸̌	헤̀-ㅇ
남편	권	걷다	신봉하다	언어	…의

เพื่อน	ใหม่	ส้มโอ	อร่อย	กระป๋อง	ก่อน
프언	마이	쏨오-	아러-이	끄라뻐-ㅇ	꺼-ㄴ
친구	새로운	귤의 일종	맛있는	깡통	우선
เครื่อง	นั่ง	ใหญ่	เดี๋ยวนี้	วัว	เรียน
크르엉	낭	야이	디아오니	우어	리얀
기구	앉다	큰	지금	소	배우다
บริษัท	ดินสอ	ระหว่าง	หมึก	เลย	สนาม
버리쌋	딘써-	라와-ㅇ	믁	러이	싸나-ㅁ
회사	연필	…하는동안에	잉크	지나다	운동장
ทรัพย์	ฝรั่ง	เชือก	แหลม	หยุด	ปากกา
쌉	화랑	츠-억	래-ㅁ	윳	빠-ㄱ까-
재산	서구인	끈	반도	멈추다	만년필
ลิง	เหนียว	ทุก	ช่วย	เชิญ	แผนก
링	니아우	툭	추어이	츠-언	파내-ㄱ
원숭이	질긴	모든	돕다	초대하다	과
หนังสือ	จดหมาย	ส่ง	สอง	ห้อง	ภาษาไทย
낭쓰-	쫏마-이	쏭	써-ㅇ	허-ㅇ	파-싸-타이
책, 글	편지	보내다	둘	방	타이어
ประตู	กล้า	กว่า	ตั๋ว	เจ๊สัว	โต๊ะ
쁘라뚜-	끌라-	꽈-	뚜어	쩨-쑤어	또
문	용감한	…보다 더	표	부자	책상
เต้าหู้	เถ้าแก่	ผีเสื้อ	ดีหมี	หมูป่า	แม่ครัว
따오후-	타오깨-	피-쓰어	디-미-	무-빠-	매-크루어
두부	사장	나비	웅담	멧돼지	주부

ไม้บรรทัด	ขี่ม้า	หัวเราะ	แนะนำ	เพราะ	น้ำพุ
마이 반탓	키-마-	후어러	내남	프러	남푸
자	말을 타다	웃다	소개하다	왜냐하면	분수

3)

ดีใจ
디- 짜이

ตาดำ
따-담

เอาไป
아오 빠이

ไปไหน
빠이 나이

เชื่อถือ
츠어 트-

เอาใจใส่
아오짜이 싸이

กาตีปู
까-띠-뿌-

ปู่แกใจดี
뿌- 깨- 짜이 디-

ตาดีเป่าปี่
따-디- 빠오 삐-

ไปหาปู่
빠이 하- 뿌

เจ้าเอาเก้าอี้ไป
짜오 아오 까오 이- 빠이

อาแกจำได้ดี
아- 깨- 짬 다이 디-

เขาไปดูป่า
카오 빠이 두- 빠-

เข้าป่าให้ดูไผ่
카오 빠- 하이 두- 파이

ทำไร่ไถนามีกำไร
탐 라이 타이 나 미- 깜라이

ตาได้ไข่ไก่กี่ใบ
따- 다이 카이 까이 끼- 바이

ขี่สำเภาไปในน้ำ
키- 삼파오 빠이 나이 남

รู้ไม่ดีใช้ไม่ได้
루- 마이 디- 차이 마이 다이

แม้เขาด่าเราก็จะใส่ใจไว้ทำไม
매 카오 다- 라오 꺼- 짜 싸이 짜이 와이 탐마이

ข้าและเจ้ารู้อะไรก็ไม่สู้รู้วิชา
카- 래 짜오 루- 아라이 꺼- 마이 쑤- 루- 위차-

ซื้อนาฬิกาไว้ดูเวลา
쓰- 나- 리 까-와이 두- 웰라-

ไหว้พระเจ้าแต่เช้าตรู่
와이 프라짜오 때- 차오 뜨루-

นาเกลือเขาทำที่ใกล้ ๆ ทะเล
나- 끌르어 카오 탐 티- 끌라이 끌라이 탈 레-

ผู้ใจกล้าไม่กลัวใคร
푸-짜이 끌라 마이 끌루어 크라이

ไม่มีธุระอะไรก็ไปดูกีฬาได้
마이 미- 투라 아라이 꺼- 빠이 두-낄-라- 다이

น้ำแควเหนือไหลมาสู่ลำแม่น้ำเจ้าพระยา
남 쾌- 느어 라이 마- 쑤- 람 매-남 짜오 프라야

제2부 기본 문형

1장 문장의 종류

1. 형식상으로 본 문장의 종류

기본문장의 구성은 모두 12가지 형식으로 구분할 수 있다.

1) 자동사

예) **หิว** 히우 배 고프다.
สายแล้ว 싸-이 래-우 늦었습니다.
หนาวจัง 나-우 짱 매우 춥습니다.

2) 주어 + 자동사

예) **ฝน / ตก** 휜 똑 비가 옵니다.
ฝน / คงไม่ตก 비가 아마 오지 않을 겁니다.
휜 콩 마이 똑

3) 타동사 + 직접목적어

예) **หิว / น้ำ** 물을 갈망합니다.(목이 마릅니다)
히우 나-ㅁ

4) 주어 + 타동사 + 직접목적어

> 예) คน / เคาะ / ประตู   사람이 문을 두드립니다.
> 콘   커   쁘라뚜-

5) 이중타동사 + 직접목적어 + 간접목적어

> 예) ซัก / อะไร / คุณน้า   이모에게 무엇을 물어봤습니까?
> 싹   아라이   쿤 나-

6) 주어 + 이중타동사 + 직접목적어 + 간접목적어

> 예) เด็ก / ถาม / ปัญหา / ครู
> 덱   타-ㅁ   빤하-   크루-
> 어린이가(아동이) 선생님께 문제를 질문한다.

7) 명사

> 예) แม่ 매   어머니!
> สมศักดิ์ 쏨싹   쏨싹씨!

8) 명사 + 대명사

> 예) นี่ปากกา / ใคร   이것은 누구의 펜입니까?
> 니-빠-ㄱ까   크라이

9) 자동사 + 주어

> 예) เหนื่อยไหม / คุณ   피곤합니까, 당신은?
> 느-어이 마이   쿤

10) 직접목적어 + 주어 + 타동사

예) **เนื้อนี่ / ใคร / ทอด** 이 고기를 누가 튀겼습니까?
느-어니- 크라이 터-ㄷ

11) 직접목적어 + 주어 + 이중타동사 + 간접목적어

예) **ปัญหาพวกนี้ / นักเรียน / ชอบถาม / ครู**
빤하- 푸-억니- 낙리-안 처-ㅂ 타-ㅁ 크루-
이 문제들을 학생은 선생님께 질문하기를 좋아합니다.

12) 간접목적어 + 주어 + 이중타동사 + 직접목적어

예) **เด็ก ๆ / ฉัน / ยังไม่ได้ให้ / สตางค์**
덱덱 찬 양 마이다이하이 싸따-ㅇ
애들에게 나는 아직 돈을 주지 않았습니다.

2. 의미상으로 본 문장의 종류

1) 평서문

보통의 서술하는 문장으로서 대개 주어 + 술어의 순서로 표현되나, 특수한 문장도 많이 있다.

① 주어 + 자동사

ม้าวิ่ง	마-윙	말이 달린다.
นกบิน	녹 빈	새가 날다.
เขานอนหลับ	카오 너-ㄴ 랍	그는 잠잔다.
ฝนตก	훤-똑	비가 온다.

② 주어 + 타동사 + 목적어

แม่รักลูก 어머니는 자식을 사랑한다.

매- 락 루-ㄱ

ครูสอนหนังสือ 선생님이 공부를 가르친다.

크루- 써-ㄴ 낭쓰-

ฉันฟังเพลง 나는 노래를 듣는다.

찬 황 플래-ㅇ

③ 주어 + 연계동사 + 보어

ผมเป็นนักศึกษา 나는 대학생이다.

폼 뻰 낙 쓱 싸-

นี่คือดินสอ 이것은 연필이다.

니- 크- 딘써-

เขาเป็นคนไทย 그는 태국인이다.

카오 뻰 콘 타이

④ 주어 + 동사 + 직접목적어 + 간접목적어

นักเรียนถามปัญหาครู

낙 리안 타-ㅁ 빤하- 크루-

학생이 선생님에게 문제를 질문한다.

ฉันยังไม่ได้ให้สตางค์เด็ก ๆ

찬 양 마이 다이 하이 싸따-ㅇ 덱 덱

나는 아직 어린애들에게 돈을 주지 않았다.

2) 부정문

부정을 나타내는 문장으로서 동사나 형용사 및 부사를 부정하는 경우에는 앞에 **ไม่**(마이)를 놓아 부정문을 만들며, 명사의 술어로서의 연계동사 **เป็น**(뻰)을 부정하는 경우에는 보통 **เป็น**(뻰)을 생략하고 **ไม่ใช่**(마이 차이)이나 **มิใช่**(미 차이)의 부정사를 명사나 대명사 및 수사 앞에 놓아 만든다.

เขาไม่ทำงาน 카오 마이 탐 응아-ㄴ	그는 일을 하지 않는다.
เขาไม่สวยกว่าน้อง 카오 마이 쑤어이 끄와- 너-ㅇ	그녀는 동생보다 예쁘지 않다.
รถของเขาไม่ใหญ่นัก 롣 커-ㅇ 카오 마이 야이 낙	그의 차는 과히 크지 않다.
ผมไม่ใช่พ่อค้า 폼 마이 차이 퍼- 카-	나는 상인이 아니다.
เขาไม่ใช่เพื่อนผม 카오 마이 차이 프언 폼	그는 내 친구가 아니다.
ดิฉันไม่มีพี่ชาย 디 찬 마이 미- 피- 차-이	나는 오빠가 없다.
นี่ไม่ใช่ของผม 니- 마이 차이 커-ㅇ 폼	이것은 내것이 아니다.

3) 의문문

물음과 답변을 요구하는 내용을 가진 문장으로서 보통 평서문의 어순과 같으나 문장 끝에 **ไหม**(마이), **หรือ**(르-), **ใช่ไหม**(차이 마이), **ไม่ใช่หรือ** (마이 차이 르-)를 붙이거나, 의문사를 사용하여 만든다. 부정의문문에는 **ไหม**를 사용할 수 없다.

คุณพ่ออยู่บ้านหรือ 아버님 집에 계신가요?
쿤 퍼- 유- 바-ㄴ 르-

คุณจะไปเที่ยวที่ไหน 당신은 어디로 놀러 갑니까?
쿤 짜 빠이 티여우 티 나이

อันไหนเป็นของคุณ 어느 것이 당신의 것입니까?
안 나이 S 커-ㅇ 쿤

หนูจะสอบเมื่อไร 너는 언제 시험이냐?
누 짜 써-ㅂ 므어라이

นั่นช้อนของคุณใช่ไหม
난 처-ㄴ 커-ㅇ 쿤 차이 마이
그것은 당신의 숟가락이지요?

รถของเขาสีเหลืองไม่ใช่หรือ
X 커-ㅇ 카오 씨- 르엉 마이 차이 르-
그의 차는 노란색이 아니잖아요?

เขาไม่ชอบผลไม้หรือ
카오 마이 처-ㅂ 폰 라 마이 르-
그는 과일을 좋아하지 않습니까?

ทำไมคุณพ่อไม่อยู่บ้าน
탐마이 쿤 퍼- 마이 유- 바-ㄴ
왜 아버지는 집에 안계시지요?

4) 명령문

명령, 부탁, 종용, 의뢰, 간청 따위를 나타내는 문장으로서 어순은 변하지 않으나 보통 명령을 나타내는 어조사를 문장 앞에 또는 끝에 덧붙여 만든다.

นั่งซิ 앉으시오.
낭 씨

จงไป 가시오.
쫑 빠이

กรุณาพูดช้า ๆ หน่อย 천천히 말씀해 주시오.
까루나- 푸-ㄷ 차 차- 너이

กลับบ้านกันเถอะ 집으로 돌아갑시다.
끌랍 바-ㄴ 깐 P

จงแปลเป็นภาษาเกาหลี 한국어로 번역하시오.
쫑 쁠래- S 파- 싸- 까올리-

ขอซักถามอะไรหน่อย 뭘 좀 질문하겠습니다.
커- 싹 타-ㅁ 아라이 너이

กรุณาเอื้อเฟื้อแก่เด็กและคนชรา
까루나- 으어 후어 깨- 덱 래 콘차라-
노인과 아동에게 양보하시오.

ห้ามทิ้งขยะบริเวณนี้
하-ㅁ 팅 카야 버리웨-ㄴ 니-
이 부근에 쓰레기를 버리지 마시오.

5) 감탄문

감탄의 느낌을 나타내는 문장으로 어순에는 변함이 없고 감탄사를 문장 앞에 놓아 만든다.

อุ๊ย! ตกใจ　　　　　아이구! 깜짝이야.
우이　똑 짜이

แหม! ทำไมมาช้าอย่างนี้　　아이 참! 왜 이렇게 늦게 오지?
매-　탐마이 마 차- 양니-

3. 구조상으로 본 문장의 종류

1) 단문 (เอกรรถประโยค)

하나(또는 한무리)의 주어와 하나(또는 한무리)의 술어로 이루어진 문장으로서 그 안에 절을 포함하지 않는 것을 말한다.

예문

นักเรียนอ่านหนังสือ　　　학생이 책을 읽는다.
낙 리안 아-ㄴ 낭쓰-

เขายิงนก　　　　그가 새를 쏜다.
카오 잉 녹

หมากัดแมว　　　개가 고양이를 물었다.
마- 깥 매-우

ครูคนนี้สอนเก่ง 이선생님은 잘 가르친다.
크루- 콘니- 써-ㄴ 껭

โจรคนนั้นถูกจับแล้ว 그 강도가 붙잡혔다.
쪼-ㄴ 콘난 투-ㄱ 짭 래-우

เกิดจันทรุปราคาเมื่อคืนนี้
커-ㄷ 짠타룹 라- 카- 므-어 크-ㄴ니-
어제밤에 월식이 일어났다.

แม่ส่งลูกไปโรงเรียน
매- 쏭 루-ㄱ 빠이 로-ㅇ 리-안
어머니가 자식을 학교에 보냈다.

2) 중문 (อเนกรรถประโยค)

주부와 술부로 이루어진 두개(이상)의 등위절이 등위접속사에 의하여 결합된 문장을 말한다.

① 등위중문 (อันวยาเนกรรถประโยค)

ผมมาถึงเขาก็ไป
폼 마- 틍 카오 꺼- 빠이
내가 도착하면 그도 간다.

เขามาหาผมแล้วกลับบ้าน
카오 마- 하- 폼 래-우 끌랍 바-ㄴ
그가 나를 찾아오고 나서 집에 돌아갔다.

เธอถูกดุจึงร้องไห้
트- 투-ㄱ 두 쯩 러-ㅇ 하이
그녀는 야단을 맞아 울었다.

ผมกับเธอไปโรงเรียน

폼 깝 트- 빠이 로-ㅇ 리-안

나와 그녀는 학교에 간다.

อาจารย์และนักศึกษาอยู่ในห้องเรียน

아짜-ㄴ 래 낙쓱싸- 유- 나이 허-ㅇ 리-안

교수와 학생이 강의실에 있다.

② 반의중문 (**พยติเรกาเนกรรณประโยค**)

ผมชอบอ่านหนังสือ แต่เธอชอบทำงาน

폼 처-ㅂ 아-ㄴ 낭 쓰- 때- 트- 처-ㅂ 탐 응아-ㄴ

나는 책 읽기를 좋아하지만 그녀는 일하기를 좋아한다..

ยาดีกินขมปาก แต่ทว่าเป็นประโยชน์ต่อคนไข้

야- 디- 낀 콤 빠-ㄱ 때- 타와- 뻰 쁘라요-ㅅ 떠- 콘 카이

좋은 약은 입에 쓰나 환자에게 유익하다.

ผมพยายามตามหาเธอ แต่ก็ไม่พบเธอ

폼 파야 야-ㅁ 따-ㅁ 하- 트- 때- 꺼 마이 폽 트-

나는 그녀를 추적하려 했지만 그녀를 찾지 못했다.

③ 선택중문 (**วิกัลปาเนกรรณประโยค**)

เขาจะรับประทานขนมหรือรับประทานข้าว

카-오 짜 랍 쁘라타-ㄴ 카놈 르- 랍 쁘라타-ㄴ 카-우

그가 과자를 먹을 것인가 또는 식사를 할 것인가?

ผมต้องไปทำงาน ไม่อย่างนั้นผมจะถูกไล่ออก

폼 떠-ㅇ 빠이 탐응아-ㄴ 마이 야-ㅇ 난 폼 짜투-ㄱ 라이 어-ㄱ

나는 일하러 가야 한다. 그렇지 않으면 쫓겨날 것이다.

ถ้าคุณไม่หยุดพูด มิฉะนั้น ผมจะกลับบ้าน

타- 쿤 마이 윧 푸-ㄷ 미차난 폼 짜 끌랍 바-ㄴ

당신이 말을 그치지 않으면 나는 집에 돌아가겠습니다.

④ 인과중문 (เหตวาเนกรรถประโยค)

เขาเดินตากฝน เขาจึงเป็นไข้หวัด

카 오 듸-ㄴ 따-ㄱ 훤 카 오 쯩 뻰 카이 왇

그가 비를 맞고 걸어서 독감에 걸렸다.

ฝนตกหนักฉะนั้นรถจึงติด

훤 똑 낙 차난 롣 쯩 짜 띧

비가 몹시 와서 차가 밀린다.

นายแดงเป็นผู้ก่อการร้าย เพราะฉะนั้นจึงถูกตำรวจจับ

나-이 대-ㅇ 뻰 푸- 꺼- 까-ㄴ 라-이 프러차 난 쭝 투-ㄱ 땀루엇 짭

댕씨는 반란자였으므로 경찰에 붙잡혔다.

ผมไม่ไปทำงานดังนั้นผมจึงถูกไล่ออก

폼 마이 빠이 탐 응아-ㄴ 당난 폼 쯩 투-ㄱ 라이 어-ㄱ

나는 일하러 가지 않았기에 쫓겨났다.

3) 복문 (สังกรประโยค)

주부와 술부로 이루어진 절을 둘(또는 둘이상) 포함하는 문장으로서 그 가운데 하나는 종속절이 되는 것을 말하는데, 이는 명사절, 형용사절 및 부사절의 경우가 있다.

① 명사절인 경우 (นามานุประโยค)

น้ำท่วมยะลาเป็นข่าววันนี้

나-ㅁ 투-엄 얄라- 뻰 카-우 완니-

얄라의 홍수는 오늘의 뉴스이다.

ครูตีนักเรียนเป็นการสั่งสอน

크루- 띠- 낙리-안 뻰 까-ㄴ 쌍 써-ㄴ

선생님이 학생을 때리는 것은 훈육이다.

คนตื่นนอนสายคือคนเกียจคร้าน

콘 뜨-ㄴ 너-ㄴ 싸-이 크- 콘 끼-앗 크라-ㄴ

늦게 일어나는 사람은 게으름뱅이이다.

เขาดูฉันเล่นฟุตบอล

카오 두- 찬 래-ㄴ 훋 버-ㄴ

그는 내가 축구경기 하는 것을 본다.

นายสงบพูดว่าภาษาไทยยาก

나-이 쌍옵 푸-ㄷ 와- 파-싸- 타이 야-ㄱ

쌍옵씨는 태국어가 어렵다고 말한다.

ฉันเกลียดคนชอบนินทา

찬 끌리-안 콘 처-ㅂ 닌타-

나는 비난을 즐겨하는 사람을 증오한다.

ฉันไม่ชอบที่เธอทำเช่นนี้

찬 마이 처-ㅂ 티- 트- 탐 첸 니-

나는 그녀가 이렇게 한 것을 좋아하지 않는다.

ข่าวว่าน้ำท่วมยะลาไม่จริง

카-우 와- 나-ㅁ 투-엄 얄라- 마이 찡

얄라의 홍수 소식은 사실이 아니다.

ฉันบอกเขาว่าแม่มาหา

찬 버-ㄱ 카오 와- 매- 마- 하-

나는 어머니가 찾아왔다고 그에게 말했다.

หลักฐานว่าเขาทำผิดมีมาก

락 타-ㄴ 와- 카오 탐 핃 미- 마-ㄱ

그가 잘못했다는 근거는 많이 있다.

② 형용사절인 경우 (คุณานุประโยค)

นายแดงมีลูกที่อยู่ในอเมริกา

나-이 대-ㅇ 미- 루-ㄱ 티- 유- 나이 아메리까-

댕씨는 미국에 살고 있는 자식이 있다.

นายแดงที่อยู่บางลำภูมีลูกชายหนึ่งคน

나-이 대-ㅇ 티- 유- 바-ㅇ 람 푸- 미-루-ㄱ 차-이 능 콘

방람푸에 살고 있는 댕씨는 아들이 한명 있다.

ฉันเห็นเด็กที่สอบไล่ได้ที่หนึ่ง

찬 헨 덱 티- 써-ㅂ 라이 다이 티- 능

나는 일등으로 시험에 합격한 어린이를 보았다.

ผมมีม้าที่วิ่งเร็วมาก

폼 미- 마- 티- 윙 레우 마-ㄱ

나는 매우 빨리 달리는 말이 있다.

ดอกไม้ซึ่งไร้กลิ่นมักมีสีสวย

더-ㄱ 마이 씅 라이 끌린 막 미- 씨- 쑤어이

향기가 없는 꽃은 대개 예쁜 색깔을 지니고 있다.

ฉันใส่แว่นตาที่มีกระจกสีชาเป็นประจำ

찬 싸이 왜-ㄴ 따- 티- 미- 끄라쪽 씨-차- 뻰 쁘라짬

나는 항상 차 색깔의 유리로 된 안경을 쓴다.

บุคคลอันเป็นที่รักของฉันคือเธอ

북 콘 안 뻰 티- 락 카-ㅇ 찬 크- 틔-

나의 애인인 사람은 바로 그녀이다.

③ 부사절인 경우 (วิเศษณานุประโยค)

นักเรียนเขียนตามฉันบอก

낙 리-안 키-안 따-ㅁ 찬 버-ㄱ

학생이 내가 말하는 대로 쓴다.

ม้าวิ่งเร็วราวกับลมพัด

마- 윙 레우 라-우 깝 롬 팓

말이 바람부는 것처럼 빨리 달린다.

เธอพิมพ์ดีดเร็วกว่าฉันเขียนหนังสือ

틔- 핌 디-ㄷ 레우 끄와- 찬 키-안 낭쓰-

그녀는 내가 글을 쓰는것 보다 빨리 타자를 친다.

เธอสวยมากปานเทพธิดาลงมาดิน

틔- 쑤어이 마-ㄱ 빠-ㄴ 테-ㅂ 티 다- 롱 마- 딘

그녀는 천사가 지상에 내려온 것처럼 아주 아름답다.

ครูให้รางวัลเด็กชายเกียรติเพราะเขาเรียนดี

크루- 하이 라-ㅇ 완 덱 차-이 끼-얃 프러 카오 리-안 디-

선생님은 그 소년이 공부를 잘했기에 우수상을 주었다.

เขาใส่เสื้อหนาเพราะว่าอากาศเย็นจัด

카오 싸이 쓰-어 나- 프러와- 아-까-ㅅ 옌 짣

그는 날씨가 몹시 추워서 두꺼운 옷을 입었다.

ฉันสอบตกเพราะเกียจคร้าน

찬 써-ㅂ 똑 프러 끼-얏 크라-ㄴ

나는 게을렀기 때문에 시험에 떨어졌다.

2장 기본 표현

1. 사물을 가리키는 표현

นี่	니-	(이것)	**นี้**	니-	(이)
นั่น	난	그것	**นั้น**	난	(그)
โน่น	노-ㄴ	저것	**โน้น**	노-ㄴ	(저)
ที่นี่	티 니-	여기	**ที่นั่น**	티 난-	거기
ที่โน่น	티 노-ㄴ	저기			

1) 지시대명사로서의 역할

นี่อะไร 이것은 무엇입니까?
니 - 아라이

นั่นบ้านของใคร 그것은 누구의 집입니까?
난 바-ㄴ 커-ㅇ 크라이

นั่นบ้านของเรา 그것은 우리 집입니다.
난 바-ㄴ 커-ㅇ 라오

นี่ไม่ใช่รถของเขา 이것은 그의 차가 아닙니다.
니- 마이 차이 롯 커-ㅇ 카오

2) 지시형용사로서의 역할

เขาอยู่บ้านนี้ 그는 이 집에 삽니다.
카오 유- 바-ㄴ 니-

คุณต้องไปบ้านนั้น   당신은 그 집에 가야 합니다.

쿤 떠-ㅇ 빠이 바-ㄴ 난

예문

1) รถของเขาอยู่ที่โน่น
   롣 커-ㅇ 카오 유- 티 노-ㄴ
   그의 차는 저기에 있습니다.

2) ฉันจะไม่ไปที่นั่น
   찬 짜 마이 빠이 티 난
   나는 그곳에 가지 않겠습니다.

3) บ้านของเขาไม่อยู่ถนนนี้
   바-ㄴ 커-ㅇ 카오 마이 유- 타논니-
   그의 집은 이 거리에 있지 않습니다.

4) นี่บ้านของเขาใช่ไหม
   니- 바-ㄴ 커-ㅇ 카오 차이 마이
   이것이 그 분의 집이지요?

5) เขาอยู่ที่นี่
   카오 유- 티니
   그는 여기에 삽니다.

6) นี่หนังสือหรือเปล่า   ใช่นั่นคือหนังสือ
   니 낭쓰- 르 쁘라우   차이 난 크- 낭쓰-
   이것은 책입니까?   네, 그것은 책입니다.

7) นั่นคือดินสอใช่ไหม   ไม่ใช่ นี่คือปากกา
   난 크 딘 써- 차이 마이   마이 차이 니 크- 빠-ㄱ 까-
   그것은 연필이지요?   아니요, 이것은 만년필입니다.

8) คนนั้นรูปหล่อไหม

콘 난 루-ㅂ 러- 마이

그 사람은 미남입니까?

2. 정중한 표현

정중하게 표현할 때에는 남자의 경우는 문장의 맨 끝에 **ครับ** (크랍), 여자의 경우는 **ค่ะ**, **คะ** (카, 카)를 덧붙여 발음한다.

นั่นอะไรครับ	난 아라이 크랍	그것은 무엇입니까?
นั่นดินสอครับ	난 딘써- 크랍	그것은 연필입니다.
นี่ดินสอหรือ	니 딘써- 르-	이것은 연필입니까?
ครับ นั่นดินสอ	크랍 난 딘써-	예, 그것은 연필입니다.
เชิญนั่งซิครับ	천 낭 씨 크랍	어서 앉으세요.
คุณครับ	쿤 크랍	여보세요.
นั่นบุหรี่ใช่ไหมคะ	난 부리- 차이 마이 카	그것은 담배이지요?
ค่ะ นั่นบุหรี่	카 난 부리-	네, 그것은 담배입니다.
อยู่ที่ไหนครับ	유 티 나이 크랍	어디에 사십니까?
อยู่กรุงเทพ ฯ ค่ะ	유 끄룽 테-ㅂ 카	방콕에 삽니다.

예문

1) มีรถอยู่ที่นี่ไหมคะ

미 롣 유 티니 마이 카

여기에 차가 있습니까?

2) นี่รถใหม่ใช่ไหมคะ   ไม่ใช่ค่ะ   ไม่ใหม่ค่ะ
   니 롣 마이차이 마이 카   마이차이카   마이 마이 카
   이것은 새 차이지요?   아니오.   새것이 아닙니다.

3) คุณจะไปเชียงใหม่ไหมครับ   ไปครับ
   쿤 짜 빠이 치앙마이 마이 크랍   빠이 크랍
   당신은 치앙마이에 갈겁니까?   갈겁니다.

4) เพื่อนอยู่บ้านไหนครับ
   프언 유- 바-ㄴ 나이 크랍
   친구는 어느 집에 삽니까?

   เพื่อนผมอยู่บ้านโน้นครับ
   프언 폼 유- 바-ㄴ 노-ㄴ 크랍
   제 친구는 저 집에 삽니다.

5) โน่นโทรศัพท์ใช่ไหมครับ
   노-ㄴ 토라쌉 차이 마이 크랍
   저것은 전화이지요?

6) นี่โต๊ะหรือเปล่าครับ
   니 또 르- 쁘라우 크랍
   이것은 책상입니까?

7) ภาษาไทยยากไหมครับ   ยากครับ
   파 싸- 타이 야-ㄱ 마이 크랍   야-ㄱ 크랍
   태국어는 어렵습니까?   어렵습니다.

8) คุณเป็นคนไทยใช่ไหมครับ   ใช่ครับ ผมเป็นคนไทย
   쿤 뻰 콘 타이 차이 마이 크랍   차이 크랍 폼 뻰 콘 타이
   당신은 태국사람이지요?   네, 저는 태국사람입니다.

제2부 기본 문형 89

3. 사물의 위치, 존재 장소

1) 여기, 거기, 저기, 어디에

ที่นี่	티 니-	여기에
ที่นั่น	티 난	거기에
ที่โน่น	티 노-ㄴ	저기에
ที่ไหน	티 나이	어디에

2) …에

ที่ญี่ปุ่น	티 이-뿐	일본에서
ที่กรุงเทพฯ	티 끄룽테-ㅂ	방콕에서
ที่บริษัท	티 버리쌋	회사에서

3) 방향

ทางนี้	타-ㅇ 니-	이쪽
ทางนั้น	타-ㅇ 난	그쪽
ทางโน้น	타-ㅇ 노-ㄴ	저쪽
ทางไหน	타-ㅇ 나이	어느쪽

4) 위치

① ข้างใน   카-ㅇ 나이   안에
   ข้างนอก   카-ㅇ 너-ㄱ   밖에
   ข้างบน   카-ㅇ 본   위에

ข้างล่าง	카-ㅇ 라-ㅇ	아래에
ข้างหน้า	카-ㅇ 나-	앞에
ข้างหลัง	카-ㅇ 랑	뒤에
ข้างขวา	카-ㅇ 크와-	오른쪽
ทางขวา	탕-ㅇ 크와-	오른쪽
ข้างขวามือ	카-ㅇ 크와- 므-	오른쪽편
ทางขวามือ	타-ㅇ 크와- 므-	오른쪽 방향
ข้างซ้าย	카-ㅇ 싸-이	왼쪽
ข้างซ้ายมือ	카-ㅇ 싸-이 므-	왼쪽편

② ที่	티-	~에, ~에서
ใน	나이	~에, ~안에
นอก	너-ㄱ	~밖에
บน	본	~위에
ใต้	따이	~아래에, ~밑에
หน้า	나-	~앞에
หลัง	랑	~뒤에
ตรงข้าม	뜨롱 카-ㅁ	~반대편쪽
ข้าง ๆ	캉 카-ㅇ	~옆
ใกล้ ๆ	끌라이 끌라이	아주 가까운
ไกล	끌라이	먼
ใกล้จาก	끌라이 짜-ㄱ	~로부터 가까운
ห่างจาก	하-ㅇ 짜-ㄱ	~로부터 떨어져 있는
ระหว่าง - กับ	라와-ㅇ 깝	~와 ~의 사이에
ยัง	양	~에, ~으로

예문

1) คุณครูอยู่(ที่)บ้านไหม
   쿤 크루 유-(티) 바-ㄴ 마이
   선생님은 집에 계십니까?

2) เขาทำงานอยู่ที่โรงพยาบาล
   카오 탐 응아-ㄴ 유- 티- 로-ㅇ 파야바-ㄴ
   그는 병원에서 일하고 있습니다.

3) ธนาคารอยู่ทางไหน   อยู่ทางขวามือ
   타나카-ㄴ 유 타-ㅇ 나이   유 타-ㅇ 크와-므-
   은행은 어느 쪽에 있습니까? 우측편에 있습니다.

4) กุญแจอยู่บนโต๊ะ
   꾼 째- 유- 본 또
   열쇠는 책상위에 있습니다.

5) โรงแรมอยู่ไกลจากสนามบิน
   로-ㅇ래-ㅁ 유- 끌라이 짜-ㄱ 싸나-ㅁ 빈
   호텔은 공항에서 멀리 있습니다.

6) ตลาดอยู่ใกล้ๆบ้าน
   딸라-ㄷ 유- 끌라이 끌라이 바-ㄴ
   시장은 집 가까이에 있습니다.

7) ห้องน้ำและห้องนอนอยู่ห่างกัน
   허-ㅇ 남 래 허-ㅇ 너-ㄴ 유 하-ㅇ 깐
   화장실과 침실은 떨어져 있습니다.

8) บ้านผมอยู่ระหว่างถนนสีลมกับถนนสาธร
   바-ㄴ 폼 유- 라와-ㅇ 타논 씨-롬 깝 타논 싸-턴
   저의 집은 씨롬가와 싸턴가 사이에 있습니다.

9) **โทรศัพท์อยู่ที่ไหนครับ** **อยู่หน้าประตู**
토라쌉 유- 티- 나이 크랍 유- 나- 쁘라 뚜-
전화는 어디에 있습니까? 문 앞에 있습니다.

10) **บริษัทคุณอยู่ที่ไหนครับ**
버리싿 쿤 유- 티- 나이 크랍
회사는 어디에 있습니까?

อยู่ตรงข้ามสวนลุม ฯ ครับ
유 뜨롱 카-ㅁ 쑤언 룸 크랍
룸피니공원 반대편에 있습니다.

11) **ที่จอดรถอยู่ที่ไหนครับ**
티 쩌-ㄷ 롣 유- 티- 나이 크랍
주차장은 어디에 있습니까?

อยู่ทางซ้ายของโรงแรมครับ
유- 타-ㅇ 싸-이 커-ㅇ 로-ㅇ래-ㅁ 크랍
호텔 좌측에 있습니다.

12) **โรงหนังอยู่ทางไหนครับ** **อยู่ทางขวามือครับ**
로-ㅇ 낭 유- 타-ㅇ 나이 크랍 유- 타-ㅇ 크와-므- 크랍
영화관은 어느쪽에 있습니까? 우측편에 있습니다.

4. 인칭대명사

1) 1인칭 대명사

ผม	폼	남성용으로 약간 겸손의 뜻으로 가장 보편적으로 사용.
กระผม	끄라 폼	남성용으로 손윗사람에게 겸손한 뜻으로 사용.

ฉัน	찬	남녀 공용으로 동년배나 손아랫 사람에게 사용. 보통 여성이 잘 사용.
ดิฉัน	디 찬	여성용으로 동년배나 손윗사람에게 사용하며 약간 겸손의 뜻을 가짐. 남성용의 **ผม**에 대응하는 말.
ข้าพเจ้า	카파짜오	공용문이나 연설하는 경우에 사용.
หนู	누-	자녀가 부모에게, 아동이 어른에게 사용.

2) 2인칭 대명사

คุณ	쿤	동년배나 위사람에게 남녀 공용으로 사용, **ผม**이나 **ดิฉัน**에 대응하는 말.
เธอ	틔-	남녀 모두 동년배나 아랫 사람에게 사용, **ฉัน**에 대응하는 말.
หนู	누-	부모가 자녀를, 어른이 아이를 호칭할 때 사용.
ท่าน	타-ㄴ	윗사람이나 손님, 지위가 높은 사람에게 사용.

3) 3인칭 대명사

เขา	카오	남녀 구별없이 보통 흔히 사용.
เธอ	틔-	여성간에 또는 남성이 여성을 가리킬 때 사용.
ท่าน	타-ㄴ	남녀 모두 손윗 사람에게 사용.

| แก | 깨 | | 남녀 공용, 친한 친구나 손윗 사람이 아랫사람을 가리킬 때 사용. |

4) 복수

เรา	라오	우리
พวกเรา	푸억 라오	우리들
พวกคุณ	푸억 쿤	당신네들
พวกเขา	푸억 카오	그들
เขาทั้งหลาย	카오 탕 라-이	그들 모두
ท่านทั้งหลาย	타-ㄴ 탕 라-이	여러분, 제군

5) …씨

นาย	나-이	일반 남성 이름 앞에 사용. 영어의 Mr.에 해당.
นาง	나-ㅇ	기혼 여성 이름 앞에 사용. 영어의 Mrs.에 해당.
นางสาว	나-ㅇ 싸-우	미혼 여성 이름 앞에 사용. 영어의 Miss에 해당.
คุณ	쿤	남녀 구별 없이 이름 앞에 또는 명사 앞에 붙여 경칭을 나타내는 데 사용. 보통 회화체에서 가장 많이 사용.

예문

1) ผมเป็นทหาร

폼 뻰 타하-ㄴ

저는 군인입니다.

2) คุณมาจากไหน

쿤 마 짜-ㄱ 나이

당신은 어디에서 오셨습니까?

ผมมาจากเกาหลี

폼 마 짜-ㄱ 까올리-

저는 한국에서 왔습니다.

3) เขาทำงานที่ไหน

카오 탐 응아-ㄴ 티 나이

그는 어디에 근무합니까?

เขาเป็นข้าราชการ

카오 뻰 카 랃 차 까-ㄴ

그는 공무원입니다.

4) เธอเหมือนพี่ของเธอ

터- 므언 피- 커-ㅇ 터-

그녀는 그녀의 언니를 닮았습니다.

5) เราได้อ่านหนังสือพิมพ์

라오 다이 아-ㄴ 낭쓰- 핌

우리는 신문을 읽었습니다.

6) พวกเขากินข้าวอยู่

푸억 카오 낀 카우 유-

그들은 식사중에 있습니다.

7) คุณต้องการพบใคร

쿤 떠-ㅇ 까-ㄴ 폽 크라이

당신은 누구를 만나려 하십니까?

8) คุณกมลทำงานที่สถานทูตไทย

쿤 까몬 탐 응아-ㄴ 티 싸타-ㄴ 투-ㄷ 타이

까몬씨는 태국 대사관에 근무합니다.

5. 동사와 시제

태국어의 동사는 어미가 활용되지 않는다. 미래, 과거, 완료 등을 나타내는 경우에는 동사의 전후에 적당한 조동사를 놓아 만든다. 그러나 시간을 나타내는 시간 부사가 있어서 시제가 명확할 때는 조동사를 사용하지 않는 경우도 있다. 경험을 나타내는 조동사로 **เคย**를 동사의 앞에 붙여 만든다.

1) 과거를 나타낼 때는 시간을 나타내는 부사가 없으면 본동사 앞에 조동사 **ได้** (다이)를 놓아 만든다.

คุณได้อ่านหนังสือ 나는 책을 읽었습니다.

폼 다이 아-ㄴ 낭쓰-

ฉันไม่ได้ไป 나는 가지 않았습니다.

찬 마이 다이 빠이-

2) 완료를 나타낼 때는 조동사 **แล้ว** (래우)를 문미에 놓아 만든다.

ผมเขียนจดหมายแล้ว 나는 편지를 썼습니다.

폼 키-안 쫀 마-이 래-우

เขาไปดอนเมืองมาแล้ว 그는 던 므엉에 갔다 왔습니다.

카오 빠이 던 므엉 마- 래-우

ฉันได้รับจดหมายแล้ว 나는 편지를 받았습니다.

찬 다이 랍 쫀 마-이 래-우

เขาไปพัทยาแล้ว 그는 팟타야에 갔습니다.

카오 빠이 팟타야- 래-우

นายเล็กกลับบ้านแล้วหรือยัง 렉씨는 집에 돌아갔습니까?

나이렉 끌랍 바-ㄴ 래-우 르-양

3) 미래를 나타낼 때는 본동사 앞에 조동사 จะ (짜)를 놓아 만든다.

คุณจะเขียนอะไร
쿤 짜 키-안 아라이
당신은 무엇을 쓰겠습니까?

ฉันจะไปรับเขาที่ดอนเมือง
찬 짜 빠이랍 카오티- 던므엉
나는 던므엉에 그를 마중나갈 것입니다.

พรุ่งนี้ฉันจะเขียนจดหมาย
프룽니- 찬 짜 키-안 쫃 마-이
내일 나는 편지를 쓰겠습니다.

คราวหน้าเราจะไปหัวหิน
크라우 나- 라오 짜 빠이 후어힌
다음번에 우리는 후어힌에 갈 것입니다.

อีกสิบนาทีรถไฟจะมาถึง
이-ㄱ 씹 나 티- 롣 화이 짜 마- 틍
10분 후면 기차가 도착할 것입니다.

4) 현재 진행 시제를 나타내는 경우에는 조동사 กำลัง (깜랑)이나 อยู่ (유) 또는 กำลัง-อยู่ (깜랑-유)를 본동사 전후에 놓아 만든다.

เด็กๆกำลังไปโรงเรียน
덱덱 깜랑 빠이 로-ㅇ 리-안
어린이들이 학교에 가고 있다.

ผมกำลังเขียนจดหมาย
폼 깜랑 키-안 쫃 마-이
나는 편지를 쓰고 있다.

เขากำลังทานข้าวอยู่　　　그는 식사를 하고 있다.

카오 깜랑 타-ㄴ 카-우 유-

คุณพ่ออ่านหนังสือพิมพ์อยู่　　　아버지는 신문을 보고 있다.

쿤 퍼- 아-ㄴ 낭쓰- 핌 유-

5) 과거를 나타내는 시간부사가 있는 경우에 ได้(다이)나 แล้ว(래우)를 생략할 수 있다.

ฝนตกเมื่อสามวันก่อน　　　3일 전에 비가 왔다.

훤 똑 므-어 싸-ㅁ 완 꺼-ㄴ

เมื่อสองปีก่อนเขาอยู่กรุงเทพฯ

므-어 써-ㅇ 삐- 꺼-ㄴ 카오 유- 끄룽테-ㅂ
2년 전에 그는 방콕에 살았다.

เมื่อวานนี้คุณอยู่ที่ไหนครับ　　　어제 당신은 어디에 있었습니까?

므-어 와-ㄴ 니- 쿤 유- 티- 나이

อยู่ที่โรงงานครับ　　　공장에 있었습니다.

유- 티- 로-ㅇ 응아-ㄴ 크랍

예문

1) ฉันจะกลับบ้านตอนเย็น

찬 짜 끌랍 바-ㄴ 떠-ㄴ 옌
나는 저녁 때 집에 돌아갈 것입니다.

2) เมื่อวานนี้เขามาหรือเปล่า

므-어 와-ㄴ 니- 카오 마- 르 쁠라우
어제 그가 왔었습니까?

เขาไม่ได้มา

카오 마이 다이 마-

그는 오지 않았습니다.

3) เขามาเมื่อไร　　　　　มาเมื่อเช้านี้

카오 마- 므-어 라이　　　마- 므-어 차오 니-

그는 언제 왔습니까?　오늘 아침에 왔습니다.

4) ตอนเย็นวันอาทิตย์เราจะไปดูหนัง

떠-ㄴ 옌 완 아-ㄲ 라오 짜 빠이 두-낭

일요일 저녁때 우리는 영화보러 갈 것입니다.

5) เขาเพิ่งมาจากกรุงเทพฯ

카오 펑 마- 짜-ㄱ 끄룽테-ㅂ

그는 막 방콕에서 왔습니다.

6) ฉันไปฝรั่งเศสเมื่อสองปีก่อน

찬 빠이 화랑쎄-ㄷ 므-어 써-ㅇ 삐- 꺼-ㄴ

나는 2년 전에 프랑스에 갔었습니다.

7) เมื่อเช้านี้คุณทานข้าวหรือเปล่าครับ

므-어 차오 니- 쿤 타-ㄴ 카우 르- 쁠라우

오늘 아침에 당신은 식사를 했습니까?

เปล่าครับ　　ไม่ได้ทานครับ

쁠라우 클랍　　마이 다이 타-ㄴ 크랍

아니오.　　안 먹었습니다.

8) คุณจะไปไหน　　　　　จะไปตลาด

쿤 짜 빠이 나이　　　　　짜 빠이 딸라-ㄷ

당신은 어디에 갑니까?　시장에 갈 것입니다.

9) เวลานี้น้องของคุณกำลังทำอะไร

웰라- 니- 너-ㅇ 커-ㅇ 쿤 깜랑 탐 아라이

지금 당신의 동생은 무얼 하고 있습니까?

ทำการบ้านอยู่

탐 까-ㄴ 바-ㄴ 유-

숙제를 하고 있습니다.

6. 시간, 요일, 월, 계절, 년

1) 시간

시간을 보는 법은 대개 다음과 같이 구분한다.

① 오전 1시부터 6시까지

ตีหนึ่ง	띠 능	1시
ตีสอง	띠 써-ㅇ	2시
ตีสาม	띠 싸-ㅁ	3시
ตีสี่	띠 씨-	4시
ตีห้า	띠 하-	5시
ตีหก 띠 혹 **หกโมงเช้า** (혹 모-ㅇ 차오)		6시

② 오전 7시부터 11시까지

หนึ่งโมงเช้า, เจ็ดโมงเช้า 7시

능 모-ㅇ 차오, 쩻 모-ㅇ 차오

สองโมงเช้า, แปดโมงเช้า 8시

써-ㅇ 모-ㅇ 차오, 빼-ㄷ 모-ㅇ 차오

สามโมงเช้า, เก้าโมงเช้า 9시

싸-ㅁ 모-ㅇ 차오, 까오 모-ㅇ 차오

สี่โมงเช้า, สิบโมงเช้า 10시

씨-모-ㅇ 차오, 씹 모-ㅇ 차오

ห้าโมงเช้า, สิบเอ็ดโมงเช้า 11시

하-모-ㅇ 차오, 씹 엗 모-ㅇ 차오

③ 정오

เที่ยง 티 앙 12시

เที่ยงวัน 티 앙 완 12시

④ 오후 1시부터 3시까지

บ่ายหนึ่งโมง, บ่ายโมง 1시

바이 능 모-ㅇ, 바이 모-ㅇ

บ่ายสองโมง 2시

바이 써-ㅇ 모-ㅇ

บ่ายสามโมง 3시

바이 싸-ㅁ 모-ㅇ

⑤ 오후 4시부터 6시까지

บ่ายสี่โมง, สี่โมงเย็น 4시

바이 씨- 모-ㅇ, 씨- 모-ㅇ 옌

บ่ายห้าโมง, ห้าโมงเย็น 5시

바이 하- 모-ㅇ, 하- 모-ㅇ 옌

บ่ายหกโมง, หกโมงเย็น 6시

바이 혹 모-ㅇ, 혹 모-ㅇ 옌

⑥ 오후 7시부터 밤 11시까지

ทุ่ม, หนึ่งทุ่ม	툼, 능 툼	7시
สองทุ่ม	써-ㅇ 툼	8시
สามทุ่ม	싸-ㅁ 툼	9시
สี่ทุ่ม	씨-툼	10시
ห้าทุ่ม	하- 툼	11시

⑦ 자정

เที่ยงคืน	티 앙 크-ㄴ	12시
สองยาม	써-ㅇ 야-ㅁ	12시

⑧ 기차시간, 초대장, 라디오 시보 등등 공식적인 시각을 나타낼 때는 1일을 24시간으로 나누어 **นาฬิกา** (나리까-)라는 말을 사용함.

2) 요일

วันจันทร์	완 짠	월요일
วันอังคาร	완 앙 카-ㄴ	화요일
วันพุธ	완 풑	수요일
วันพฤหัสบดี	완 프르핟 싸버디	목요일
วันศุกร์	완 쑥	금요일
วันเสาร์	완 싸오	토요일
วันอาทิตย์	완 아-팉	일요일
วันหยุด	완 윧	휴일
วันหยุดราชการ	완윧 라-ㄷ 차까-ㄴ	공휴일

วันชาติ	완 차-ㄷ	국경일
วันพระ	완 프라	불교일

3) 월 (เดือน 드언)

มกราคม	마 까라- 콤	1월
กุมภาพันธ์	꿈파-판	2월
มีนาคม	미-나-콤	3월
เมษายน	메싸- 욘	4월
พฤษภาคม	프르싸파- 콤	5월
มิถุนายน	미투나- 욘	6월
กรกฎาคม	까라까다- 콤	7월
สิงหาคม	씽하- 콤	8월
กันยายน	깐야- 욘	9월
ตุลาคม	뚤라- 콤	10월
พฤศจิกายน	프르싸찌까- 욘	11월
ธันวาคม	탄와- 콤	12월

※ 31일이 있는 큰 달은 **คม**(콤), 30일이 있는 작은 달은 **ยน**(욘)을 접미어로 붙이며, 이는 회화시에는 대개 생략한다. 예컨대 6월을 「미투나」라고 발음함.

4) 계절 (ฤดู, หน้า 르두-, 나-)

ฤดูใบไม้ผลิ	르두- 바이마이프리	봄
ฤดูร้อน	르두- 러-ㄴ	여름
ฤดูใบไม้ร่วง	르두- 바이마이 루-엉	가을

ฤดูหนาว	르두- 나-우	겨울
หน้าร้อน	나- 러-ㄴ	여름
หน้าฝน	나- 휜	우기
หน้าหนาว	나- 나-우	겨울
หน้าแล้ง	나- 래-ㅇ	건조기

5) 년 (**ปี** 삐)

คริสต์ศักราช (ค.ศ.) 서력 기원
크릿 싹 까라-ㄷ (커- 써-)

พุทธศักราช (พ.ศ.) 불력 기원
풋타 싹 까라-ㄷ (퍼- 써-)

※ 태국에서는 공식적으로 불력 기원을 많이 사용하는데, 서기에 543년을 더하면 불기가 된다.

6) 시간을 나타내는 부사

วันนี้	완 니-	오늘
เมื่อวานนี้	므어 와-ㄴ 니-	어제
พรุ่งนี้	프룽 니-	내일
มะรืนนี้	마르-ㄴ 니-	모레
เมื่อวานซืนนี้	므어 와-ㄴ 쓰-ㄴ 니-	그저께, 그제
เดี๋ยวนี้	디여우니-	지금, 현재
เวลานี้	웰라니-	지금, 현재
ตอนนี้	떠-ㄴ 니-	지금, 현재
เมื่อไร	므어 라이	언제
ตอนเช้า	떠-ㄴ 차오	아침에

ตอนกลางวัน	떠-ㄴ 끌라-ㅇ 완	낮에
ตอนเย็น	떠-ㄴ 옌	저녁때
ตอนบ่าย	떠-ㄴ 바이	오후
ตอนสาย	떠-ㄴ 싸-이	아침 늦게
ตอนกลางคืน	떠-ㄴ 끌라-ㅇ 크-ㄴ	밤중에
ตอนดึก	떠-ㄴ 득	밤늦게
เมื่อเช้านี้	므어차오 니-	오늘 아침에
ก่อนเที่ยง	꺼-ㄴ 티앙	오전
หลังเที่ยง	랑 티앙	오후
ตอนเที่ยง	떠-ㄴ 티앙	정오에
เย็นนี้	옌 니-	오늘 저녁에
คืนนี้	크-ㄴ 니-	오늘 밤에
เมื่อคืนนี้	므어 크-ㄴ 니-	어제 밤에
สัปดาห์ที่แล้ว	쌉다 티 래-우	지난 주에
สัปดาห์นี้	쌉다- 니-	이번 주에
สัปดาห์หน้า	쌉다- 나-	다음 주에
เดือนที่แล้ว	드언 티 래-우	지난 달에
เดือนนี้	드언 니-	이 달에
เดือนหน้า	드언 나-	다음 달에
ปีที่แล้ว	삐- 티 래-우	작년에
ปีนี้	삐- 니-	금년에
ปีหน้า	삐- 나-	내년에
ต้นเดือน	똔 드언	월초, 상순
กลางเดือน	끌라-ㅇ 드언	중순
ปลายเดือน	쁠라-이 드언	월말, 하순

สิ้นเดือน	씬 드언	월말에
วันขึ้นปีใหม่	완 큰 삐- 마이	원단, 정월 초하루
หมู่นี้	무- 니-	요즈음
ทุกวันนี้	툭 완 니-	오늘날
ในไม่ช้า	나이 마이 차-	오래지 않아
ในเร็วๆนี้	나이 레우 레우 니-	가까운 시일 내에
เมื่อเร็วๆนี้	므어 레우 레우 니-	최근에
เมื่อกี้นี้	므어 끼 니-	조금 전에
แต่ก่อนๆ	때 껀 꺼-ㄴ	오래 전에
เมื่อก่อน	므어 꺼-ㄴ	전에는
เสมอ	싸 머-	항상, 늘
ชั่วคราว	추어 크라우	임시의
ถาวร	타- 우언	영원히, 영구의
บางที	바-ㅇ 티-	때로는

예문

1) **วันนี้วันอะไรครับ**
완니- 완 아라이 크랍
오늘은 무슨 요일입니까?

วันนี้วันจันทร์ครับ
완니 - 완 짠 크랍
오늘은 월요일입니다.

2) **เขาจะมาสามทุ่มสามสิบนาที**
카오 짜 마- 싸-ㅁ 툼 싸-ㅁ 씹 나- 티-
그는 밤 9시 30분에 올 것입니다.

3) **นายคิมจะมาถึงวันพุธหน้า**
나이 킴 짜 마- 틍 완 풋 나-
김씨는 다음 수요일에 도착할 것입니다.

4) ตอนบ่ายนี้ฉันจะไม่ไปที่ไหน

떠-ㄴ 바-이 니- 찬 짜 마이 빠이 티 나이

오늘 오후에 나는 아무데도 안 갈 것입니다.

5) เมื่อวานนี้ฉันอยู่บ้านตลอดวัน

므어 와-ㄴ 니- 찬 유- 바-ㄴ 따러-ㄷ 완

어제 나는 하루 종일 집에 있었습니다.

6) เมื่อคืนนี้ผมกลับบ้านดึกมาก

므어 크-ㄴ 니- 폼 끌랍 바-ㄴ 득 마-ㄱ

어제 밤에 나는 매우 밤 늦게 귀가했습니다.

7) วันนี้วันที่เท่าไร / วันนี้วันที่ 10 เดือนเมษายน

완 니- 완 티- 타오 라이 / 완 니- 완 티- 씹 드언 메 싸-욘

오늘은 몇 일 입니까? / 오늘은 4월 10일 입니다.

8) อีกสองวันเขาจะไปบางแสน

이-ㄱ 써-ㅇ 완 카오 짜 빠이 바-ㅇ 쌔-ㄴ

이틀 후에 그는 방쌘에 갈 것입니다.

9) พรุ่งนี้เช้าคุณตื่นนอนกี่โมงครับ

프룽니- 차오 쿤 뜨-ㄴ 너-ㄴ 끼- 모-ㅇ 크랍

내일 아침 당신은 몇시에 일어납니까?

ตื่นหกโมงครึ่ง

뜨-ㄴ 혹 모-ㅇ 크릉

6시 반에 일어납니다.

10) เขาจะกลับมาบริษัทกี่โมงครับ

카오 짜 끌랍 마- 버리쌋 끼- 모-ㅇ 크랍

그는 몇 시에 회사에 돌아옵니까?

11) คืนนี้เขาจะกลับบ้านกี่โมงครับ

크-ㄴ 니 카오 짜 끌랍 바-ㄴ 끼- 모-ㅇ 크랍

오늘밤 그는 몇 시에 귀가합니까?

ราว ๆ สองทุ่มครับ
라우 라우 써-ㅇ 툼 크랍
대략 밤 8시쯤에요.

12) อาทิตย์ที่แล้วคุณเล่นกอล์ฟกับใคร
아틷티 래-우 쿤 렌 꺼-ㅂ 깝 크라이
지난 주에 당신은 누구와 골프를 쳤습니까?

เล่นกับคุณกมลครับ
렌 깝 쿤 까몬 크랍
까몬씨와 쳤습니다.

13) คุณจะกลับสหรัฐวันที่เท่าไร
쿤 짜 끌랍 싸하랃 완티- 타오 라이
당신은 몇 일에 미국으로 돌아가십니까?

กลับวันที่ 25 ตอนเช้าครับ
끌랍 완티- 이씹하- 떠-ㄴ 차오 크랍
25일 아침에 돌아갑니다.

7. 수 (數)

1)

ศูนย์	๐	쑤-ㄴ	0
หนึ่ง	๑	능	1
สอง	๒	써-ㅇ	2
สาม	๓	싸-ㅁ	3
สี่	๔	씨-	4
ห้า	๕	하-	5
หก	๖	혹	6

เจ็ด	๗	쩯	7
แปด	๘	빼-ㄷ	8
เก้า	๙	까오	9
สิบ	๑๐	씹	10
สิบเอ็ด	๑๑	씹 엣	11
สิบสอง	๑๒	씹 써-ㅇ	12
ยี่สิบ	๒๐	이-씹	20
ยี่สิบเอ็ด	๒๑	이-씹 엣	21
ยี่สิบสอง	๒๒	이-씹 써-ㅇ	22
สามสิบ	๓๐	싸-ㅁ 씹	30
สี่สิบเอ็ด	๔๑	씨-씹 엣	41
ร้อย		러-이	100
ร้อยเอ็ด		러-이 엣	101
สองร้อยยี่สิบสอง		써-ㅇ러-이 이 씹 써-ㅇ	222
พัน		판	천
หมื่น		므-ㄴ	만
แสน		쌔-ㄴ	십만
ล้าน		라-ㄴ	백만
สิบล้าน		씹라-ㄴ	천만
ร้อยล้าน		러-이라-ㄴ	억
ล้านล้าน		라-ㄴ라-ㄴ	조
ที่หนึ่ง		티-능	제1의
ที่สอง		티- 써-ㅇ	제2의

2)

เบอร์ ๓๑๔๒๒๘๙	버- 싸-ㅁ 능 씨- 토-토- 빼-ㄷ 까오	번호 314-2289
ครึ่ง	크릉	반, ½
สามครั้ง	싸-ㅁ 크랑	3회, 세번
ครั้งที่ 3	크랑 티- 싸-ㅁ	제3회, 제3차
สองหน	써-ㅇ 혼	두번
หลายสิบ	라-이 씹	수십
หลายร้อย	라-이 러-이	수백
0.35	쑤-ㄴ 쭌 싸-ㅁ 하-	0.35
5%	하- 빼쎈	5%

예문

1) ๑๓๒ 132

러-이 쌈씹 써-ㅇ

2) ๗๕๘ 758

쩰러-이 하- 씹 빼-ㄷ

3) ๓,๑๘๔ 3,184

싸-ㅁ 판 러-이 빼-ㄷ 씹 씨-

4) ๒,๕๐๑ 2,501

써-ㅇ 판 하- 러-이 엗

5) ๔๓,๑๕๒ 43,152

씨- 므-ㄴ 싸-ㅁ 판 러-이 하-씹 써-ㅇ

6) ๖๙,๕๗๘ 69,578

혹 므-ㄴ 까오 판 하- 러-이 쩰 씹 빼-ㄷ

7) เบอร์โทร. 3205194

뻐-토- 싸-ㅁ 토- 쑤-ㄴ 하- 능 까오 씨-

전화번호 3205194

8) เขาอยู่ในบ้านหลังที่ 4

카오 유- 나이 바-ㄴ 랑 티- 씨-

그는 네번째 집에 삽니다.

9) รถคันที่สามเป็นของฉัน

롣 칸 티- 싸-ㅁ 뻰 커-ㅇ 찬

세번째 차가 제것입니다.

10) เบียร์สามขวด 맥주 3병

비아 싸-ㅁ 쿠얻

11) เป๊ปซี่ขวดหนึ่ง 펩시 1병

뻽씨 쿠얻 능

12) เขาเป็นลูกชายคนที่สอง

카오 뻰 루-ㄱ 차-이 콘 티 써-ㅇ

그는 둘째 아들입니다.

13) เมืองไทยมีพลเมืองประมาณหกสิบล้านคน

므엉 타이 미- 폰라 므엉 쁘라마-ㄴ 혹씹 라-ㄴ 콘

태국은 인구가 약 6천만이다.

14) อัตราดอกเบี้ยเป็นร้อยละ 7 ต่อปี

앋뜨라 더-ㄱ 비아 뻰 러이 라 쩻 떠- 뻬-

이자율이 연 7%이다.

8. 복합어

1) ผ้า

ผ้าเช็ดหน้า	파-첸 나-	수건
ผ้าเช็ดตัว	파-첸 뚜어	타올
ผ้าเช็ดมือ	파-첸 므-	손수건
ผ้าผูกคอ	파- 푸-ㄱ 커-	넥타이
ผ้าปูโต๊ะ	파- 뿌- 또	책상보

2) โรง

โรงหนัง	로-ㅇ 낭	영화관
โรงแรม	로-ㅇ 래-ㅁ	호텔
โรงพยาบาล	로-ㅇ 파야- 바-ㄴ	병원
โรงรถ	로-ㅇ 롣	차고
โรงงาน	로-ㅇ 응아-ㄴ	공장

3) เครื่อง

เครื่องบิน	크르엉 빈	비행기
เครื่องเขียน	크르엉 키안	필기구
เครื่องดนตรี	크르엉 돈뜨리	악기
เครื่องมือ	크르엉 므-	도구, 연장
เครื่องจักร	크르엉 짝	기계
เครื่องกระป๋อง	크르엉 끄라 뻥	깡통 제품
เครื่องครัว	크르엉 크루어	주방 용품
เครื่องดื่ม	크르엉 드-ㅁ	음료수

4) ร้าน

ร้านขายยา	라-ㄴ 카이 야-	약국
ร้านขายผ้า	라-ㄴ 카이 파-	포목점
ร้านอาหาร	라-ㄴ 아하-ㄴ	음식점
ร้านตัดผม	라-ㄴ 딴 폼	이발관
ร้านขายหนังสือ	라-ㄴ 카이 낭쓰-	서점

5) รถ

รถไฟ	롣 화이	기차
รถเมล์	롣 메	버스
รถแท็กซี่	롣 택씨	택시
รถประจำทาง	롣 쁘라짬 타-ㅇ	정기노선버스
รถดับเพลิง	롣 답 프릐-ㅇ	소방차
รถเก๋ง	롣 꼥	승용차
รถจักรยาน	롣 짝끄라야-ㄴ	자전거
รถสามล้อ	롣 싸-ㅁ 러-	삼륜차

6) ใบ

ใบอนุญาต	바이 아누야-ㄷ	허가서
ใบรับเงิน	바이 랍 응의-ㄴ	영수증
ใบเสร็จ	바이 쎋	영수증
ใบปลิว	바이 쁠리우	유인물, 삐라
ใบส่งสินค้า	바이 쏭 씬카-	선하증권
ใบขับขี่	바이 캅 키-	운전면허증

ใบลาออก	바이 라 어-ㄱ	사직서
ใบรับรอง	바이 랍 러-ㅇ	보증서
ใบสมัคร	바이 싸막	지원서
ใบมีดโกน	바이 미-ㄷ 꼬-ㄴ	면도칼
ใบเสร็จเก็บเงิน	바이 쎈 껩 응의-ㄴ	청구서, 계산서

7) ใจ

ใจกว้าง	짜이 끄와-ㅇ	관대한
ใจแคบ	짜이 캐-ㅂ	도량이 좁은
ใจดี	짜이 디-	친절한
ใจร้าย	짜이 라-이	불친절한
สบายใจ	싸바이 짜이	마음이 편한
สุขใจ	쑥 짜이	행복한
ใจร้อน	짜이 러-ㄴ	성급한
ใจเย็น	짜이 옌	냉담한, 침착한
ใจอ่อน	짜이 어-ㄴ	마음이 약한
ใจแข็ง	짜이 캥	마음이 강한

8) ขี้

ขี้อาย	키- 아-이	수줍음을 타는 사람
ขี้ลืม	키- 르-ㅁ	건망증 심한 사람
ขี้โกง	키- 꼬-ㅇ	속임수를 쓰는 사람
ขี้เหนียว	키- 니여우	구두쇠
ขี้เมา	키- 마오	주정뱅이

ขี้บ่น	키- 본	불평가
ขี้เกียจ	키- 끼-얃	게으름뱅이
ขี้ร้อน	키- 러-ㄴ	더위 타는 사람
ขี้หนาว	키- 나-우	추위 타는 사람
ขี้สงสัย	키- 쏭싸이	의심 많은 사람
ขี้โกหก	키- 꼬-혹	거짓말장이

9) 명사 + 명사, 명사 + 동사, 동사 + 명사, 동사 + 동사로 이루어져 복합어가 된 것.

พ่อแม่	퍼- 매-	부모
พี่น้อง	피- 너-ㅇ	형제
ผัวเมีย	푸어 미아-	부부
ลูกหลาน	룩 라-ㄴ	자손
เสื้อผ้า	쓰어 파-	의복
รถไฟ	롣 화이	기차
ไฟฟ้า	화이 화-	전기
ของกิน	커-ㅇ 낀	먹을 것
สวยงาม	쑤어이 응아-ㅁ	아름다운
ขนส่ง	콘 쏭	운반하다
เข้าใจ	카오 짜이	이해하다

예문

1) คุณพักอยู่ที่โรงแรมไหน

쿤 팍 유- 티- 롱래-ㅁ 나이

당신은 어느 호텔에 묵고 있습니까?

พักที่โรงแรมโอเรียนเตล

팍티- 롱 래-ㅁ 오리엔떼-ㄴ

오리엔탈 호텔에 있습니다.

2) โรงงานยาสูบอยู่ที่ไหน

롱 응아-ㄴ 야 쑤-ㅂ 유 티- 나이

연초제조창이 어디 있습니까?

3) ถ้าขับรถไม่มีใบขับขี่จะถูกตำรวจปรับ

타- 캅 롣 마이 미- 바이 캅 키- 짜투-ㄱ 땀루엇 쁘랍

면허증 없이 운전한다면 경찰에 벌금을 물리게 됩니다.

4) ผมเรียนภาษาอังกฤษที่โรงเรียนเป็นเวลาหกปี

폼 리안 파싸- 앙끄릿 티-롱 리-안 뻰 웰라- 혹 삐-

나는 6년 동안 학교에서 영어를 배웠습니다.

5) ที่โรงหนังเฉลิมกรุงฉายหนังเรื่องอะไร

티 롱 낭 차럼 끄룽 차-이 낭 르엉 아라이

차럼 끄룽 극장에서는 무슨 영화를 상영합니까?

6) คุณจะเอาเครื่องดื่มอะไร

쿤 짜 아오 크르엉 드-ㅁ 아라이

당신은 무슨 음료수를 드시겠습니까?

7) คุณทราบไหมว่าร้านตัดผมดีที่สุดอยู่ที่ไหน

쿤 싸-ㅂ 마이 와-라-ㄴ 딷 폼 디- 티- 쑫 유- 티-나이

당신은 제일 좋은 이발관이 어디 있는지 알고 있습니까?

8) ขอผ้าเช็ดหน้าสามผืนหน่อย
커 파 첸 나- 싸-ㅁ 프-ㄴ 너이
수건 3장만 주세요.

9) คุณมีใบรับรองหรือเปล่า
쿤 미 바이 랍 러-ㅇ 르- 쁠라오
당신은 보증서가 있습니까?

10) ที่บ้านคุณปู่มีของกินเยอะแยะ
티 바-ㄴ 쿤 뿌- 미 커-ㅇ 낀 여 얘
할아버지 댁에는 먹을 것이 아주 많이 있습니다.

11) รถไฟกับรถทัวร์อย่างไหนเร็วกว่ากัน
롣 화이 깝 롣 투어 양 나이 레우 끄와- 깐
기차와 관광버스는 어느 것이 더 빠를까요?

12) คุณวิชัยเป็นคนยังไงครับ
쿤 위차이- 뻰 콘 양 응아이 크랍
위차이씨는 어떤 분입니까?

ท่านเป็นคนใจดีมากครับ
타-ㄴ 뻰 콘 짜이 디- 마-ㄱ 크랍
그분은 아주 마음 좋은 분입니다.

9. 복합동사와 보조동사

1) 복합동사

복합동사란 두개의 품사가 결합하여, 하나의 동사가 된 것으로 동사와 형용사, 또는 명사와 결합한 것이 있다.

①

เปรียบเทียบ	쁘리압 티-압	비교하다
สั่งสอน	쌍 써-ㄴ	훈육하다, 훈시하다
ทำร้าย	탐 라-이	해치다
เปลี่ยนแปลง	쁠리안 쁠래-ㅇ	변화하다
ว่ายน้ำ	와-이 나-ㅁ	수영하다
ทำนา	탐 나-	논농사 짓다
ทำหาย	탐 하-이	잃어버리다
สอบไล่	써-ㅂ 라이	시험보다
แนะนำ	내 남	소개하다
ท่องเที่ยว	터-ㅇ 티-여우	관광하다
หาเงิน	하- 응의-ㄴ	돈벌다
เสียหาย	씨아 하-이	손해입다
เสียชื่อ	씨아츠-	명성을 잃다

②

ตกใจ	똑 짜이	놀라다
พอใจ	퍼- 짜이	만족하다
เข้าใจ	카오 짜이	이해하다

หายใจ	하-이 짜이	호흡하다
ไว้วางใจ	와이와-ㅇ 짜이	신임하다
ชอบใจ	처-ㅂ 짜이	좋아하다
เสียใจ	씨아 짜이	상심하다
เห็นใจ	헨 짜이	동정하다
ตั้งใจ	땅 짜이	결심하다
ตัดสินใจ	딷씬 짜이	결정하다
สนใจ	쏜 짜이	흥미를 갖다
เอาใจ	아오 짜이	관심을 갖다
เกรงใจ	끄레-ㅇ 짜이	어려워 하다

2) 보조동사

동사의 뒤에 오는 (목적어가 있으면 그 다음에) 동작의 방향을 나타내 주는 보조적인 역할을 하는 동사를 말하며 이를 부동사, 방향동사, 2차동사라 부르기도 한다.

เข้าไป	카오 빠이	들어가다
ส่งไป	쏭 빠이	보내다
ไปส่ง	빠이 쏭	배웅하다, 전송하다
เอา-ไป	아오 빠이	가지고 가다
ดีขึ้น	디- 큰	좋아지다
มากขึ้น	마-ㄱ 큰	많아지다
น้อยลง	너-이 롱	적어지다
ส่งมา	쏭 마-	보내오다
เข้ามา	카오 마-	들어오다

สวยขึ้น	쑤어이 큰	예뻐지다
นึกออก	늑 어-ㄱ	생각나다
จับไว้	짭 와이	잡아두다
เก็บไว้	껩 와이	보관해 두다
เดินไป	드-ㄴ 빠이	걸어가다
ขับรถไป	캅 롣 빠이	차를 몰고 가다
ตายไป	따-이 빠이	죽다
ลืมไป	르-ㅁ 빠이	잊다
ลงไป	롱 빠이	내려가다
ออกไป	어-ㄱ 빠이	나가다

예문

1) **ผมเพิ่งนึกขึ้นได้แล้ว**
폼 픙 늑 큰 다이 래-우
지금 막 생각이 났습니다.

2) **เอากาแฟเย็นมาสามแก้ว**
아오까- 홰- 옌 마- 싸-ㅁ 깨우
냉커피 세잔 가져오시오.

3) **อากาศร้อนขึ้นทุกที**
아까-ㄷ 러-ㄴ 큰 툭 티-
날씨가 매번 더워진다.

4) **หมู่นี้เขาดีขึ้นมาก**
무- 니- 카오 디 큰 마-ㄱ
요즘 그는 매우 좋아졌습니다.

5) เย็นนี้เขาจะมาถึง
   옌니- 카오 짜 마- 틍
   오늘 저녁에 그가 도착할 것입니다.

6) ราคาสินค้าแพงขึ้นมาก
   라카- 씬카- 패-ㅇ 큰 마-ㄱ
   물가가 많이 비싸졌습니다.

7) หนังสือเล่มนี้ยากมาก ผมอ่านไม่ออก
   낭쓰- 렘 니- 야-ㄱ 마-ㄱ 폼 아-ㄴ 마이 어-ㄱ
   이 책은 어려워서 나는 읽을 수가 없습니다.

8) ผมจะไปเยี่ยมนายเล็ก
   폼 짜 빠이 이얌 나-이 렉
   나는 렉씨를 방문하러 갈 것이다.

9) ส่งโคล่าขวดใหญ่มาที่บ้านผมสองโหล
   쏭 콜라 쿠얻 야 이마- 티- 바-ㄴ 폼 써-ㅇ 로-
   콜라 큰 병 두 박스를 저희 집으로 보내 주시오.

10) เอารถไปที่บ้าน
    아오 롣 빠이 티- 바-ㄴ
    집에 차를 가지고 가시오.

11) ผมลืมไป
    폼 르-ㅁ 빠이
    나는 잊어버렸습니다.

12) ผมคอยเขาอยู่ครึ่งชั่วโมงแล้ว
    폼 커-이 카오 유- 크릉 추어 모-ㅇ 래우
    나는 반시간이나 그를 기다리고 있었다.

13) เก็บหนังสือไว้ที่นี่
    껩 낭쓰- 와이 티 니-
    여기에 책을 보관해 두시오.

14) นั่งลงที่นี่

낭 롱 티니-

여기에 앉으세요.

15) ผมจะไปหาหมอ

폼 짜 빠이 하- 머-

나는 의사한테 가겠습니다.

16) ผมจะไปส่งเพื่อนที่สนามบิน

폼 짜 빠이 쏭 프언 티- 싸나-ㅁ 빈

나는 공항에 친구를 전송하러 갈 것입니다.

17) เขาไปจ่ายตลาด

카오 빠이 짜이 딸라-ㄷ

그는 쇼핑하러 갔습니다.

18) นั่งรถไฟไปมาเลเซีย

낭 롣 화이 빠이 말래씨아

기차타고 말레이지아에 갔습니다.

19) เอานี่ไปบ้านได้ไหม

아오 니 빠이 바-ㄴ 다이 마이

이것을 집에 가져가도 됩니까?

20) ไปเที่ยวไหนมา

빠이 티여우 나이 마-

어디에 놀러 갔다 왔습니까?

ไปเที่ยวพัทยามา

빠이 티여우 팟타야 마

팟타야에 놀러갔다 왔습니다.

21) ส่งจดหมายไปแล้วหรือยัง

쏭 존 마-이 빠이 래우 르-양

편지를 부쳤습니까?

22) เขาซื้อที่ดินไว้สำหรับปลูกบ้าน

카오 쓰- 티 딘 와이 쌈랍 쁠루-ㄱ 바-ㄴ

그는 집을 지으려고 대지를 사 두었습니다.

23) ผมจะส่งรถไปที่บ้านของคุณ

폼 짜 쏭 론 빠이 티 바-ㄴ 커-ㅇ 쿤

나는 당신의 집으로 차를 보내겠습니다.

24) ผมจะต้องไล่เขาออกเพราะมาสายทุกวัน

폼 짜 떠-ㅇ 라이 카오 어-ㄱ 프러 마 싸-이 툭 완

매일 늦게 오기 때문에 그를 퇴직시켜야 되겠습니다.

25) เขาออกไปทานข้าวที่ไหน

카오 어-ㄱ 빠이 타-ㄴ 카우 티 나이

그는 어디로 식사하러 나갔습니까?

ไปที่สยามสแควร์

빠이 티 싸야-ㅁ 싸쾌-

샴 스퀘어로 갔습니다.

10. 형상명사 (ลักษณนาม 락 싸 나 나-ㅁ)

태국어의 보통명사에서 셀 수 있는 것은 그 자체의 특정의 형상명사를 갖고 있다. 순수 태국어의 물체의 이름은 단음절인 것이 많은데, 이를 구분하기 위해 물체의 이름을 그 특징에 따라 분류하여 그 대표적인 이름을 명사에 첨가하여 만든다. 예컨대 말(馬)은 세「필」, 종이는 두「장」, 연필은 한 「자루」 등으로 표현한다. 태국어에 있어서 이 형상명사를 사용하는 것이 큰 특색이다. 형상명사를 흔히 유별사, 수량사, 형태사 또는 조수사라 부르기도 한다.

1) 형상명사의 위치

① 명사+수사+형상명사

แมวหนึ่งตัว	매우 능 뚜어	고양이 한 마리
ดินสอสี่แท่ง	딘써- 씨- 태-ㅇ	연필 네자루

② 명사+형상명사+지시형용사

หนังสือเล่มนี้	낭쓰- 렘 니-	이 책
บ้านหลังนี้	바-ㄴ 랑 니-	이 집

③ 명사+형용사+형상명사+지시형용사

รถใหญ่คันนั้น	롣 야이 칸 난	그 큰 자동차
ม้าเล็กตัวนั้น	마- 렉 뚜어 난	그 작은 말

④ 명사+형용사+수사+형상명사

คนอ้วนสี่คน 네 사람의 뚱뚱한 사람
콘 우언 씨- 콘

สาวสวยสองคน 두 사람의 예쁜 아가씨
싸-우 쑤어이 써-ㅇ 콘

⑤ 명사+형용사+수사+형상명사+지시형용사

หนังสือหนาสองเล่มนั้น 그 두 권의 두꺼운 책
낭쓰- 나- 써-ㅇ 렘 난

รองเท้าขาวสองคู่นี้ 이 두 켤레의 백구두
러-ㅇ 타오 카우 써-ㅇ 쿠- 니-

2) 주요 형상명사

① **คน**(콘)　사람, 일반사람을 가리킴 ― 사람

　ผู้ชายคนนั้นใจดีมาก　　그 남자는 매우 친절하다.
　푸차이 콘 난 짜이 디- 마-ㄱ

　เขามีลูกสองคน　　그는 자녀가 둘이 있다.
　카오 미 루-ㄱ 써-ㅇ 콘

② **ตัว**(뚜어)　동물, 고기, 벌레, 의자, 옷 ― 마리, 개

　ในห้องเรียนมีโต๊ะกี่ตัว　　교실에 책상이 몇 개 있습니까?
　나이 헝리안 미 또 끼- 뚜어

　เสื้อตัวนี้ราคาเท่าไร　　이 옷은 값이 얼마입니까?
　쓰어 뚜어니- 라카- 타오라이

　หมาใหญ่ตัวนั้น　　그 큰 개
　마- 야이 뚜어 난

③ **ใบ**(바이)　접시, 나뭇잎, 상자, 종이, 과일, 계란 ― 개, 장

　ขอแก้วหนึ่งใบ　　컵 한개만 주시오.
　커- 깨우 능 바이

　ทอดไข่หกใบ　　계란 6개를 후라이 해 주세요.
　터-ㄷ 카이 혹 바이

④ **อัน**(안)　과자, 장신구, 지우개, 안경, 솔, 형태가 뚜렷하지 않은 물건, 형상명사가 불명확한 것 등에 사용 ― 장, 것

　พัดลมอันนี้ซื้อที่ไหน　　이 선풍기는 어디서 샀습니까?
　팟 롬 안 니- 쓰- 티 나이

ยางลบอันนี้เป็นของใคร

야-ㅇ 롭 안니- 뻰 커-ㅇ 크라이

이 지우개는 누구의 것입니까?

⑤ **ลูก** (루-ㄱ) 과일, 폭탄, 공 등 둥글게 생긴 것 — 개

แอปเปิ้ลลูกนี้ใหญ่ 이 사과는 크다.

앱 쁘-ㄴ 루-ㄱ 니- 야이

มีมะม่วงไม่กี่ลูก 맹고가 몇 개 없다.

미 마무엉 마이 끼- 루-ㄱ

ขอแตงโมสองลูก 수박 두개만 주시오.

커- 땡모- 써-ㅇ 루-ㄱ

⑥ **เม็ด** (멧) 씨앗, 보석, 단추, 알약 — 알, 개, 정

ยานี้ทานครั้งละกี่เม็ด

야- 니- 타-ㄴ 크랑 라 끼- 멧

이 약은 매 회 몇 정 복용합니까?

ทานครั้งละ 3 เม็ดหลังอาหาร

타-ㄴ 크랑 라 싸-ㅁ 멧 랑 아하-ㄴ

식후에 매회 3정 복용합니다.

⑦ **ชิ้น** (친) 고기, 빵, 과일 등의 일부분(한조각) — 조각, 쪽

ขอขนมเค้กห้าชิ้น 케익 5쪽을 주시오.

커- 카놈 케-ㄱ 하 친

เนื้อสองชิ้นใหญ่นี้ 이 큰 2개의 고기 덩어리

느-어 써-ㅇ 친 야이 니-

⑧ **เล่ม** (렘)　책, 공책, 칼 등 가늘고 길게 생긴 것 — 권, 자루

คุณซื้อหนังสือกี่เล่ม　　책을 몇 권 샀습니까?
쿤 쓰- 낭쓰- 끼- 렘

หนังสือเล่มนี้ราคาเท่าไร　　이 책은 가격이 얼마입니까?
낭쓰- 렘니- 라 카- 타오라이

⑨ **ฉบับ** (차 밥)　신문, 잡지, 편지, 서류 — 장, 통

หนังสือพิมพ์ฉบับวันนี้อยู่ที่ไหน
낭쓰 핌 차밥 완니- 유 티 나이
오늘 신문이 어디에 있습니까?

จดหมายฉบับหนึ่ง　　편지 한 통
쫃 마-이 차밥 능

⑩ **ผืน** (프-ㄴ)　옷감, 담요, 수건 — 장

ผ้าเช็ดตัวผืนใหญ่กว่านี้มีไหม
파첻 뚜어 프-ㄴ 야이 끄와니- 미 마이
이것보다 큰 타올이 있습니까?

ขอผ้าเช็ดหน้าสองผืนค่ะ　　수건 두장 주세요.
커- 파첻 나- 써-ㅇ 프-ㄴ 카

⑪ **แผ่น** (패-ㄴ)　종이, 유리, CD, 널판지 — 장

กระดาษแผ่นใหญ่　　큰 종이
끄라다-ㄷ 패-ㄴ 야이

ขอกระดาษเขียนจดหมายสองสามแผ่น
커- 끄라다-ㄷ 키안 쫃 마-이 써-ㅇ 싸-ㅁ 패-ㄴ
편지지 두 세장 주시오.

⑫ **เครื่อง** (크르엉) 기구, 라디오, 전화, 기계류 일체 — 대

อยากได้โทรทัศน์สีสักเครื่อง

야-ㄱ 다이 토라탇 씨- 싹 크르엉

칼라 TV 한 대 정도 구입하고자 합니다.

⑬ **คัน** (칸) 자동차, 양산, 우산, 숟가락, 포크, 재봉틀 — 대, 개

ผมซื้อรถยนต์คันเก่า 나는 중고차를 샀습니다.

폼 쓰- 론 욘 칸 까오

ผมมีรถคันเดียว 나는 차가 한대 뿐입니다.

폼 미 롣 칸 디여우

⑭ **หลัง** (랑) 집, 건물 — 채, 동

บ้านหลังนี้เป็นของใคร 이 집은 누구의 것입니까?

바-ㄴ 랑 니- 뻰 커-ㅇ 크라이

คุณมีบ้านกี่หลัง 당신은 집을 몇 채 갖고 있습니까?

쿤 미 바-ㄴ 끼- 랑

บ้านหลังนี้มีสามชั้น 이 집은 3층이 있습니다.

바-ㄴ 랑 니- 미- 싸-ㅁ 찬

⑮ **ชั้น** (찬) 건물의 층, 정도의 등급, 학교의 급, 기차의 등급

เขาเรียนชั้นต้น 그는 초급 코스에서 공부합니다.

카오 리안 찬 똔

ขอตั๋วเชียงใหม่ชั้นที่หนึ่งสองใบครับ

커 뚜어 치앙마이 찬 티능 써-ㅇ 바이 크랍

치앙마이행 1등 좌석표 두장 주세요.

⑯ **ห้อง** (허-ㅇ)　방 — 개, 실

บ้านหลังนี้มีห้องนอนสองห้อง
바-ㄴ 랑 니 미- 허-ㅇ 너-ㄴ 써-ㅇ 허-ㅇ
이 집은 침실이 두개 있습니다.

⑰ **ครั้ง** (크랑)　회수 — 회, 번, 차

ปีที่แล้วผมไปเมืองไทยสองครั้ง
빼티- 래우 폼 빠이 므엉 타이 써-ㅇ 크랑
작년에 나는 태국에 두번 갔었다.

⑱ **อย่าง** (야-ㅇ)　물건의 종류 — 가지, 종류

วันนี้มีกับข้าวเพียงสองอย่าง
완 니- 미 깝 카우 피앙 써-ㅇ 야-ㅇ
오늘 반찬이 단지 두가지이다.

⑲ **ที่** (티)　식사, 요리의 인원수 — ~인분, 자리, 좌석

ขอไอศกรีมสามที่　　아이스크림 3인분 주세요.
커- 아이싸끄림 싸-ㅁ 티-

⑳ **แก้ว** (깨우)　컵, 유리잔 — 잔, 컵

ขอน้ำสักแก้ว　　물 한 컵 정도 주세요.
커- 나-ㅁ 싹 깨우

㉑ **ถ้วย** (투어이)　커피잔, 찻잔 — 잔

ขอกาแฟสองถ้วย　　커피 두잔 주세요.
커- 까홰- 써-ㅇ 투어이

㉒ **ขวด** (쿠얻) 병, 쥬스, 맥주 — 병

ขอเบียร์ใหญ่สองขวด 큰 병맥주 두병 주세요.
커- 비아 야이 써-ㅇ 쿠얻

ดื่มเบียร์หลายขวด 여러 병의 맥주를 마시다.
드-ㅁ 비아 라-이 쿠얻

เอาวิสกี้มาหนึ่งขวด 위스키 한 병 가져 오시오.
아오 위쓰끼 마- 능 쿠얻

㉓ **ชาม** (차-ㅁ) 주발, 대접, 그릇, 공기 — 그릇

ขอก๋วยเตี๋ยวชามหนึ่ง 꾸어이 띠여우 한그릇 주시오.
커- 꾸어이 띠여우 차-ㅁ 능

กินข้าวห้าชาม 밥을 다섯 그릇 먹었다.
낀 카우 하- 차-ㅁ

㉔ **จาน** (짜-ㄴ) 접시 — 접시

เช้านี้คุณทานข้าวกี่จาน
차오니- 쿤 타-ㄴ 카우 끼 짜-ㄴ
오늘 아침 당신은 밥을 몇 접시 드셨습니까?

สองจานครับ 두 접시요.
써-ㅇ 짜-ㄴ 크랍

㉕ **ซอง** (써-ㅇ) (편지)봉투, 담배 — 장, 갑

ขอบุหรี่สายฝนสองซองครับ
커- 부리- 싸이횐 써-ㅇ 써-ㅇ 크랍
싸이횐 담배 두갑 주세요.

㉖ ก้อน(꺼-ㄴ)　사탕, 비누, 돌, 빵 — 개, 장

สบู่หอมห้าก้อน　　　　　화장비누 다섯장
싸부- 허-ㅁ 하- 꺼-ㄴ

㉗ รูป(루-ㅂ)　사진, 그림, 승려 — 장, 분, 점

รูปภาพสามรูป　　　　　그림 3점
루-ㅂ 파-ㅂ 싸-ㅁ 루-ㅂ

㉘ คู่(쿠)　구두, 양말 또는 부부와 같이 짝으로 이루어진 것 — 켤레, 쌍

รองเท้าคู่ใหม่　　　　　새구두
러-ㅇ 타-오 쿠- 마이

หนุ่มสาวคู่นี้　　　　　이 한 쌍의 청춘남녀
눔 싸-우 쿠- 니-

㉙ ลำ(람)　비행기, 기선 — 대, 척

เรือเข้าหลายลำ　　　　배가 여러 척 들어왔다.
르어 카오 라-이 람

เครื่องบินลำนี้ออกเวลาเท่าไร
크르엉 빈 람 니- 어-ㄱ 웰라- 타오라이
이 비행기는 몇 시에 출발합니까?

㉚ ต้น(똔)　나무, 초목, 기둥 — 나무, 그루

ในบ้านของเขามีต้นมะม่วงสามต้น
나이 바-ㄴ 커-ㅇ 카오 미 똔 마무엉 싸-ㅁ 똔
그의 집에는 맹고나무가 세 그루 있다.

3) 다음과 같이 이미 대화를 나누는 관계에서 대화내용을 인지하고 있는 경우에는 형상명사를 본명사 대신 사용할 수 있다.

หนังสือเล่มนี้แพงไหมคะ   이 책은 비쌉니까?
낭 쓰- 렘 니- 패-ㅇ 마이 카

เล่มใหญ่แพงค่ะ เล่มเล็กไม่แพงค่ะ
렘 야이 패-ㅇ 카 렘 렉 마이 패-ㅇ 카
큰 책은 비싸고 작은 책은 비싸지 않습니다.

รองเท้าคู่นี้ราคาเท่าไร   이 구두는 값이 얼마입니까?
렁 타-오 쿠- 니- 라 카- 타오 라이

คู่ละ 350 บาทค่ะ   한 켤레에 350밧 입니다.
쿠- 라 쌈러-이 하씹바-ㄷ 카

ขอดูคู่สีน้ำตาลหน่อยซิครับ   갈색구두 좀 보여주세요.
커- 두- 쿠- 씨- 남 따-ㄴ 너이 씨 크랍

예문

1) ไข่ไก่โหละเท่าไร   โหละ 7 บาทครับ
   카이 까이 바이-라 타오 라이   바이-라 쩯 바-ㄷ 크랍
   계란 한 개에 얼마입니까?   한 개에 7밧 입니다.

2) เขามีลูกกี่คนครับ   มีลูกสองคน
   카오 미- 루-ㄱ 끼- 콘 크랍   미- 루-ㄱ 써-ㅇ 콘
   그는 자녀가 몇 입니까?   자녀가 두 명 있습니다.

3) จดหมายฉบับนี้มาจากไหน   มาจากญี่ปุ่นครับ
   쫃 마-이 차밥니- 마 짜-ㄱ 나이   마 짜-ㄱ 이 뿐 크랍
   이 편지는 어디서 왔습니까?   일본에서 왔습니다.

4) ขอดูเสื้อเชิ้ตตัวนี้หน่อยครับ

커- 두- 쓰어 츼-ㄷ 뚜어 니- 너이 크랍

이 와이셔츠 좀 보여주세요.

5) เสื้อของคุณอยู่ในรถคันนั้น

쓰어 커-ㅇ 쿤 유- 나이 론 칸 난

당신의 옷은 그 차안에 있습니다.

6) ผมต้องการเขียนจดหมายสองฉบับ

폼 떠-ㅇ 까-ㄴ 키안 쫃 마-이 써-ㅇ 차밥

나는 두 통의 편지를 쓰려고 합니다.

7) รองเท้าสองคู่นั้นเป็นของใคร

렁 타-오 써-ㅇ 쿠- 난 뻰 커-ㅇ 크라이

그 두 켤레의 구두는 누구의 것입니까?

8) เสื้อตัวนั้นไม่ใช่ของคุณ

쓰어 뚜어 난 마이 차이 커-ㅇ 쿤

그 옷은 당신의 것이 아닙니다.

9) ผมอ่านหนังสือเล่มนี้แล้ว

폼 아-ㄴ 낭쓰- 렘 니- 래우

나는 이 책을 이미 읽었습니다.

10) คุณมีรถกี่คันครับ　　มีสองคันครับ

쿤 미 론 끼 칸 크랍　　미 써-ㅇ 칸 크랍

당신은 차가 몇 대 있습니까?　　두 대 입니다.

11) มะม่วงผลนี้หวานมาก

마 무엉 폰 니- 와-ㄴ 마-ㄱ

이 맹고는 아주 달다.

12) ฉันจะขับรถคันนั้นเอง

찬 짜 캅 론 칸 난 에-ㅇ

내가 직접 그 차를 운전하겠습니다.

11. 비교의 표현

태국어의 형용사에 있어서 비교의 표현은 영어에서 처럼 원급, 비교급, 최상급으로서의 정해진 형태는 아니며, 다른 보조어를 사용해서 비교의 표현을 나타낸다.

1) 동등, 유사, 일치의 표현

ผมก็เช่นเดียวกัน
폼 꺼 첸 디여우 깐
저도 마찬가지입니다.

ผ้าผืนนี้กับผืนนั้นคุณภาพไม่เหมือนกัน
파 프-ㄴ 니- 깝 프-ㄴ 난 쿤 나 파-ㅂ 마이 므언 깐
이 천과 그 천은 품질이 같지 않습니다.

เขากับพี่ชายหน้าตาคล้ายกัน
카오 깝 피 차-이 나- 따 클라-이 깐
그와 형은 얼굴이 흡사하다.

สองคนนั้นมีอาชีพอย่างเดียวกัน
써-ㅇ 콘 난 미- 아치-ㅂ 양 디여우 깐
그 두사람은 동일한 직업을 갖고 있다.

คุณคิมกับคุณลีสูงเท่ากัน
쿤 킴 깝 쿤 리 쑤-ㅇ 타오 깐
김씨와 이씨는 키가 같다.

อย่างนี้กับอย่างนั้นราคาพอๆกัน
양 니- 깝 양 난 라 카- 퍼 퍼- 깐
이것과 그것은 가격이 비등(대등)하다.

หนึ่งบาทเท่ากับสี่สลึง

능 바-ㄷ 타오 깝 씨- 싸릉

1받은 4쌀릉과 같다.

2) 우열 비교의 표현

อันนี้เลวกว่าอันนั้น

안니- 레우 끄와- 안난

이것이 그것보다 나쁘다.

นี่ไม่ดีที่สุด

니- 마이 디- 티 쑫

이것이 가장 좋지 못하다.

หญิงคนนี้สวยแต่ยังสู้เขาไม่ได้

잉 콘 니- 쑤어이 때- 양 쑤- 카오 마이 다이

이 여자가 예쁘지만 아직 그 여자에게 비할수가 없다.

แมววิ่งเร็วกว่าหมา

매우 윙 래우 끄와- 마-

고양이가 개보다 빨리 달린다.

บ้านนี้ใหญ่ที่สุด

바-ㄴ 니- 야이 티- 쑫

이 집이 제일 크다.

ผมชอบอาหารไทยมากกว่าอาหารจีน

폼 처-ㅂ 아 하-ㄴ 타이 마-ㄱ 끄와- 아하-ㄴ 찌-ㄴ

나는 중국음식보다 태국음식을 더 좋아한다.

เขาสูงกว่าผม

카오 쑤-ㅇ 끄와- 폼

그는 나보다 키가 크다.

3) กว่า 의 특별용법

สองชั่วโมงกว่า	써-ㅇ 추어모-ㅇ 끄와-	두시간 이상
บ่ายสามโมงกว่า	바-이 싸-ㅁ 모-ㅇ 끄와-	오후 3시경
พันกว่าบาท	판 끄와- 바-ㄷ	1,000여 받
ห้าหมื่นกว่าคน	하- 므-ㄴ 끄와- 콘	5만 여명

4) 기타

ต่างกันอย่างฟ้ากับดิน 하늘과 땅처럼 차이가 있다.
따-ㅇ 깐 야-ㅇ 화- 깝 딘

ยิ่งโตยิ่งสวยขึ้น 성장하면 할수록 더욱 예뻐진다.
잉 또- 잉 쑤어이 큰

ยิ่งมากยิ่งดี 많으면 많을 수록 더 좋다.
잉 마-ㄱ 잉 디-

ผมไม่ชอบทั้งสองอย่าง 나는 두 종류 다 좋아하지 않는다.
폼 마이 처-ㅂ 탕 써-ㅇ 야-ㅇ

เขาพูดเก่งทั้งภาษาอังกฤษและฝรั่งเศส
카오 푸-ㄷ 껭 탕 파싸- 앙 끄릳 래 화랑 쎄-ㄷ
그는 영어, 불어 둘다 잘한다.

예문

1) **เสื้อตัวนั้นแพงมากตัวนี้ถูกกว่า**
쓰-어 뚜어 난 패-ㅇ 마-ㄱ 뚜어 니- 투-ㄱ 끄와-
그 옷은 매우 비싸고 이 옷이 더 싸다.

2) กล้วยผลนี้อร่อยมากกว่าแตงโม

글루어이 폰 니- 아러이 마-ㄱ 끄와- 땡모-

이 바나나는 수박보다 더 맛이 있다.

3) ทั้งสวยและมีเงินด้วย

탕 쑤어이 래 미 응의-ㄴ 두어이

예쁘기도 하고 돈도 있다.

4) ผมกับเขาเป็นครอบครัวเดียวกัน

폼 깝 카오 크러-ㅂ 크루어 디여우 깐

나와 그는 한 가족이다.

5) เขาอายุมากกว่าฉันสามปี

카오 아유 마-ㄱ 끄와- 찬 싸-ㅁ 뻬-

그는 나이가 나보다 3년 많다.

6) ภาษาไทยกับภาษาอังกฤษอย่างไหนยากกว่ากัน

파 싸- 타이 깝 파싸- 앙끄릿 양나이 야-ㄱ 끄와- 깐

태국어와 영어는 어느것이 더 어렵습니까?

7) ภาษาลาวคล้ายกับภาษาไทยมาก

파 싸- 라우 클라이 깝 파싸- 타이 마-ㄱ

라오스어는 태국어와 아주 흡사합니다.

8) ในบรรดาผลไม้คุณชอบอะไรที่สุด

나이 반 다- 폰라마이 쿤 처-ㅂ 아라이 티 쑫

당신은 과일 중에서 무엇을 가장 좋아합니까?

9) ดิฉันกับสามีมีงานอดิเรกคนละอย่าง

디 찬 깝 싸-미 미 응아-ㄴ 아디레-ㄱ 콘 라 야-ㅇ

나와 남편은 취미가 각기 다릅니다.

10) โรงงานกับสำนักงานใหญ่อยู่คนละแห่ง

롱응아-ㄴ 깝 쌈 낙 응아-ㄴ 야이 유- 콘 라 행

공장과 본사는 각기 다른 곳에 있다.

11) ขนาดใหญ่กว่านี้มีไหม

카나-ㄷ 야이 끄와- 니- 미 마이

이것보다 큰 싸이즈가 있습니까?

12) ใครเล่นกอล์ฟเก่งที่สุดในบริษัทของคุณ

크라이 렌 꺼-ㅂ 껭 티 쑫 나이 버리쌑 커-ㅇ 쿤

당신의 회사에서 누가 골프를 제일 잘 합니까?

13) วันนี้กับพรุ่งนี้วันไหนสะดวกกว่ากัน

완니- 깝 프룽니- 완 나이 싸 두억 끄와- 깐

오늘과 내일 어느날이 더 편합니까?

14) ปีนี้กับปีที่แล้วร้อนพอ ๆ กัน

삐니- 깝 삐티 래우 러-ㄴ 퍼 퍼 깐

금년과 작년은 더위가 비슷하다.

15) ห่อของนี้หนักเท่าไร

허 커-ㅇ 니- 낙 타오 라이

이 화물은 무게가 얼마입니까?

หนัก 20 กิโลพอดี

낙 이씹끼로 퍼- 디-

꼭 20키로입니다.

16) เจดีย์นี้สูงแค่ไหน

쩨디- 니- 쑤-ㅇ 캐 나이

이 탑의 높이는 어느 정도 입니까?

สูงร้อยกว่าเมตร

쑤-ㅇ 러-이 끄와- 메-ㄷ

100미터 이상의 높이입니다.

12. ว่า 의 용법

ว่า 는 동사의 표현으로서 말하다(to say)라는 의미를 갖고 있으며, 접속사로서 that, whether에 상당하는 말로 명사절을 이끌어 주는 역할을 한다.

1) ~라고 말하다, ~라고 이야기하다 (พูดว่า-, ว่า, บอกว่า)

เขาพูดว่าอะไร

카오 푸-ㄷ 와- 아라이

그는 무어라고 말했습니까?

เขาพูดว่าเมืองไทยน่าอยู่

카오 푸-ㄷ 와- 므엉타이 나- 유-

그는 태국이 살만하다고 말했습니다.

เขาว่าวันอาทิตย์นี้จะไม่ไปไหน

카오 와- 완 아팃 니- 짜 마이 빠이 나이

이번 일요일에 아무데도 안 갈거라고 말했습니다.

เขาบอกว่าจะสอบอาทิตย์หน้า

카오 버-ㄱ 와- 짜- 써-ㅂ 아팃 나-

그는 다음 주에 시험 볼거라고 말했습니다.

นี่ภาษาไทยเรียกว่าอะไร

니 파싸- 타이 리악 와- 아라이

이것은 태국어로 뭐라고 부릅니까?

2) ~라고 생각하다 (คิดว่า -, นึกว่า -, เห็นว่า -)

ผมคิดว่าวันนี้ฝนคงจะตก
폼 킨 와- 완니- 훤 콩 짜 똑
오늘 비가 올거라고 생각된다.

คุณคิดว่าเมืองไทยเป็นยังไง
쿤 킴 와- 므엉타이 뻰 양응아이
당신은 태국이 어떻다고 생각하십니까?

วันอาทิตย์นี้คุณว่าจะทำอะไร
완 아틷 니- 쿤 와- 짜 탐 아라이
이번 일요일에는 무엇을 할 생각입니까?

ว่าจะไปเที่ยวชายทะเล
와- 짜 빠이 티여우 차-이 탈 레-
바닷가에 놀러 가려고 합니다.

3) ~라고 느끼다, ~라고 인식하다, ~라고 여기다. (รู้สึกว่า -)

คุณรู้สึกว่าเขาเป็นคนยังไง
쿤 루-쓱 와- 카오 S 콘 양응아이
그가 어떤 사람이라고 생각합니까?

รู้สึกว่าเป็นคนใจดี
루-쓱 와- S 콘 짜이 디-
친절한 사람이라고 생각합니다.

ผมรู้สึกว่าปีนี้ร้อนมาก
폼 루-쓱 와- 삐니- 러-ㄴ 마-ㄱ
금년에는 꽤 더운 것 같아요.

4) ~라고 이해하다, ~라고 알다 (เข้าใจว่า-)

ผมไม่เข้าใจว่าเขาคิดยังไง
폼 나이 카오 짜이 와- 카오 킨 양응아이
(나는) 그가 어떻게 생각하고 있는지 알 수 없다.

สองคนนั้นหน้าตาคล้ายกัน เข้าใจว่าเป็นพี่น้องกัน
써-ㅇ 콘 난 나- 따 클라이 깐 카오 짜이 와- 뻰 피- 너-ㅇ 깐
그 두사람은 얼굴이 비슷한 걸 보니 형제간이라 생각된다.

5) ~라고 의문이 간다, ~가 아닐까 생각된다 (สงสัยว่า-)

เขาสอบตก สงสัยว่าไม่ได้ดูหนังสือ
카오 써-ㅂ 똑 쏭 싸이 와- 마이 다이 두- 낭쓰-
그가 시험에 떨어진걸 보니 책을 보지 않았던게 아닐까?

ในวัดมีคนเยอะ สงสัยว่าจะมีงานอะไรสักอย่าง
나이 왇 미 콘 여 쏭 싸이와- 짜 미 응아-ㄴ 아라이 싹 야-ㅇ
절에 사람이 많은걸 보니 무슨 행사라도 하나 있는게 아닐까?

6) ~라고 알고 있다 (ทราบว่า-, รู้ว่า-)

ผมไม่ทราบว่าเขาจะมาหรือไม่
폼 마이 싸-ㅂ 와- 카오 짜 마 르- 마이
그가 올지 안올지 알 수가 없다.

คุณทราบไหมว่าเขาอยู่ที่ไหน
쿤 싸-ㅂ 마이 와 카오 유- 티 나이
그가 어디 사는지를 아십니까?

ผมเพิ่งทราบว่าเขาไม่สบาย
폼 픙 싸-ㅂ 와 카오 마이 싸바이
나는 그가 아프다는걸 방금 알았다.

เขารู้ดีว่าร้านไหนดี

카오 루- 디- 와- 라-ㄴ 나이 디-

그는 어느 상점이 좋다는 것을 잘 안다.

ดิฉันไม่ทราบว่าเขาแต่งงานแล้ว

디 찬 마이 싸-ㅂ 와 카오 땡 응아-ㄴ 래우

나는 그가 결혼했다는 것을 몰랐었다.

7) ~라고 듣다 (**ได้ยินว่า -**)

ผมได้ยินว่าเขาคิดถึงคุณมาก

폼 다이 인 와- 카오 킫 틍 쿤 마-ㄱ

나는 그가 당신을 매우 보고싶다고 하는 것을 들었다.

ได้ยินว่าเขาจะกลับเมืองไทยในเร็ว ๆ นี้

다이 인 와- 카오 짜 끌랍 므엉 타이 나이 레우 레우 니-

그가 근간에 태국에 돌아갈 것이라는 것을 들었다.

8) ~라는 것은 아니다 (**ไม่ใช่ว่า -**)

ไม่ใช่ว่าสวย แต่ก็น่ารัก

마이 차이 와- 쑤어이 때 꺼- 나- 락

예쁘지는 않지만 귀엽다.

ไม่ใช่ว่าไม่มาเลย แต่จะมาสาย

마이 차이 와- 마이 마- 러-이 때- 짜 마- 싸-이

아주 안 온다는 것은 아니고 다만 늦게 올 것이다.

9) ~라는 의미이다, ~라고 번역하다 (**หมายความว่า -, แปลว่า**)

รถติดหมายความว่าอะไร

론 띧 마-이 크와-ㅁ 와- 아라이

「론 띧」은 무슨 의미입니까?

หมายความว่ามีรถเยอะ ไปมาไม่สะดวก
마-이 크와-ㅁ 와 미 롯 여 빠이 마- 마이 싸 두-억
차가 많아 왕래가 불편하다는 의미입니다.

예문

1) **คุณบอกผมได้ไหมว่าบ้านนายคิมอยู่ที่ไหน**
쿤 버-ㄱ 폼 다이 마이 와 바-ㄴ 나-이 킴 유- 티- 나이
김씨의 집이 어디 있는지를 저에게 말씀해 주실 수 있습니까?

ผมไม่ทราบว่าเขาอยู่ที่ไหน
폼 마이 싸-ㅂ 와 카오 유- 티- 나이
저는 그가 어디 사는지를 모릅니다.

2) **คุณเข้าใจไหมครับว่าเขาพูดอะไร**
쿤 카오 짜이 마이 크랍 와- 카오 푸-ㄷ 아라이
당신은 그가 뭐라고 말하는지 이해합니까?

3) **เด็กชายถามคุณพ่อว่าสุนัขไปไหน**
덱차-이 타-ㅁ 쿤 퍼- 와-쑤낙 빠이 나이
소년은 개가 어디로 갔느냐고 아버지에게 물었다.

พ่อตอบว่าไม่ทราบ
퍼-떠-ㅂ 와- 마이 싸-ㅂ
아버지는 모른다고 대답했다.

4) **ดิฉันเกรงว่าฝนจะตก**
디 찬 끄렝 와- 훤 짜 똑
저는 비가 올까봐 걱정입니다.

5) หยุดที่นี่ ถามคนนั้นว่าโรงละครแห่งชาติอยู่ที่ไหน
윧 티- 니- 타-ㅁ 콘 난 와- 롱 라커-ㄴ 행 차-ㄷ 유 티 나이
여기서 세우고, 국립극장이 어디에 있는지 그 사람에게 물어보시오.

6) งานยุ่งหมายความว่าอะไร
응아-ㄴ 융 마-이 크와-ㅁ 와- 아라이
「응안 융」은 무슨 뜻입니까?

หมายความว่ามีธุระมากครับ
마-이 크와-ㅁ 와- 미- 투라마-ㄱ 크랍
매우 바쁘다는 뜻입니다.

7) ขอให้คุณโชคดีนะครับ
커- 하이 쿤 초-ㄱ 디나 크랍
행운이 있기를 빕니다.

หวังว่าเราคงได้พบกันอีกครับ
왕 와- 라오 콩 다이 폽 깐 이-ㄱ 크랍
또다시 만날 수 있기를 바랍니다.

8) คำนี้อ่านว่ายังไง
캄 니-아-ㄴ 와- 양응아이
이 단어는 어떻게 읽습니까?

อ่านว่าสาดสะหนาครับ
아-ㄴ 와-싸-ㄷ 싸나- 크랍
「싸-ㄷ 싸나-」라고 읽습니다.

9) คุณจะไปงานวันเกิดคืนนี้ไหม
쿤 짜 빠이 응아-ㄴ 완 끄-ㄷ 크-ㄴ 니 마이
당신은 오늘밤 생일 파티에 갈겁니까?

คิดว่าคงไปไม่ได้ครับ
킨 와- 콩 빠이 마이 다이 크랍
아마 갈 수 없을 것 같습니다.

10) **เขาจะกลับกรุงเทพฯเมื่อไร**
카오 짜 끌랍 끄룽테-ㅂ 므어 라이
그는 언제 방콕에 돌아 갑니까?

ได้ยินว่าสิ้นปีนี้ครับ
다이 인 와-씬 비-니- 크랍
금년 말이라고 들었습니다.

13. ให้ 의 용법

1) 「~을 주다」의 의미를 갖는 경우

เขาให้อะไร 그는 무엇을 주었습니까?
카오 하이 아라이

ให้เงินแก่คนขับรถ 운전수에게 돈을 주시오.
하이 응의-ㄴ 깨 콘 캅 롣

คุณจะให้อะไรแฟน 당신은 애인에게 무엇을 줄 것입니까?
쿤 짜 하이 아라이 쾌-ㄴ

ใครให้คุณ 누가 당신에게 주었습니까?
크라이 하이 쿤

2) 「~에게, ~를 위하여」의 의미로 동사의 뒤에 **ให้** 가 오고 그 뒤에 간접목적어를 놓아 「~하기 위하여, ~하다」라는 의미가 되는 경우와, 「~해주다, ~하게 하다」 라는 표현이 되는 경우.

ผมจะเรียกแท็กซี่ให้คุณ

폼 짜 리악 택씨 하이 쿤

당신에게 택시를 불러 드리겠습니다.

ส่งเงินไปให้เขา

쏭 응의-ㄴ 빠이 하이 카오

그에게 돈을 보내주시오.

ใครสอนภาษาไทยให้คุณ

크라이 써-ㄴ 파싸- 타이 하이 쿤

누가 당신에게 태국어를 가르쳐 주었습니까?

คุณวัฒนาสอนให้ผม

쿤 왇타나 써-ㄴ 하이 폼

왇타나씨가 저에게 가르쳐 주었습니다.

เอาน้ำชามาให้ฉันถ้วยหนึ่ง

아오 나-ㅁ 차- 마- 하이 찬 투어이 능

나에게 차 한 잔을 가져다 주시오.

3) 「허락하다, 허가하다」, 「~하게 하다」의 의미가 되는 경우

คุณพ่อไม่ยอมให้ดิฉันไปหัวหิน

쿤 퍼- 마이 여-ㅁ 하이 디찬 빠이 후어 힌

아버지는 내가 후어힌에 가도록 허락하지 않았다.

เขาทำให้เราตกใจ

카오 탐 하이 라오 똑 짜이

그는 우리를 놀라게 하였다.

ให้เด็กคนนั้นไปเล่นกับเพื่อน

하이 덱 콘난 빠이 레-ㄴ 깝 프-언

그 어린이가 친구들과 놀러가게 해 주시오.

โปรดให้ดิฉันไป

빠로-ㄷ 하이 디 찬 빠이

저를 가게 해 주세요.

นายชิดแนะนำให้ผมมาหาคุณ

나이 친 내 남 하이 폼 마- 하- 쿤

친씨는 내가 당신을 만나도록 소개해 주었습니다.

4) 명령을 강조할 때 명령법으로 사용, 「동사 + **ให้** + 형용사」의 순서로 「~하여, ~하게 하다」, 「~하게 하다」라는 의미가 되는 경우

ต้องทำงานให้ดี 훌륭하게 일을 해야한다.

떠-ㅇ 탐 응아-ㄴ 하이 디-

ตัดผมให้สั้น 머리를 짧게 깎으시오.

딴 폼 하이 싼

ต้องทำสิ่งนี้ให้สะอาด 이것을 깨끗하게 해야 한다.

떠-ㅇ 탐 씽 니 하이 싸아-ㄷ

แก้ประโยคให้ถูกต้อง 문장을 올바르게 고치시오.

깨- 쁘라요-ㄱ 하이 투-ㄱ 떠-ㅇ

5) 문장의 끝부분에서 **ได้** 와 함께 「꼭, 틀림없이」의 의미로 사용되는 경우

มารับฉันที่สถานีรถไฟให้ได้นะ

마 랍 찬 티 싸타-니 론 화이 하이 다이

정거장에 꼭 나를 마중나오시오.

예문

1) ผมต้องการให้ท่านไปเดี๋ยวนี้

폼 뗘-ㅇ 까-ㄴ 하이 타-ㄴ 빠이 디여우니-

나는 당신이 지금 가기를 바랍니다.

2) ดิฉันส่งจดหมายฉบับนี้ไปให้คุณได้ไหม

디찬 쏭 쫃 마-이 차밥 니- 하이 쿤 다이 마이

당신에게 이 편지를 보내도 됩니까?

3) ส่งเสื้อมาให้ฉันหน่อย

쏭 쓰어 마- 하이 찬 너-이

나에게 옷을 좀 건네 주시오.

4) บอกให้พนมทำห้องอาหารให้สะอาด

버-ㄱ 하이 파놈 탐 허-ㅇ 아하-ㄴ 하이 싸아-ㄷ

파놈에게 식당을 깨끗이 청소하도록 말하시오.

5) เขาไม่ได้ให้อะไรผมเลย

카오 마이 다이 하이 아라이 폼 러이

그는 나에게 아무것도 주지 않았다.

6) คุณมานิตย์ส่งดอกไม้เหล่านี้มาให้ดิฉัน

쿤 마-닏 쏭 더-ㄱ 마이 라오니- 마- 하이 디 찬

마닏씨는 나에게 이 꽃들을 보내 주었다.

7) ปลุกผมเวลาหกโมงเช้าให้ได้

쁠룩 폼 웰라 혹 모-ㅇ 차오 하이 다이

아침 6시에 꼭 나를 깨워주시오.

8) มีบ้านให้เช่าบ้างไหม

미- 바-ㄴ 하이 차오 바-ㅇ 마이

세 놓는 집이 있습니까?

9) เขาทำให้เราต้องคอยยี่สิบนาที

카오 탐 하이 라오 떠-ㅇ 커-이 이 씹 나- 티-

그는 우리가 20분이나 기다리게 하였다.

10) ผมต้องการบุหรี่สักซองครับ

폼 떠-ㅇ 까-ㄴ 부리 싹 써-ㅇ 크랍

담배 한 갑정도 필요한데요.

งั้นผมจะให้เด็กไปซื้อนะครับ

응안 폼 짜 하이 덱 빠이 쓰- 나 크랍

그럼, 제가 애들에게 사러 가도록 할까요?

11) คุณจะซื้อเข็มกลัดให้ใคร

쿤 짜 쓰- 켐 끌랃 하이 크라이

당신은 누구에게 브로치를 사 줄 것입니까?

จะซื้อให้น้องสาวครับ

짜 쓰- 하이 넝 싸-우 크랍

여동생에게 사 줄 것입니다.

12) ห้องนี้ร้อนจริง ๆ

허-ㅇ 니- 러-ㄴ 찡찡

이 방은 정말 덥습니다.

งั้นดิฉันจะเปิดหน้าต่างให้นะ

응안 디 찬 짜 뻐-ㄷ 나- 따-ㅇ 하이 나

그러면 제가 창문을 열어 드릴까요?

13) ผมลืมเอาเงินมาครับ

폼 르-ㅁ 아오 응의-ㄴ 언마- 크랍

나는 돈 갖고 오는 것을 잊었습니다.

ไม่เป็นไร ผมจะให้คุณยืมครับ

마이 뻰 라이 폼 짜 하이 쿤 이음 크랍

괜찮습니다. 제가 빌려 드리겠습니다.

14) ผมอยากจะให้เขาดีใจ
폼 야-ㄱ 짜 하이 카오 디- 짜이
그를 기쁘게 해 주고 싶습니다.

15) ผมจะเล่าให้คุณฟัง
폼 짜 라오 하이 쿤 황
당신에게 들려 주겠습니다.

16) บอกเขาให้มาหาฉันเดี๋ยวนี้
버-ㄱ 카오 하이 마-하-찬 디여우 니-
지금 나를 찾아오도록 그에게 말하시오.

17) ผมจะแจ้งมาให้คุณทราบภายในสามวัน
폼 짜- 째-ㅇ 마- 하이 쿤 싸-ㅂ 파이 나이 싸-ㅁ 완
3일 내에 당신이 알 수 있도록 통보해 드리겠습니다.

14. 가능, 불가능의 표현

가능, 불가능의 표현은 **ได้**(다이) **เป็น**(뻰) **ไหว**(와이) 그리고 이에 준하는 말로 표현한다.

1) 보통 말하는 방법은 동사의 뒤에 조동사 **ได้**(다이), 또는 **ไม่ได้**(마이다이)를 첨가하여 「~할 수 있다, ~할 수 없다.」가 된다. 그 의문형은 **ได้ไหม**(다이마이), 또는 **ไม่ได้หรือ**(마이 다이 르-)이다. 그러나 조동사 **ได้**(다이)를 동사의 앞에 놓으면 「~했다(과거)」 또는 「~한 것을 얻다」, 「취득하다」 등의 의미가 된다. 그 외에도 허가를 요하거나 의뢰하는 경우에 쓰이기도 한다.

① คุณพูดภาษาอังกฤษได้ไหม 당신은 영어를 할 수 있습니까?
쿤 푸-ㄷ 파 싸- 앙끄릳 다이 마이

ได้ครับ 할 수 있습니다.
다이 크랍

คุณจะมาได้เมื่อไร 당신은 언제 올 수 있습니까?
쿤 마- 다이 므어 라이

ดิฉันไปได้อาทิตย์หน้า 저는 내주에 갈 수 있습니다.
디찬 빠이 다이 아틷 나

พรุ่งนี้ผมไปไม่ได้ 내일 저는 갈 수 없습니다.
프룽니- 폼 빠이 마이 다이

คุณจำผมได้ไหม 저를 기억하십니까?
쿤 짬 폼 다이 마이

จำไม่ได้ 기억이 안납니다.
짬 마이 다이

② ได้เงินแล้วหรือยัง (노름에서) 돈을 땄습니까?
다이 응원 래-우 르-양

เขาได้ลูกชาย 그는 득남을 하였다.
카오 다이 룩 차-이

③ กรุณาปิดไฟได้ไหม 불 좀 꺼 주시겠습니까?
까루나- 삗 화이 다이 마이

ได้ครับ 네
다이 크랍

ผมกลับก่อนได้ไหม   먼저 돌아가도 되겠습니까?
폼 끌랍 꺼-ㄴ 다이 마이

เชิญครับ   어서 가세요.
처-ㄴ 크랍

เรื่องนี้สำคัญมากลืมไม่ได้
르엉니- 쌈칸 마-ㄱ 름 마이 다이
이 일은 매우 중요하니까 잊어서는 안됩니다.

2) 외국어 회화나 자동차 운전 등 학습이나 연습을 통하여 지식이나 기술을 갖추어 능력을 나타내는 표현에는 **เป็น**(뻰) **ไม่เป็น**(마이 뻰)을 사용한다.

คุณขับรถเป็นไหม   당신은 운전을 할 줄 압니까?
쿤 캅 롣 뻰 마이

ไม่เป็น   못합니다.
마이 뻰

คุณว่ายน้ำเป็นไหม   당신은 수영을 할 줄 압니까?
쿤 와-이 나-ㅁ 뻰 마이

ผมว่ายน้ำไม่เป็น   저는 수영을 못합니다.
폼 와-이 나-ㅁ 마이 뻰

คุณพูดภาษาฝรั่งเศสเป็นไหม 당신은 불어를 할 줄 압니까?
쿤 푸-ㄷ 파-싸- 화랑쎄-ㄷ 뻰 마이

ไม่เคยเรียนพูดไม่เป็น   배운 적이 없어서 못합니다.
마이 커-이 리-안 푸-ㄷ 마이 뻰

3) 능력을 요구하는 표현에「**สามารถ**(싸-마-ㄷ) **ได้**(다이)」로 이것도「~할 수 있다」라는 의미로 사용되는데, 보통 이상의 능력을 요하는 일에 대해 사용된다.

เขาสามารถแก้ไขปัญหานี้ได้
카오 싸-마-ㄷ 깨 카이 빤하- 니- 다이
그는 이 문제를 해결 할 수 있다.

จุฬาฯ สามารถผลิตบัณฑิตได้ปีละประมาณสามพันคน
쭐라- 싸-마-ㄷ 파릳 반 딛 다이 삐-라 쁘라마-ㄴ 싸-ㅁ 판 콘
쭐라롱껀 대학은 해마다 약 3천명의 졸업생을 배출한다.

โรงงานนี้สามารถผลิตวิทยุได้วันละหนึ่งพันเครื่อง
롱 응아-ㄴ 니- 싸-마-ㄷ 파릳 윋타유 다이 완 라 능판 크르엉
이 공장은 하루에 천대의 라디오를 생산할 수 있다.

4) 맥주를 10병 마신다든가, 1일에 30km 를 걸을 수 있다, 등과 같이 그것에 경험으로 터득하는 능력의 유무를 나타내는 경우에는 **ไหว**(와이), **ไม่ไหว**(마이 와이)를 사용한다.

ดื่มไม่ไหว　　　마실 수 없다. (더이상 마시면 취하기 때문에,
드-ㅁ 마이 와이　　더이상 마시면 견디기 어려워서)

ดื่มไม่ได้　　　마실 수 없다.
드-ㅁ 마이 다이　　(일이 있어서, 더러워서, 병이나서)

ดื่มไม่เป็น　　　마실 수 없다. (원래 마실줄 몰라서)
드-ㅁ 마이 뻰

พรุ่งนี้ตื่นเช้าไหวไหม　　　**คงไม่ไหว**
프룽니- 뜨-ㄴ 차오 와이 마이　　콩 마이 와이
내일 일찍 일어날 수 있습니까?　아마 안될걸요.

กระเป๋าใบนี้หนักมากยกไม่ไหว

끄라빠오 바이 니- 낙 마-ㄱ 욕 마이 와이

이 가방은 너무 무거워서 들지 못하겠다.

5) 그 외에도 **ออก**(어-ㄱ) **ทัน**(탄) **มองเห็น**(머-ㅇ 헨) **หาเจอ**(하-쩌-) **นอนหลับ**(너-ㄴ 랍) **เสร็จ**(쎌) **หมด**(몯) **ถูก**(투-ㄱ) **ถนัด**(타 낟) 등이 가능에 준하는 표현으로 사용된다.

ผมนึกไม่ออกว่าเคยพบคุณที่ไหน

폼 늑 마이 어-ㄱ 와- 커-이 폽 쿤 티 나이

나는 당신을 어디서 만났었는지 생각이 안납니다.

คุณอ่านหนังสือพิมพ์ไทยออกไหม   ยังอ่านไม่ออก

쿤 아-ㄴ 낭쓰- 핌 타이 어-ㄱ 마이   양 아-ㄴ 마이 어-ㄱ

당신은 태국신문을 읽을 줄 압니까?   아직 읽지 못합니다.

อาจารย์พูดเร็วไปฟังไม่ทัน

아짜-ㄴ 푸-ㄷ 래우 빠이 황 마이 탄

교수님이 말씀을 빨리해서 제때 알아 들을 수 없습니다.

มองไม่เห็น

머-ㅇ 마이 헨

보이지 않습니다.

หากุญแจเจอไหม   ยังหาไม่เจอ

하-꾼 째- 쩌- 마이   양 하- 마이 쩌-

열쇠를 찾았습니까?   아직 찾지 못했습니다.

เมื่อคืนนี้นอนหลับไหม   หนวกหู นอนไม่หลับ

므어 크-ㄴ 니- 너-ㄴ 랍 마이   누-억 후- 너-ㄴ 마이 랍

어제 밤에 잠을 잤습니까?   시끄러워서 잠을 못잤습니다.

ทำการบ้านเสร็จแล้วหรือยัง ยังไม่เสร็จ
탐 까-ㄴ 바-ㄴ 쎈 래-우 르-양 양 마이 쎈
과제를 이미 끝냈습니까? 아직 끝내지 못했습니다.

อาหารเยอะไป ทานไม่หมด
아하-ㄴ 여 빠이 타-ㄴ 마이 몯
음식이 많아서 전부 먹지 못했습니다.

ไปบ้านผมถูกไหม ไปไม่ถูก
빠이 바-ㄴ 폼 투-ㄱ 마이 빠이 마이 투-ㄱ
저희 집에 갈 줄 아십니까? 갈 줄 모릅니다.

ดีใจจนบอกไม่ถูก
디 짜이 쫀 버-ㄱ 마이 투-ㄱ
기뻐서 무어라 말할 수 없습니다.

ผมใช้ตะเกียบไม่ค่อยถนัด
폼 차이 따끼얍 마이 커이 타 낟
나는 젓가락으로 먹는데 별로 익숙치 못합니다.

예문

1) พรุ่งนี้มาว่ายน้ำได้ไหม
프룽니- 마 와-이 나-ㅁ 마이 다이
내일 수영하러 올 수 있습니까?

พรุ่งนี้มาว่ายน้ำไม่ได้
프룽니- 마-와-이 나-ㅁ 마이 다이
내일은 수영하러 올 수 없습니다.

2) เขาพูดภาษาไทยได้ไหม
카오 푸-ㄷ 파싸- 타이 다이 마이
그는 태국어를 할 줄 압니까?

ได้ครับ แต่สู้คุณไม่ได้

다이 크랍 때- 쑤-쿤 마이 다이

네, 그러나 당신에게 비할 바가 못됩니다.

3) **เขาได้เงินไม่มาก**

카오 다이 응와-ㄴ 마이 마-ㄱ

그는 돈을 많이 벌지 못했다.

4) **ไปได้แล้วหรือยัง** **ไปได้แล้วครับ**

빠이 다이 래-우 르-양 빠이 다이 래-우 크랍

가도 됩니까? 가도 됩니다.

5) **จะทำเสร็จภายในสามวันได้ไหม** **ได้ซิครับ**

짜 탐 쎋 파-이 나이 싸-ㅁ 완 다이 마이 다이 씨 크랍

3일 내에 끝낼 수 있습니까? 될 수 있습니다.

6) **ผมเดินต่อไปไม่ไหวเพราะเหนื่อยมากแล้ว**

폼 더-ㄴ 떠- 빠이 마이 와이 프러 느어이 마-ㄱ 래-우

저는 너무 피로해서 더이상 걸을 수 없습니다.

7) **ร้อนจนทนไม่ไหวแล้ว**

러-ㄴ 쫀 톤 마이 와이 래우

너무 더워서 참을 수가 없다.

8) **ดื่มมากแล้วครับ ดื่มอีกไม่ไหว**

드-ㅁ 마-ㄱ 래-우 크랍 드-ㅁ 이-ㄱ 마이 와이

너무 많이 마셔서 더이상 마실 수가 없습니다.

9) **มีกับข้าวตั้ง 16 อย่าง สามคนคงกินไม่หมดแน่**

미 깝 카우 땅 썹혹 야-ㅇ 싸-ㅁ 콘 콩 낀 마이 몯 내

반찬이 16가지나 되어 세사람이 전부 먹을 수가 없다.

10) มีธุระมาก ๆ ทำคนเดียวไม่ไหวจริง ๆ

미 투라 막마-ㄱ 탐 콘 디여우 마이 와이 찡찡

일이 너무 많아서 혼자서는 정말로 감당할 수 없다.

11) ผมไม่มีความสามารถที่จะช่วยคุณเรื่องนี้ได้

폼 마이 미- 크와-ㅁ 싸-마-ㄷ 티 짜 추어이 쿤 르엉 니-다이

나는 이 문제에 대해 당신을 도와줄 능력이 없습니다.

12) ไม่ได้ยิน กรุณาพูดซ้ำอีกครั้งได้ไหมครับ

마이 다이 인 까루나- 푸-ㄷ 쌈 이-ㄱ 크랑 다이 마이 크랍

못 들었는데요. 다시 한번 말씀해 주시겠습니까?

13) คุณมาทำงานได้ตั้งแต่เมื่อไร

쿤 마- 탐 응아-ㄴ 다이 땅때- 므어라이

언제부터 일하러 올 수 있습니까?

มาได้ตั้งแต่วันจันทร์หน้าครับ

마- 다이 땅때- 완짠 나- 크랍

다음 월요일부터 올 수 있습니다.

14) ผมจะพยายามทำให้เร็วที่สุดเท่าที่จะเร็วได้

폼 짜 파야 야-ㅁ 탐 하이 레우 티 쑫 타오 티 짜 레우 다이

가능한한 최대로 빠르게 노력해 보겠습니다.

15) เชิญทานอีกซิครับ

처-ㄴ 타-ㄴ 이-ㄱ 씨 크랍

더 드시지요.

อิ่มแล้ว ทานอีกไม่ไหวค่ะ

임 래-우 타-ㄴ 이-ㄱ 마이 와이 카

배불러서 더이상 먹을 수 없습니다.

15. 의뢰, 명령, 금지 등의 표현

1) 의뢰의 표현

① 정중한 것을 표현하기 위한 경우에는 동사 앞에 **กรุณา** (까루나)라는 조동사를 사용.

กรุณาพูดอีกครั้ง　　　다시 한번 말씀해 주십시요.
까루나- 푸-ㄷ 이-ㄱ 크랑

กรุณาตอบคำถาม　　　질문에 답변해 주십시오.
까루나- 떠-ㅂ 캄 타-ㅁ

กรุณาปิดประตูให้เรียบร้อย
까루나- 삗 쁘라뚜- 하이 리압 러-이
문을 잘 닫아 주십시오.

② 형식적인 것을 의뢰하는 때나 문어체에서는 **โปรด** (쁘로-ㄷ)을 사용.

โปรดคอยสักครู่　　　잠깐 기다리세요.
쁘로-ㄷ 커-이 싹 크루

โปรดเขียนให้ชัด　　　명확히 써 주세요.
쁘로-ㄷ 키-안 하이 찯

โปรดมาเที่ยวที่บ้านผมให้ได้
쁘로-ㄷ 마 티여우 티 바-ㄴ 폼 하이 다이
저희집에 꼭 놀러오세요.

③ 손 아랫 사람이나 동년배 등에 가벼운 일을 의뢰하는 경우에는 **ช่วย** (추어이)를 사용.

ช่วยพาผมไปด้วย 나도 데려다 주시오.
추어이 파- 폼 빠이 두어이

ช่วยขับรถให้หน่อย 운전 좀 해주시오.
추어이 캅 롣 하이 너이

ช่วยถามเขาให้หน่อย 그에게 좀 물어봐 주시오.
추어이 타-ㅁ 카오 하이 너이

④ 윗사람에게 「어서 ~해 주세요」, 「~하세요」라고 할 때는 **เชิญ**
(처-ㄴ)을 사용.

เชิญทางนี้เลย 이쪽으로요 …
처-ㄴ 타-ㅇ 니- 러-이

เชิญเข้ามาข้างใน 안으로 들어오세요.
처-ㄴ 카오 마- 카-ㅇ 나이

⑤ ขอ (커-)는 「~해 주세요」라는 의미가 되며, 동사가 놓일 때는
「저에게 ~해 주세요」라는 의미로 사용된다. 또한 **ขอให้**(커-
하이)라고 하면 「원하건대 ~하게 해 주세요」라는 의미가 된다.

ขอใช้โทรศัพท์หน่อย 전화좀 사용할까요?
커- 차이 토라쌉 너이

ขอพูดกับคุณแดง 댕씨 바꿔주세요.(전화에서)
커- 푸-ㄷ 깝 쿤 대-ㅇ

ขอแสดงความยินดี 축하합니다.
커- 싸대-ㅇ 크와-ㅁ 인디-

ขอให้มีความสุข 행복하시기를 바랍니다.
커- 하이 미- 크와-ㅁ 쑥

ขอให้เดินทางโดยสวัสดิภาพ

커- 하이 드-ㄴ 타-ㅇ 도-이 싸왇디 파-ㅂ

편안한 여행이 되시기를 기원합니다.

⑥ 문장 끝에 **ได้ไหม** (다이 마이)를 쓰면 「~해도 좋습니까」라고 윗사람에게 허가를 구하기도 하고, 「~를 할 수 있겠습니까」 라는 의뢰의 표현이 되기도 한다.

ผมเปิดหน้าต่างได้ไหมครับ

폼 쁘-ㄷ 나 따-ㅇ 다이 마이 크랍

창문을 열어도 되겠습니까?

กรุณาบอกที่อยู่ของคุณได้ไหมครับ

까루나- 버-ㄱ 티 유- 커-ㅇ 쿤 다이 마이 크랍

당신의 주소 좀 알려주시겠습니까?

2) 명령의 표현

① 동사를 강한 어조로 말하면 명령형이 된다.

ไป	빠이	가라!
เงียบ	응이-압	조용히!
ระวัง	라 왕	조심해!
มานี่	마-니	이리와!

② 문장 첫 부분에 **จง** (쫑)이라는 조동사를 써도 명령형이 되나 회화체에서는 잘 사용하지 않는다.

จงระวัง	쫑 라 왕	주의 하시오.

จงตอบคำถามต่อไปนี้ 다음 질문에 답하시오.
쫑 떠-ㅂ 캄 타-ㅁ 떠- 빠이 니-

③ 의뢰문이나 명령문의 문장 끝에 **~ด้วย** (두어이), **~หน่อย** (너-이), **~ซิครับ/คะ** (씨 크랍/카), **~นะครับ/คะ** (나 크랍/카) 등이 있으면 명령문의 의미가 된다.

จอดที่ป้ายด้วย 정거장에 세워 주시오.
쩌-ㄷ 빠이 두어이

มานี่หน่อย 이리 좀 오세요.
마- 니- 너-이

พยายามอีกหน่อยนะ 좀 더 노력해요.
파야야-ㅁ 이-ㄱ 너-이 나

คอยเดี๋ยวนะครับ 잠깐 기다리세요.
커-이 디여우 나 크랍

เชิญตามสบายนะครับ 편한대로 하세요.
처-ㄴ 따-ㅁ 싸바이 나 크랍

นั่งก่อนซิครับ 우선 앉으세요.
낭 꺼-ㄴ 씨 크랍

3) 금지의 표현

① 동작을 금지하는 데는 조동사 **อย่า** (야-)를 사용하며, 정중히 금지를 요구할 때는 **อย่า** (야-)의 앞에 **กรุณา** (까루나-)나 **โปรด** (쁘로-ㄷ)을 사용한다.

อย่าเพิ่ง (야 피-ㅇ)은 「아직 ~하지 마세요」라는 의미가 된다.

อย่ามาสาย	야-마-싸-이	늦게 오지 마시오.
อย่าเป็นห่วง	야- 뻰 후엉	염려 마시오.

โปรดอย่าทำอาหารให้เผ็ด 음식을 맵게 하지 마세요.
쁘로-ㄷ 야- 탐 아-하-ㄴ하이 펜

กรุณาอย่าร้องไห้ 울지 마세요.
까루나- 야-러-ㅇ 하이

อย่าเพิ่งกลับนะ 지금 즉시(아직) 돌아가지 마시오.
야- 픠-ㅇ 끌랍 나

② **ห้าม** (하-ㅁ)은 「금지하다」라는 동사로서, 조동사로 사용되는 경우에는 그 동작을 금지하는 의미가 된다. 이는 회화시에는 그다지 사용하지 않으며, 게시, 공고 등에 잘 사용된다.

ห้ามเข้า	하-ㅁ 카오	출입금지
ห้ามสูบบุหรี่	하-ㅁ 쑤-ㅂ 부리-	금연
ห้ามจอดรถ	하-ㅁ 쩌-ㄷ 롣	주차금지

③ 동사의 뒤에 **ไม่ได้** (마이 다이)가 오면 「~할 수 없다」라는 의미나 「~해서는 안된다」라는 가벼운 금지의 표현을 하는 경우에는 사용된다.

ลืมไม่ได้นะ 잊어서는 안됩니다.
르-ㅁ 마이 다이 나

โกหกไม่ได้ 거짓말을 해서는 안됩니다.
꼬- 혹 마이 다이

4) 다음의 표현을 잘 비교하여 회화시에 이용해 보자.

① ขอความกรุณาช่วยออกไปหน่อยได้ไหมครับ
커- 콰-ㅁ 까루나- 추어이 어-ㄱ 빠이 너이 다이 마이 크랍
죄송하지만 좀 나가 주실수 있겠습니까?

กรุณาออกไปหน่อยเถอะครับ
까루나- 어-ㄱ 빠이 너이 틔 크랍
미안하지만 좀 나가 주세요.

ออกไปเถอะครับ	어-ㄱ 빠이 틔 크랍	나가 주세요.
ออกไปซิจ๊ะ	어-ㄱ 빠이 씨 짜	나가줘요.
ออกไปเถอะ	어-ㄱ 빠이 터	나가요.
ออกไปซิ	어-ㄱ 빠이 씨	나가!
จงออกไป	좋 어-ㄱ 빠이	나가라.
ไป	빠이	가! 가라니까!

② ขับเร็วๆหน่อย 좀 더 빨리 운전해주시오.
캅 레우 레우 너이

เร็วเข้าเถอะ 속력을 냅시다.
레우 카오 틔

ขับเร็วกว่านี้ไม่ได้หรือ 이보다 빨리 운전할 수 없겠소?
캅 레우 끄와- 니- 마이 다이 르

③ เชิญนั่งซิครับ/คะ	처-ㄴ 낭 씨 크랍/카	어서 앉으세요.
เชิญซิครับ/คะ	처-ㄴ 씨 크랍/카	어서요.
นั่งก่อนซิครับ/คะ	낭 까-ㄴ 씨 크랍/카	우선 앉으세요.
เชิญนั่งครับ/คะ	처-ㄴ 낭 크랍/카	어서 앉으세요.

④ เชิญมาทางนี้หน่อยซิจ๊ะ 이쪽으로 좀 오세요.
처-ㄴ 마- 타-ㅇ 니- 너이 씨 짜

มานี่หน่อยซิจ๊ะ	마- 니- 너이 씨 짜	이리 좀 오세요.
มานี่หน่อย	마- 니- 너이	이리 좀 와!
มานี่	마- 니-	이리 와!

⑤ ขอเชิญรับประทานอาหารซิคะ 어서 음식을 잡수시지요.
커- 처-ㄴ 랍 쁘라 타-ㄴ 아하-ㄴ 씨 카

ลองกินดูซิ	러-ㅇ 낀 두- 씨	먹어 보시지요.
เชิญทานซิคะ	처-ㄴ 타-ㄴ 씨 카	어서 드세요.
กินซิ	낀 씨	먹어!

⑥ โปรดคอยประเดี๋ยวนะครับ 잠깐만 기다려 주십시요.
쁘로-ㄷ 커-이 쁘라디여우 나 크랍

รอเดี๋ยวนะฮะ	러 디여우 나 하	잠깐만 기다리세요.
เดี๋ยวก่อน	디여우 꺼-ㄴ	잠깐만 기다려요.
เดี๋ยวซิ	디여우 씨	잠깐만 기다려.

예문

1) ขอดูหน่อยได้ไหมครับ
커- 두- 너이 다이 마이 크랍
좀 보여 주실 수 있겠습니까?

2) ขอให้คุณหายวันหายคืน
커- 하이 쿤 하-이 완 하-이 크-ㄴ
하루 속히 치유되시기를 바랍니다.

3) ขอพาผมไปด้วยคน
   커- 파- 폼 빠이 두어이 콘
   저도 데려가 주세요.

4) ช่วยไปดูหน่อยว่าใครมา
   추어이 빠이 두- 너이 와- 크라이 마-
   누가 왔는지 좀 가봐 주세요.

5) อย่ามาสายอีกนะครับ
   야- 마- 싸-이 이-ㄱ 나 크랍
   또 늦게 오지 마세요.

6) ขอถามอะไรหน่อยครับ
   커- 타-ㅁ 아라이 너이 크랍
   뭘 좀 여쭈어 볼까요.

7) ช่วยพาผมไปพบผู้จัดการหน่อย
   추어이 파- 폼 빠이 폽 푸 짣 까-ㄴ 너이
   지배인 좀 만나게 해 주십시요.

8) หมอห้ามเขาดื่มเหล้าใช่ไหม
   머- 하-ㅁ 카오 드-ㅁ 라오 차이 마이
   의사가 그에게 금주하라고 했지요?

   ใช่ครับ แต่เขาไม่ยอมฟัง
   차이 크랍 때- 카오 마이 여-ㅁ 황
   네, 그러나 그는 들으려 하지 않습니다.

9) อย่ากลับรถที่นี่
   야- 끌랍 롣 티 니
   여기서 차를 돌리지 마시오.

10) เขาไม่ให้เราเข้าไปข้างใน
    카오 마이 하이 라오 카오 빠이 카-ㅇ 나이
    그는 우리를 안으로 들어가지 못하게 하였다.

11) อย่าไปดีกว่า
    야- 빠이 디 끄와-
    가지 않는게 더 좋다.

16. 요구, 희망, 의도 등의 표현

희망을 나타내는 보통의 말은 **อยาก** (야-ㄱ) 「~하고 싶다」이나, 또는 **ต้องการ** (떠-ㅇ 까-ㄴ) 「~원하다, 요구하다」 등의 표현을 사용한다.

1) คุณอยากจะทำอะไร
   쿤 야-ㄱ 짜 탐 아라이
   당신은 무엇을 하고 싶습니까?

   ผมอยากจะไปเรียนต่อที่ต่างประเทศ
   폼 야-ㄱ 짜 빠이 리-안 떠- 티- 따-ㅇ 쁘라테-ㄷ
   저는 외국에 유학가고 싶습니다.

   เขาไม่อยากไปไหน
   카오 마이 야-ㄱ 빠이 나이
   그는 아무데도 가고 싶어하지 않습니다.

2) คุณต้องการพบใคร
   쿤 떠-ㅇ 까-ㄴ 폽 크라이
   당신은 누구를 만나기를 원합니까?

   ดิฉันต้องการพบคุณปรีชา
   디 찬 떠-ㅇ 까-ㄴ 폽 쿤 쁘리차-
   저는 쁘리차씨를 만나고 싶습니다.

3) ผมตั้งใจจะไปเรียนต่อที่จุฬาฯ
   폼 땅 짜이 짜 빠이 리-안 떠- 티- 쭐라
   저는 쭐라에 유학가기로 결심했습니다.

4) เขาไม่ยอมไปเด็ดขาด

카오 마이 여-ㅁ 빠이 덴 카-ㄷ

그는 절대로 가려들지 않는다.

ลูกสาวผมไม่ยอมแต่งงาน

룩 싸-우 폼 마이 여-ㅁ 땡응아-ㄴ

내 딸은 결혼하려 들지 않는다.

예문

1) ในที่สุดเขาได้ตัดสินใจที่จะแต่งงานกับผู้หญิงคนนั้น

나이 티- 쑫 카오 다이 딴 씬 짜이 티 짜 땡 응아-ㄴ 깝 푸- 잉 콘 난

결국 그는 그 여자와 결혼하기로 결심했습니다.

2) ผมอยากจะไปจริง ๆ

폼 야-ㄱ 짜 빠이 찡찡

나는 정말로 가고 싶습니다.

3) คุณมีความประสงค์อย่างไรครับ

쿤 미 콰-ㅁ 쁘라쏭 양 라이 크랍

당신은 어떠한 바램을 갖고 있습니까?

4) เราไม่ปรารถนาจะไปรบกวนคุณ

라오 마이 쁘라-ㄷ 타 나- 짜 빠이 롭 꾸언 쿤

우리는 당신에게 폐를 끼치러 가고 싶지 않습니다.

5) พูดยังไง ๆ เขาก็ไม่ยอมเชื่อ

푸-ㄷ 양 응아이 양 응아이 카오 꺼 마이 여-ㅁ 츠-어

아무리 말해도 그는 믿으려 하지 않는다.

6) เขาทำไปโดยไม่ได้เจตนา

카오 탐 빠이 도-이 마이다이 쩯 따나-

그는 고의로 한 것은 아니다.

7) ผมไม่มีจุดมุ่งหมาย

폼 마이 미- 쭏 뭉 마-이

나는 목적이 없다.

8) ดิฉันต้องการพบคุณแดง

디찬 떠-ㅇ 까-ㄴ 폽 쿤 대-ㅇ

저는 댕씨를 만나고 싶습니다.

ไม่อยู่ครับ พอดีเขาออกไปข้างนอก

마이 유- 크랍. 퍼 디- 카오 어-ㄱ 빠이 카-ㅇ 너-ㄱ

안계십니다. 마침 그는 외출했습니다.

9) เขาแต่งงานแล้วหรือยัง

카오 땡응아-ㄴ 래-우 르-양

그는 결혼을 했습니까?

เขายังไม่ยอมแต่งงาน

카오 양 마이 여-ㅁ 땡 응아-ㄴ

그는 아직 결혼하려 하지 않습니다.

10) ผมใคร่จะขอความช่วยเหลือจากท่าน

폼 크라이 짜 커- 크와-ㅁ 추어이 르-어 짜-ㄱ 타-ㄴ

나는 당신으로부터 도움을 청하고 싶습니다.

11) เขาไม่กล้าไปคนเดียว

카오 마이 끌라- 빠이 콘 디여우

그는 감히 혼자 가지 못한다.

12) เขาแกล้งบอกว่าสินค้านี้ไม่ดี

카오 끌래-ㅇ 버-ㄱ 와- 씬 카- 니- 마이 디-

그는 고의로 이 상품이 좋지 않다고 말했다.

13) คุณอยากจะดื่มอะไร
    쿤 야-ㄱ 짜 드-ㅁ 아라이
    당신은 무얼 마시겠습니까?

   วิสกี้โซดา ไม่ใส่น้ำแข็ง
    위쓰끼- 쏘다- 마이 싸이 나-ㅁ 캥
    위스키 소다, 얼음은 넣지 않구요.

14) คุณอยากจะไปไหน
    쿤 야-ㄱ 짜 빠이 나이
    당신은 어디에 가고 싶습니까?

   ผมอยากจะไปดูหนัง
    폼 야-ㄱ 짜 빠이 두- 낭
    저는 영화구경 가고 싶습니다.

15) เรายังตกลงกันไม่เรียบร้อย
    라오 양 마이 똑 롱 깐 리압 러-이
    우리는 아직 잘 합의하지 못했습니다.

17. 소유, 존재의 표현

มี (미-)는 「소유하다, 존재하다」의 의미로 영어의 have와 유사한 동사로서 보통 목적어 앞에 놓인다. **อยู่** (유-)는 「존재하다, 거주하다, 생활하다」라는 동사로서 주어의 뒤에 오는 경우와 「~하고 있다」라는 조동사로서 동사의 뒤에(목적어가 있으면 타동사 + 목적어 + **อยู่**) 오는 경우가 있다.

1)
   เขามีเงิน   그는 돈이 있다.
    카오 미- 응의-ㄴ

ผมมีหนังสือ　　나는 책이 있다.
폼 미- 낭 쓰-

หนังสือพิมพ์มีไหม　　신문이 있습니까?
낭 쓰- 핌 미- 마이

ไม่มี　　없습니다.
마이 미-

คุณมีเงินทอนไหม　　당신은 거스름돈이 있습니까?
쿤 미- 응의-ㄴ 터-ㄴ 마이

ตอนนี้ไม่มีเงินย่อยเลย　　지금 잔돈이 없습니다.
떠-ㄴ 니-마이미- 응어-ㄴ 여이 릐이

คุณมีเพื่อนคนไทยไหม　　당신은 태국인 친구가 있습니까?
쿤 미- 프언 콘 타이마이

มีเยอะแยะ　　아주 많이 있습니다.
미- 여 얘

2) มี (미-)와 อยู่ (유-)

คุณวินัยอยู่บ้านไหม　　위나이씨 집에 계십니까?
쿤 위나이 유- 바-ㄴ 마이

ไม่อยู่　　안계십니다.
마이 유-

แถวนี้มีร้านขายหนังสือไหม　　이 부근에 서점이 있습니까?
태-우 니- 미- 라-ㄴ 카이 낭 쓰-마이

มี อยู่ที่โน่น 있습니다. 저기에 있습니다.

미- 유-티 노-ㄴ

มีคนคอยอยู่ที่นั่น 거기에 사람이 기다리고 있습니다.

미- 콘 커이 유 티- 난

มีสวนอยู่หน้าบ้าน 집 앞에 정원이 있습니다.

미 쑤언 유- 나-바-ㄴ

สวนอยู่หน้าบ้าน 정원이 집 앞에 있습니다.

쑤언 유- 나-바-ㄴ

3) 그 외 여러가지 표현

มีเพื่อนมาจากญี่ปุ่น 일본에서 친구가 왔습니다.

미- 프언 마- 짜-ㄱ 이- 뿐

มีอะไรดื่มไหม 무엇 좀 마실 것이 있습니까?

미- 아라이 드-ㅁ 마이

ที่กรุงเทพ ฯ มีโรงเรียนสอนภาษาจีนไหม

티 끄룽테-ㅂ 미- 롱리안 써-ㄴ 파 싸- 찌-ㄴ 마이

방콕에는 중국어를 가르치는 학교가 있습니까?

เขาเรียนอยู่ที่ไหน

카오 리 안 유- 티- 나이

그는 어디에서 공부하고 있습니까?

เขาเรียนอยู่ที่มหาวิทยาลัย

카오 리 안 유- 티- 마 하- 윋타야- 라이

그는 대학에 다니고 있습니다.

4) มี (미-)는 다른 말과 함께 여러가지 숙어로 표현되기도 한다.

มีธุระมาก 매우 바쁘다(용무가 많이 있다.)
미- 투 라 마-ㄱ

มีธุระอะไร 무슨 용무가 있습니까?
미- 투라 아라이

ไม่มีอะไร 아무 것도 없습니다.
마이 미- 아라이

เขามีชื่อเสียง 그는 명성이 있습니다.
카오 미-츠- 씨-앙

예문

1) **ของนี้มีขายที่ไหน**
커-ㅇ 니- 미 카-이 티- 나이
이 물건은 어디에서 팝니까?

2) **ท่านอยู่ที่ไหน**
타-ㄴ 유- 티- 나이
그분은 어디에 사십니까?

3) **คุณมีลูกกี่คน**
쿤 미- 루-ㄱ 끼- 콘
자녀가 몇 명 입니까?

4) **ผมไม่มีเวลาเรียนภาษาไทย**
폼 마이미- 웰라- 리안 파싸- 타이
저는 태국어 배울 시간이 없습니다.

5) เขาไม่มีเงินกินข้าว
카오 마이 미- 응의-ㄴ 낀 카우
그는 밥먹을 돈이 없습니다.

6) ไม่มีใครโทรมาหาคุณ
마이 미- 크라이 토- 마- 하- 쿤
당신에게 전화한 사람이 아무도 없습니다.

7) ที่นี่มีแสตมป์ขายไหม
티 니- 미- 싸 땜 카-이 마이
여기에서 우표를 팝니까?

8) มีเครื่องดื่มอยู่ในตู้เย็น
미- 크르엉 드-ㅁ 유- 나이 뚜 옌
음료수가 냉장고에 있습니다.

9) ขับรถไม่ดีมีอันตราย
캅 롣 마이 디- 미-안 따라이
운전을 잘못하면 위험합니다.

10) อยู่ดีกินดี
유- 디- 낀 디-
잘 먹고 잘 삽니다.

11) เมื่อวานนี้คุณไม่อยู่บ้านหรือ   ครับ ไม่อยู่
므어 와-ㄴ 니- 쿤 마이 유- 바-ㄴ 르-   크랍, 마이 유-
어제 당신은 집에 계시지 않았습니까? 네, 없었습니다.

12) มีใครโทรมาหาผมบ้างไหม
미- 크라이 토-마-하- 폼 바-ㅇ 마이
누가 나에게 전화를 한 사람이 있습니까?

คุณวินัยโทรมา
쿤 위나이 토마
위나이씨가 전화했었습니다.

13) ตู้ไปรษณีย์อยู่ที่ไหน   อยู่หน้าโรงแรม

뚜- 쁘라이 싸니- 유- 티- 나이   유- 나- 로-ㅇ 래-ㅁ

우체통이 어디에 있습니까?   호텔 앞에 있습니다.

18. 전치사

1) 소유, 소속을 나타내는 전치사

① **ของ**(커-ㅇ) ~의

소유, 소속을 표시하는 데 사용하며 보통 생략되는 때도 있다.

เสื้อผ้าของฉันอยู่ที่ไหน

쓰어 파 커-ㅇ 찬 유- 티- 나이

내 옷은 어디에 있습니까?

บ้าน(ของ)คุณอยู่ที่ไหน

바-ㄴ (커-ㅇ) 쿤 유-티- 나이

당신의 집은 어디에 있습니까?

② **ที่**(티-) ~에, 에서

장소를 나타내는 데에 사용한다.

กินข้าวที่ร้านอาหาร

킨 카우 티- 라-ㄴ 아하-ㄴ

음식점에서 밥을 먹는다.

เขาทำงานที่บริษัทก่อสร้าง

카오 탐 응아-ㄴ 티- 버리쌋 꺼-싸-ㅇ

그는 건설회사에 근무한다.

③ **ใน**(나이) ~에, ~안에

범위나 시기를 나타내는 데에 사용한다.

เขาพูดกันอยู่ในห้อง

카오 푸-ㄷ 깐 유- 나이 허-ㅇ

그는 방안에서 이야기 하고 있다.

ในเดือนมีนาคม

나이 드언 미- 나- 콤

3월달에

④ **เกี่ยวกับ**(끼 여우 깝) ~에 관하여

ผมชอบอ่านหนังสือเกี่ยวกับประวัติศาสตร์

폼 처-ㅂ 아-ㄴ 낭 쓰- 끼여우 깝 쁘라왇 띠 싸-ㄷ

나는 역사에 관한 책을 읽기를 좋아한다.(즐겨 읽는다)

⑤ **แห่ง**(해-ㅇ) ~의

지역이나 조직을 나타내는 데 사용.

มหาวิทยาลัยแห่งโซล

마 하- 윋타야 라이 행 쏘-ㄹ

서울의 대학

2) 위치, 장소를 나타내는 전치사

ที่ (티-), **ใน**(나이)가 주로 많이 사용되나 위치에 따라 **บน**(본) **หน้า**(나-) 등의 전치사가 있다.

มีหนังสืออยู่บนโต๊ะ 책상 위에 책이 있다.

미- 낭쓰- 유- 본 또

บ้านเขาอยู่ที่สุขุมวิท

바-ㄴ 카오 유- 티- 쑤쿰윋

그의 집은 쑤쿰윋에 있다.

ผมเคยเห็นเขาในโทรทัศน์

폼 커이 헨 카오 나이 토라탇

나는 그를 텔레비전에서 본 적이 있다.

ดิฉันพบเพื่อนหน้าโรงพยาบาล

찬 폽 프언 나-롱 파야바-ㄴ

나는 친구를 병원 앞에서 만났다.

3) 시간이나 시기를 나타내는 전치사

① 시각을 나타내는 때는 보통 전치사를 사용하지 않는다.

เขาตื่นเวลาหกโมงเช้าทุกวัน

카오 뜨-ㄴ 혹 모-ㅇ 차오 툭완

그는 매일 아침 6시에 일어난다.

② **เมื่อ** (므어-) 과거를 나타내는 표현에 주로 사용한다.

เขามาเมื่อวันเสาร์ที่แล้ว

카오 마- 므어- 완 싸오 티- 래-우

그는 지난 토요일에 왔습니다.

ได้รับจดหมายเมื่อสามวันก่อน

다이 랍 쫃 마-이 므어 싸-ㅁ 완 꺼-ㄴ

3일 전에 편지를 받았습니다.

③ **ใน** (나이)　~의 사이에, ~중에

기간을 나타낼 때 사용

เขาจะกลับมาในอาทิตย์หน้า

카오 짜 끌랍 마- 나이 아 틴 나-

그는 내주 중에 돌아올 것입니다.

④ **ภายใน** (파-이 나이)　~까지에, ~이내에

기한을 나타낼 때 사용

ผมจะกลับมาภายในครึ่งชั่วโมง

폼 짜 끌랍 마-파-이 나이 크릉 추어모-ㅇ

나는 반시간 내에 돌아오겠습니다.

โปรดทำให้เสร็จภายในเดือนนี้

쁘로-ㄷ 탐 하이 쎋 파-이 나이 드언 니-

이달 안에 끝내도록 해 주세요.

⑤ **ก่อน** (꺼-ㄴ)　~이전에, 먼저

ก่อนที่จะ (꺼-ㄴ 티- 짜)　~하기 전에, ~하기에 앞서

โปรดมาก่อนเที่ยง

쁘로-ㄷ 마- 꺼-ㄴ 티-앙

정오 이전에 와 주십시오.

เขาเรียนภาษาญี่ปุ่นก่อนที่จะไปญี่ปุ่น

카오 리안 파싸- 이-뿐 꺼-ㄴ 티- 짜 빠이 이-뿐

그는 일본에 가기 전에 일본어를 배웠습니다.

⑥ **หลัง** (랑) ~이후에

หลังจาก (랑 짜-ㄱ) ~한 이후에

โปรดกินยาหลังอาหาร
쁘로-ㄷ 낀 야-랑 아하-ㄴ
식후에 약을 드십시오.

หลังจากทานข้าวแล้วไปเดินเล่น
랑 짜-ㄱ 타-ㄴ 카우 래우 빠이 더-ㄴ 렌
식사를 하고 나서 산보하러 갔습니다.

⑦ **ตลอด** (딸러-ㄷ) ~하는 중에, 계속하여

ฝนตกตลอดวัน 하루 종일 비가 왔다.
훤 똑 딸러-ㄷ 완

⑧ **ทั้ง** (탕) 전부, 모두

เขาไปอยู่ต่างประเทศตลอดทั้งเดือน
카오 빠이 유- 따-ㅇ 쁘라테-ㄷ 딸러-ㄷ 탕 드언
그는 한달 내내 외국에 가 있습니다.

4) 구간, 기간을 나타내는 전치사

① **จาก** (짜-ㄱ) ~로부터

구간이나 기간의 기점을 나타내는 데에 사용

จากที่นี่ไปฮ่องกงใช้เวลากี่ชั่วโมง
짜-ㄱ 티니- 빠이 헝꽁 차이 웰라 끼- 추어 모-ㅇ
여기에서 홍콩가는 데 몇 시간 걸립니까?

คุณมาจากไหน 당신은 어디에서 오셨습니까?
쿤 마- 짜-ㄱ 나이

② **ตั้งแต่** (땅 때-) ~로부터

시간이나 기간의 기점을 나타내는 데에 사용

ปิดเทอมตั้งแต่พรุ่งนี้ 내일부터 방학입니다.
삗 틔-ㅁ 땅 때- 프룽니-

③ **ถึง** (틍) ~까지

시간이나 거리에 모두 사용

จากที่นี่ถึงเชียงใหม่ใช้เวลาเท่าไร
짜-ㄱ 티 니- 틍 치앙마이 차이 웰라- 타오라이
여기서 치앙마이까지는 시간이 얼마나 걸립니까?

เรียนตั้งแต่กี่โมงถึงกี่โมง
리안 땅 때- 끼- 모-ㅇ 틍 끼- 모-ㅇ
몇 시부터 몇 시까지 공부합니까?

④ **ระหว่าง - กับ** (라 와-ㅇ 깝) ~와 ~사이에

거리의 구간을 나타냄.

บ้านผมอยู่ระหว่างถนนสาธรกับถนนสีลม
바-ㄴ 폼 유 라 와-ㅇ 타 논 싸-턴 깝 타 논 씨-롬
저희집은 싸턴과 씨롬 사이에 있습니다.

5) 방향, 대상을 나타내는 전치사

① 운동의 방향을 나타내는 경우에는 보통 전치사를 잘 사용하지 않는다.

จะไป(ที่)ไหน
짜 빠이(티-) 나이

어디에 가십니까?

ไปเที่ยว(ที่)บางแสน
빠이 티여우(티-) 방 쌔-ㄴ

방쌘에 놀러 갑니다.

② **ให้**(하이), **แก่**(깨-) ~에게

「~에게 ~하다」 등 수여의 방향을 나타내는 경우에 사용

เขาซื้อนาฬิกาให้(แก่)ผม
카오 쓰- 나리까- 하이(깨-) 폼
그는 나에게 시계를 사 주었습니다.

③ **กับ**(깝) ~와, ~과, ~에

ไปดูหนังกับเพื่อน
빠이 두-낭 깝 프언
친구와 영화구경 갔습니다.

บ้านผมอยู่ใกล้กับสวนลุม ฯ
바-ㄴ 폼 유- 끌라이 깝 쑤언 룸
저희 집은 룸피니공원 근처에 있습니다.

ของนั้นต้องวางกับพื้น
커-ㅇ 난 떠-ㅇ 와-ㅇ 깝 프-ㄴ
그 물건은 바닥에 놓아야 합니다.

④ **ต่อ** (떠-)　~에, ~에 대하여

대상이나 단위를 나타내는 데에 사용.

เขาสุภาพต่อทุกคน　그는 모든 사람에게 예절 바릅니다.
카오 쑤 파-ㅂ 떠- 툭 콘

รถทัวร์วิ่งร้อยกว่ากิโลต่อชั่วโมง
롣 투어 윙 러-이 끄와- 낄로- 떠- 추어모-ㅇ
관광버스는 시속 100킬로 이상으로 달립니다.

6) 목적이나 대상을 나타내는 전치사

① **เพื่อ** (프어-)　~를 위하여, ~하기 위해

목적을 나타내는 데에 사용

เก็บเงินเพื่อไปเที่ยว　놀러가기 위해 돈을 모읍니다.
껩 응의-ㄴ 프어 빠이 티여우

กินเพื่ออยู่　살기 위해 먹습니다.
낀 프어- 유-

ผมมาที่นี่เพื่อจะพบกับคุณ
폼 마-티니- 프어- 짜 폽 깝 쿤
나는 당신을 만나기 위해 여기에 왔습니다.

② **สำหรับ** (쌈 랍)　~하기 위해(용도), ~하는 용으로, ~로서는

사용 목적이나 대상을 한정하는 경우에 사용

น้ำนี้สกปรกไม่เหมาะสำหรับดื่ม
나-ㅁ 니- 쏙 까 쁘록 마이 머 쌈랍 드-ㅁ
이 물은 불결하여 마시기에 적합하지 않습니다.

ซื้อมาสำหรับคุณ

쓰- 마- 쌈 랍 쿤

당신을 위해(당신용으로) 사왔습니다.

สำหรับวันนี้สอนแค่นี้

쌈 랍 완니- 써-ㄴ 캐 니-

오늘 가르치는 것은 이정도 뿐입니다.

สำหรับดิฉันวันเสาร์สะดวกที่สุด

쌈 랍 디찬 완 싸-오 싸 두-억 티- 쑫

저로서는 토요일이 가장 편리합니다.

③ **เฉพาะ** (차 퍼) ~만, ~뿐

한정하는 경우에 사용

วันเสาร์ทำงานเฉพาะตอนเช้า

완 싸 오 탐응아-ㄴ 차 퍼 떠-ㄴ 차오

토요일에는 아침에만 일합니다.

เขาขยันเรียนเฉพาะตอนก่อนสอบ

카오 카얀 리안 차 퍼 떠-ㄴ 꺼-ㄴ 써-ㅂ

그는 시험 전에만 열심히 공부합니다.

④ **สู่** (쑤-), **ยัง** (양) ~로 향하여, ~으로

กลับสู่บ้านเกิดเมืองนอน

끌랍 쑤- 바-ㄴ 끠-ㄷ 므엉 너-ㄴ

고향으로 돌아가다.

มายังบ้าน 집으로 오다.

마-양 바-ㄴ

7) 수단, 방법, 도구, 재료를 나타내는 전치사

① **ด้วย** (두어이) ~으로, ~을 사용하여

　도구나 재료를 나타낼 때 사용

　คนไทยทานข้าวด้วยช้อนส้อม
　콘 타이 타-ㄴ 카우 두어이 처-ㄴ 써-ㅁ
　태국사람은 숟가락과 포크로 식사를 한다.

　โต๊ะตัวนี้ทำด้วยไม้
　또 뚜어 니-탐 두어이 마이
　이 책상은 나무로 만들었다.

② **โดย** (도-이) ~에 의해

　수단이나 방법을 나타내는 경우에 사용.

　ไปโดยเครื่องบิน　　　비행기로 가다.
　빠이 도-이 크르엉 빈

　ซื้อโดยเงินผ่อน　　　할부로 사다.
　쓰- 도-이 응의-ㄴ 퍼-ㄴ

③ **ตาม** (따-ㅁ) ~에 의해, ~를 따라, ~대로

　โปรดอ่านตามผม
　쁘로-ㄷ 아-ㄴ 따-ㅁ 폼
　나를 따라 읽으세요.

　ไปตามถนนนี้แล้วเลี้ยวขวา
　빠이 따-ㅁ 타논니- 래우 리여우 크와-
　이 길을 따라 가서 오른쪽으로 돌아가세요.

④ **ทาง** (타-ㅇ)   ~에 의해, ~를 통하여

   ส่งทางอากาศ   항공편으로 보내다.
   쏭 타-ㅇ 아까-ㄷ

   ไปสิงคโปร์ทางรถไฟ   기차편으로 싱가폴에 가다.
   빠이 씽 카 뽀- 타-ㅇ 롣 화이

⑤ **เป็น** (뻰)   ~으로

   จงแปลเป็นภาษาเกาหลี   한국어로 번역하시오.
   쫑 쁠래- 뻰 파 싸- 까올리-

   เซ็นชื่อเป็นภาษาอังกฤษ   영어로 서명하시오.
   쎈 츠- 뻰 파 싸- 앙끄릳

8) 기타의 전치사

   ① **นอกจาก** (너-ㄱ 짜-ㄱ)   ~이외에, ~를 제외하고

   เขาทานได้ทุกอย่างนอกจากปลาดิบ
   카오 타-ㄴ 다이 툭 야-ㅇ 너-ㄱ 짜-ㄱ 쁠라- 딥
   그는 생선회 이외에는 모두 먹을 수 있습니다.

   นอกจากนี้แล้วยังมีอะไรบ้าง
   너-ㄱ 짜-ㄱ 니- 래우 양 미 아라이 바-ㅇ
   이외에 무엇이 있습니까?

   ② **เพราะ** (프러)   ~때문에, ~으로

   เพราะเป็นโรค   병으로
   프러 뻰 로-ㄱ

เพราะมีธุระด่วน 급한 용무로
프러 미-투라 두언

③ **เนื่องจาก** (느엉 짜-ㄱ) ~로 인하여, ~로 기인하여

เนื่องจากเกิดสงคราม 전쟁의 발발로 인하여
느엉 짜-ㄱ 끄-ㄷ 쏭 크라-ㅁ

④ **ริม** (림) 가장자리

อยู่ริมคลอง 운하의 가장자리에 있다.
유-림 클러-ㅇ

9) 전치사의 생략

전치사는 오해가 생길 염려가 없는 경우, 또는 관용구화하는 것 등에 생략하게 된다.

มา(ที่)นี่หน่อย 이리 좀 오세요.
마(티-) 니- 너이

ไป (ที่)ไหนมา 어디에 갔다 오십니까?
빠이(티-) 나이 마-

ถึง(ที่) กรุงเทพ ฯแล้ว 방콕에 도착했습니다.
틍(티) 끄룽테-ㅂ 래-우

กลับ(สู่,ยัง,ที่,ถึง) บ้านแล้ว 집에 돌아왔습니다.
끌랍(쑤-, 양, 티-, 틍) 바-ㄴ 래-우

นอน(บน) เตียง 침대에서 자다.
너-ㄴ(본) 띠-앙

นั่ง(บน)เก้าอี้ 낭(본) 까오이-	의자에 앉다.
ว่าย(ใน)น้ำ 와-이(나이) 나-ㅁ	수영하다.
เดิน(ตาม)ถนน 더-ㄴ(따-ㅁ)타 논	길을 걷다.
ไป(เพื่อ)ซื้อบุหรี่ 빠이(프어) 쓰- 부리-	담배 사러 가다.
กิน(เป็น)โต๊ะ 낀(뻰) 또	상으로 먹다 (요리를 상으로 주문하여)
กิน(ด้วย)ตะเกียบ 낀(두어이) 따끼압	젓가락으로 먹다.
กิน(ด้วย)ช้อนส้อม 낀(두어이) 처-ㄴ 써-ㅁ	숟가락과 포크로 먹다.

예문

1) **พระพุทธรูปในสมัยอยุธยา**
   프라 풋 타 루-ㅂ 나이 사마이 아유타야-
   아유타야 시대에 불상

2) **เขียนด้วยปากกา**
   키-안 두어이 빠-ㄱ 까-
   펜으로 쓰다.

3) **อ่านในหนังสือพิมพ์**
   아-ㄴ 나이 낭 쓰- 핌
   신문에서 읽다.

4) เมื่ออายุ 15 ปี
므어 아유 씹 하- 뻬-
15세에

5) ซื้อมา 3 บาท
쓰- 마- 싸-ㅁ 바-ㄷ
3밧에 사오다.

6) ให้ร้อยบาทแก่เขา
하이 러-이 바-ㄷ 깨- 카오
그에게 100밧을 주다.

7) ยื่นคำร้องต่อรัฐมนตรี
이은 캄 러-ㅇ 떠-랃타 몬뜨리-
장관에게 청원서를 제출하다.

8) ทำงานเพื่อลูกเมีย
탐 응아-ㄴ 프어 루-ㄱ 미-아
처자식을 위하여 일하다.

9) ไม่ได้มาเพราะป่วย
마이 다이 마- 프러 뿌어이
아파서 오지 못했다.

10) ตื่นแต่ตีสี่
뜨-ㄴ 때- 띠- 씨-
새벽 4시에 일어났다.

11) รักกันจนกว่าจะตายจากกัน
락 깐 쫀 끄와- 짜 따-이
사별할 때까지 사랑하다.

12) ไนล่อนทำจากน้ำมัน
나이 러-ㄴ 탐 짜-ㄱ 나-ㅁ 만
나일론은 석유로 만든다.

13) เขาอยู่หน้าวัด 그는 절 앞에 있다.

카오 유- 나- 왇

14) ทำตามกฎหมาย

탐 따-ㅁ 끋 마-이

법에 따라 처리하다.

15) ผมเขียนจดหมายไปถึงเขาฉบับหนึ่ง

폼 키-안 쫃 마-이 빠이 틍 카오 차밥 능

나는 그에게 편지 한통을 썼습니다.

16) นอกจากเขาคนเดียวไม่มีใครทำได้

너-ㄱ 짜-ㄱ 카오 콘 디여우 마이 미 크라이 탐 다이

그 한사람 이외에는 아무도 할 수 있는 사람이 없다.

17) ไปโดยเครื่องบินสะดวกกว่าโดยรถไฟ

빠이 도-이 크르엉 빈 싸 두억 끄와- 도이 롣 화이

비행기로 가는 것이 기차를 타고 가는 것보다 편리하다.

18) การก่อสร้างของถนนสายนี้คงจะเสร็จสิ้นลงภายในปีนี้

까-ㄴ 꺼- 싸-ㅇ 커-ㅇ 타 논 싸-이 니- 콩짜 쎋 씬롱

파-이 나이 삐-니-

이 도로공사는 금년내에 끝낼 것이다.

19) คุณต้องยื่นใบสมัครต่อสมาคมก่อนวันที่ 5

쿤 떠-ㅇ 이은 바이 싸막 떠- 싸마- 콤 꺼-ㄴ 완 티- 하-

당신은 5일전에 협회에 지원서를 제출해야 합니다.

20) จากกรุงเทพฯ ไปถึงพัทยาโดยรถทัวร์ใช้เวลาเท่าไร

짜-ㄱ 끄룽테-ㅂ 빠이 틍 팟타야 도-이 롣 투어 차이

웰라- 타오라이

방콕에서 팟타야까지 가는 데 관광버스로 얼마나 걸립니까?

21) ซื้อโดยเงินผ่อนย่อมแพงกว่าซื้อโดยเงินสด

쓰- 도-이 응와-ㄴ 퍼-ㄴ 여-ㅁ 패-ㅇ 끄와- 쓰- 도이 응와-ㄴ 쏫

할부로 사면 현금으로 사는 것보다 비싼 것은 당연하다.

22) ที่บ้านเรามีแขกมาตลอดวัน

티- 바-ㄴ 라오 미 캐-ㄱ 마- 딸러-ㄷ 완

우리 집에는 하루 종일 손님이 온다.

23) คุณเรียนภาษาไทยเพื่ออะไร

쿤 리-안 파 싸- 타이 프어- 아라이

당신은 무엇을 위해 태국어를 배웁니까?

เรียนเพื่อจะทำงานในเมืองไทย

리-안 프어- 짜 탐 응아-ㄴ 나이 므엉 타이

태국에서 일하기 위해 배웁니다.

24) คุณทานอาหารไทยเป็นไหม

쿤 타-ㄴ 아하-ㄴ 타이 뻰 마이

당신은 태국 음식을 드실 수 있습니까?

ทานเป็นทุกอย่างนอกจากผักชี

타-ㄴ 뻰 툭 야-ㅇ 너-ㄱ 짜-ㄱ 팍치-

팍치 외에는 모두 먹을 수 있습니다.

25) ทำไมคุณเลิกสูบบุหรี่

탐 마이 쿤 릐-ㄱ 쑤-ㅂ 부리-

왜 당신은 담배를 끊었습니까?

เพราะว่าให้โทษต่อสุขภาพ

프러 와- 하이 토-ㄷ 떠- 쑥 카 파-ㅂ

왜냐하면 건강에 해롭기 때문입니다.

26) เขาเก็บเงินสำหรับอะไร

카오 껩 응어-ㄴ 쌈 랍 아라이

그는 무엇하려고 돈을 저축합니까?

เขาเก็บเงินสำหรับแต่งงาน

카오 껩 응어-ㄴ 쌈 랍 땡 응의-ㄴ

그는 결혼하려고 돈을 저축합니다.

27) ช่วยบอกทางไปสถานีรถไฟหน่อย

추어이 버-ㄱ 타-ㅇ 빠이 싸 타-니 롣 화이 너-이

기차역에 가는 길 좀 가르쳐 주십시요.

ตรงไปตามถนนนี้แล้วอยู่ด้านขวามือครับ

뜨롱 빠이 따-ㅁ 타논 니- 래우 유- 단-ㄴ 크와-므 크랍

이 길을 따라 똑바로 가면 우측에 있습니다.

28) คุณจะไปดูหนังกับใคร

쿤 짜 빠이 두-낭 깝 크라이

당신은 누구와 영화구경 가시겠습니까?

จะไปกับลูกๆ

짜 빠이 깝 룩 루-ㄱ

애들과 가겠습니다.

19. 접속사

1) 병렬의 접속사

① และ(래) ~와, ~과, 그리고

ผมเลี้ยงแมวและสุนัขที่บ้าน
폼 리-앙 매-우 래 쑤 낙 티 바-ㄴ
나는 집에서 개와 고양이를 기른다.

เขารูปหล่อและใจดี
카오 루-ㅂ 러- 래 짜이 디-
그는 미남이고 마음이 좋다.

ฝนตกหนักและลมพัดแรง
훤 똑 낙 래 롬 팓 래-ㅇ
비가 몹시 내리고 바람도 세차게 분다.

② กับ(깝) ~와, ~과

ผมกับเขาเป็นเพื่อนกัน 나와 그는 친구사이 이다.
폼 깝 카오 뻰 프언 깐

ผมกับเขาเป็นคนครอบครัวเดียวกัน
폼 깝 카오 뻰 콘 크러-ㅂ 크루어 디여우깐
나는 그와 한 가족이다.

③ ก็(꺼) ~도

เขาก็จะไปเหมือนกัน 그 사람도 역시 갈 것이다.
카오 꺼 짜 빠이 므언깐

มาก็ได้ไม่มาก็ได้ 와도 좋고 안와도 좋다.
마- 꺼 다이 마이 마- 꺼 다이

④ **ก็ดี** (꺼 디-)　~도 좋다, ~이든 ~이든

ชายก็ดีหญิงก็ดีต้องไปทั้งนั้น
차-이 꺼디- 잉 꺼디- 떠-ㅇ 빠이 탕 난
남자이든 여자이든 모두 가야 한다.

อาหารก็ดีเครื่องดื่มก็ดีควรเตรียมไว้ให้พอ
아하-ㄴ 꺼디- 크르엉 드-ㅁ 꺼디- 쿠언 뜨리암 와-이 하이 퍼-
음식이건, 음료수이건 넉넉히 준비해야 한다.

⑤ **ทั้ง-และ** (탕 ~ 래)　양쪽 모두의, 둘다의

เขามีทั้งบ้านและรถยนต์
카오 미 탕 바-ㄴ 래 롣 욘
그는 집도 차도 모두 있다.

ร้านนี้ทั้งอร่อยและถูกด้วย
라-ㄴ 니- 탕 아러이 래 투-ㄱ 두어이
이 음식점은 맛도 있고 싸기도 하다.

⑥ **และอื่นๆอีก** (래 은 으-ㄴ 이-ㄱ)
　และ-เป็นต้น (래 ~ 뻰 똔)　~이랑, 기타 등등

มีอาหารหลายอย่างเช่นปลา กุ้ง ไก่และอื่นๆอีก
미- 아하-ㄴ 라-이 야-ㅇ 첸 쁘라- 꿍, 까이 래 은으-ㄴ 이-ㄱ
여러가지 음식이 있는데 예를 들면 생선, 새우, 닭고기 기타 등등이 있다.

2) 선택을 나타내는 접속사

① **หรือ** (르-) ~입니까, 또는

คุณหรือเขาต้องไปคนหนึ่ง

쿤 르- 카오 떠-ㅇ 빠이 콘 능

당신이든가 그사람이든가 한 사람이 가야 합니다.

คุณจะทำงานหรือว่าจะคุยกัน

쿤 짜 탐 응아-ㄴ 르- 와- 짜 쿠이깐

일을 할 겁니까? 얘기를 할 겁니까?

② **แล้วแต่** (래-우 때-) ~ 에 달려 있다

จะไปหรือไม่ไปก็แล้วแต่คุณ

짜 빠이르- 마이 빠이 꺼- 래-우 때 쿤

갈 것인지 안갈 것인지는 당신이 하기에 달려 있습니다.

จะเอาอย่างไงก็แล้วแต่จะตกลงกัน

짜 아오 양 응아이 꺼 래-우 때 짜 똑 롱 깐

어떻게 할 것인지는 합의하기에 달려있다.

3) 말을 바꾸어 주는 접속사

① **กล่าวคือ** (끄라-우 크-) 말하자면~, 즉~

ธงชาติไทยมีความหมายสามอย่างกล่าวคือ ชาติ ศาสนา และพระมหากษัตริย์

통 차-ㄷ 타이 미- 크왐 마-이 싸-ㅁ 야-ㅇ 끄라우크- 차-ㄷ, 싸-ㄷ 싸나- 래 프라마하- 까쌋

태국 국기는 세가지 의미가 있는데 즉 국가, 종교와 국왕을 말한다.

② **ได้แก่** (다이 깨) 즉

เมืองไทยมีสามฤดูได้แก่ ฤดูร้อน ฤดูฝน และฤดูหนาว

므엉 타이 미-싸-ㅁ 르두- 다이 깨- 르두- 러-ㄴ 르두- 훤 래 르두- 나-우

태국에는 세계절이 있는데, 즉 여름, 우기 겨울이다.

③ **คือ** (크-) 즉 ~이다

เมืองหลวงของประเทศไทยคือ กรุงเทพ ฯ

므엉 루 엉 커-ㅇ 쁘라테-ㄷ 타이 크- 끄룽테-ㅂ

태국의 수도는 방콕이다.

วัดที่เห็นอยู่ที่โน่นคือวัดอรุณฯ

왇 티 헨 유- 티- 노-ㄴ 크- 왇 아룬

저기 보이는 사원이 바로 아룬 사원이다.

4) 시간, 순서의 접속사

① **แล้ว, แล้วก็** (래-우, 래-우 꺼) ~하면서, 그리고나서

ตรงไปแล้วเลี้ยวซ้าย

뜨롱 빠이 래-우 리 여우 싸-이

똑바로 가서 좌회전 하시오.

ผมอ่านหนังสือพิมพ์แล้วทานอาหารเช้า

폼 아-ㄴ 낭 쓰-핌 래-우 타-ㄴ 아하-ㄴ 차-오

나는 신문을 읽고 그리고 나서 아침식사를 합니다.

ดูโทรทัศน์แล้วก็นอน

두- 토라탇 래-우 꺼 너-ㄴ

텔레비전을 보고 나서 잠을 잤습니다.

② **ก่อนที่** (꺼-ㄴ 티-) ~하기에 앞서, ~의 앞에

เขาตายก่อนที่หมอจะมา

카오 따-이 꺼-ㄴ 티- 머-짜 마-

그는 의사가 오기 전에 죽었다.

③ **หลังจาก** (랑 짜-ㄱ) ~이후에

หลังจากเกิดอุบัติเหตุครั้งนั้นแล้วเขาไม่ขับรถอีกเลย

랑 짜-ㄱ 꺼-ㄷ 우 받 띠 헤-ㄷ 크랑 난 래-우 카오 마이 캅 롣 이-ㄱ 러-이

저번에 사고를 낸 후에 그는 다시는 운전을 하지 않는다.

④ **จน, จนกว่า** (쫀, 쫀 끄와-) ~하기까지, 너무 ~해서 ~하다

จงฝึกจนกว่าจะเป็น

쫑 혹 쫀 끄와- 짜 뻰

할 수 있을 때까지 연습하시오.

เขาอยู่ที่นี่จนตาย

카오 유-티 니- 쫀 따-이

그는 죽을 때까지 여기에 살았다.

เขาคอยจนฝนหยุดตก

카오 커-이 쫀 훤 윧똑

그는 비가 그칠 때까지 기다렸다.

ผมหิวข้าวมากจนเดินไม่ได้

폼 히우 카우 마-ㄱ 쫀 더-ㄴ 마이 다이

나는 몹시 배가 고파 걸을 수가 없다.

⑤ **เมื่อ** (므-어) ~할 때에, ~의 때

เขาแต่งงานเมื่อยังเป็นนักเรียน

카오 땡 응아-ㄴ 므-어 양 뻰 낙 리-안

그는 아직 학생이었을 때에 결혼하였다.

⑥ **ขณะที่** (카나 티-) ~하고 있을 때에

อย่าขับรถเร็วขณะที่ฝนตก

야- 캅 롣 레우 카나티- 흰 똑

비가 올 때는 운전을 빨리 하지 마시오.

พ่อเขาเสียขณะที่เขาเรียนอยู่ที่สหรัฐ

퍼- 카오 씨-아 카나티 카오 리안 유 티- 싸 하랕

그가 미국에서 유학 당시 그의 아버지가 돌아가셨다.

5) 반의 접속사

แต่ (때-), **แต่ว่า** (때-와-), **แต่ก็** (때 꺼) ~이지만, 그러나, ~인데도

เขาปากร้ายแต่ใจดี

카오 빠-ㄱ 라이 때- 짜이 디-

그는 험담은 하지만 마음은 좋다.

ดิฉันอยากไปเรียนต่อที่เมืองนอก แต่ว่าพ่อแม่ไม่ยอมให้ไป

디 찬 야-ㄱ 빠이 리-안 떠- 티- 므엉 너-ㄱ 때-와- 퍼- 매-마이 여-ㅁ 하이 빠이

나는 외국에 유학을 가고 싶지만 부모님이 허락을 안하신다.

อธิบายแล้วแต่ก็ยังไม่เข้าใจ

아 티 바-이 래우 때- 꺼 양 마이 카오 짜이

설명을 했지만 아직 이해를 못하겠다.

6) 양보의 접속사

① **ถึง** (틍), **แม้** (매-), **แม้ว่า** (매- 와-) **ถึงแม้** (틍 매-) **ถึงแม้ว่า** (틍 매- 와) 비록 ~일지라도, 비록 ~할지라도

ถึงฝนจะตกก็ต้องไปให้ได้

등 훤짜 똑 꺼 떠-ㅇ 빠이 하이 다이

비가 오더라도 꼭 가겠습니다.

ถึงเขาแก่แล้วก็ยังแข็งแรง

등 카오 깨- 래-우 때- 꺼 양 캥 래-ㅇ

그는 비록 늙었지만 아직 강건하다.

ถึงแม้ว่าเขาอยู่เมืองไทยหลายปีแล้วแต่ก็ยังพูดไทยไม่ค่อยได้

등 매-와- 카오 유- 므엉 타이 라-이 삐-래우 때-꺼 양 푸-ㄷ 타이 마이 커이 다이

비록 그가 태국에서 수년간 살았지만 아직도 태국말을 별로 못 한다.

② **แม้แต่** (매- 때-) ~조차도, ~까지도

แม้แต่บาทเดียวก็ไม่มี

매- 때- 바-ㄷ 디여우 꺼 마이 미-

일 밭(Baht) 조차도 없다.

③ **ก็จริงแต่** (꺼 찡 때-) ~도 사실이지만, 그러나 꽤

แพงก็จริงแต่คุณภาพดี

패-ㅇ 꺼 찡 때 쿤나파-ㅂ 디-

비싼 것도 사실이지만 품질은 좋다.

④ **อย่างไรก็ตาม** (양 라이 꺼 따-ㅁ)
อย่างไรก็ดี (양 라이 꺼 디-) 하여튼 간에, 어쨌든 간에

อย่างไรก็ตามผมจะติดต่อกับคุณอีกครั้งหนึ่ง

양 라이 꺼 따-ㅁ 폼 짜 띧 떠- 깝 쿤 이-ㄱ 크랑 능

어쨌든 간에 또 다시 한번 당신에게 연락하겠습니다.

7) 원인, 이유의 접속사

เพราะ (프러) **เพราะว่า** (프러 와-) **เนื่องจาก** (느-엉 짜-ㄱ)
~때문에, ~으로 인하여

เขาออกจากบริษัทเพราะว่า เบื่องานที่ทำ
카오 어-ㄱ 짜-ㄱ 버리쌋 프러 와- 브-어 응안 티- 탐
그는 업무에 염증을 느껴 회사를 그만두었다.

เนื่องจากฝนตกหนักจึงทำงานไม่ได้
느-엉 짜-ㄱ 휜 똑 낙 쯩 탐 나- 마이 다이
비가 세차게 내려서 일을 할 수 없다.

8) 결과의 접속사

① **จึง** (쯩) 그러므로

รถติดมากผมจึงมาสาย
롯 띧 마-ㄱ 폼 쯩 마- 싸-이
교통이 혼잡하여 지각을 했습니다.

ผมไม่ได้เข้าประชุมจึงไม่ทราบรายละเอียด
폼 마이 다이 카오 쁘라춤 쯩 마이 싸-ㅂ 라-이 라이 앋
나는 회의에 참석하지 않아서 자세한 것은 모르겠습니다.

② **ก็** (꺼) ~이면 ~이다

ไม่อยากไปก็กลับบ้านเถอะ
마이 야-ㄱ 빠이 꺼 끌랍 바-ㄴ 틔
가고 싶지 않으면 집으로 돌아가시오.

ตรงไปก็จะเห็นสี่แยก 곧장 가면 네거리가 보입니다.
뜨롱 빠이 꺼- 짜 헨 씨- 얘-ㄱ

③ **ฉะนั้น** (차 난) **เพราะฉะนั้น** (프러차난) **ดังนั้น** (당 난)
그러므로, 이에

คนจีนขยันเพราะฉะนั้นประเทศจึงเจริญ
콘 찌-ㄴ 카얀 프러 차 난 쁘라 테-ㄷ 쯩 짜러-ㄴ
중국사람은 부지런하므로 국가가 발전합니다.

9) 가정, 조건의 접속사

① **ถ้า** (타-) **ถ้าหากว่า** (타-하-ㄱ 와-) **สมมุติว่า** (쏨 묻 와-)
만약 ~이면

ถ้าคุณไป เขาก็จะไปด้วย
타-쿤 빠이 카오 꺼 짜 빠이 두어이
당신이 간다면 그도 갈 것입니다.

ถ้าหากมีเวลา กรุณามาเที่ยว
타-하-ㄱ 미웰라- 까루나 마- 티여우
시간이 있으시면 놀러 오십시요.

สมมุติว่าคุณเป็นผู้จัดการ คุณจะทำยังไง
쏨 묻와- 쿤 뻰 푸 짠 까-ㄴ 쿤 짜- 탐 양 응아이
당신이 매니저라면 어떻게 하시겠습니까?

② **มิฉะนั้น** (미 차 난) 그렇지 않으면

คุณควรซื้อ มิฉะนั้นจะเสียใจภายหลัง
쿤 쿠언 쓰- 미 차 난 짜 씨-아 짜이 파-이 랑
당신은 사야합니다. 그렇지 않으면 나중에 후회할 것입니다.

③ **เว้นแต่** (웨-ㄴ 때-) ~을 제외하고

เขาคงมา เว้นแต่จะป่วย

카오 콩 마- 왠 때- 짜 뿌어이

그는 아프지만 않으면 올 것입니다.

④ **ยิ่ง - ยิ่ง** (잉 ~ 잉) ~하면 ~할수록 더욱 ~하다

ยิ่งเร็วยิ่งดี 빠르면 빠를수록 좋습니다.

잉 레우 잉 디-

ยิ่งเรียนยิ่งเก่ง 배우면 배울수록 더욱 잘합니다.

잉 리-안 잉 껭

예문

1) **เขารูปหล่อและใจดีด้วย**

카오 루-ㅂ 러- 래 짜이 디- 두어이

그는 미남이며 친절하기도 하다.

2) **ผลไม้หรือของหวาน**

폰 라 마-이 르- 커-ㅇ 와-ㄴ

과일이나 디저트

3) **อาหารก็ดี เหล้าก็ดี**

아 하-ㄴ 꺼- 디- 라오 꺼 디-

음식도 좋고 술도 좋다.

4) **ขึ้นอยู่กับเงิน**

큰유-깝 응의-ㄴ

돈에 달려 있다.

5) **หลังจากแปรงฟันแล้วก็เข้านอน**

랑 짜-ㄱ 쁘래-ㅇ 환 래-우 꺼 카오 너-ㄴ

이를 닦고 나서 잠자리에 들었다.

6) สายตาสั้นจึงต้องใส่แว่นตา
싸-이따- 산 쯩 떠-ㅇ 싸이 왜-ㄴ 따-
근시라 안경을 쓰지 않으면 안된다.

7) เขาป่วยเพราะฉะนั้นจึงมาไม่ได้
카오 뿌어이 프러차난 쯩 마- 마이 다이
그는 아파서 올 수 없었다.

8) ต้องไม่ไปที่ไหนจนกว่าฉันจะกลับมา
떠-ㅇ 마이 빠이 티-나이 쫀 끄와- 찬 짜 끌랍 마-
내가 돌아올 때까지 아무데도 가서는 안됩니다.

9) เขาพูดเร็วจนไม่เข้าใจ
카오 푸-ㄷ 레우 쫀 마이 카오 짜이
그는 말이 너무 빨라서 알아들을 수 없다.

10) ผมเหนื่อยมากจนนอนไม่หลับ
폼 느어이 마-ㄱ 쫀 너-ㄴ 마이 랍
나는 너무 피곤하여 잠을 못 이루었다.

11) ไปหรือไม่ไปก็ขึ้นอยู่กับเวลา
빠이 르- 마이 빠이 꺼 큰 유- 깝 웰라
갈 것인지 안갈 것인지는 시간에 달려 있다.

12) เขาเรียนภาษาไทยก่อนที่จะมาเมืองไทย
카오 리-안 파 싸- 타이 꺼-ㄴ 티 짜 마- 므엉 타이
그는 태국에 오기전에 태국어를 배웠다.

13) รีบหน่อยมิฉะนั้นคุณจะไม่ทันรถไฟ
리-ㅂ 너이 미차 난 쿤 짜 마이 탄 롣 화이
서두르시오. 그렇지 않으면 기차시간을 대지 못할 겁니다.

14) ถ้าฝนตกก็จะไม่ไปเที่ยว

타- 휜 똑 꺼 짜 마이 빠이 티여우

비가 온다면 놀러가지 않겠다.

15) ตรงไปถนนนี้ก็จะเห็นไปรษณีย์กลาง

뜨롱 빠이 타논 니- 꺼 짜 헨 쁘라이싸니- 끄라-ㅇ

이 길을 똑바로 가면 중앙우체국이 보일 것입니다.

20. 관계대명사

관계대명사는 명사나 구(句)의 뒤에 **ที่**(티)를 넣어 문장을 접속시켜 주고 뒤에 오는 절(節)이 앞의 명사나 구를 수식하는데, 관계대명사로는 **ที่**(티)가 가장 많이 쓰이고, 보통의 문어적인 표현으로는 **ซึ่ง**(씅)이나 **อัน**(안)을 사용한다. 한편 …하는 일(것)의 경우에는 **การที่จะ**(까-ㄴ 티 짜)를 사용하며, 오해가 생길 우려가 없는 경우에는 관계대명사를 생략하는 일도 많다. 태국의 관계대명사는 영어의 that나 what에 해당하며 인칭 · 수 · 격에 의해 변화하지 않는다.

1) ผู้ที่จะไปเรียนญี่ปุ่นต้องเรียนภาษาญี่ปุ่น

푸 티 짜 빠이 리-안 이-뿐 떠-ㅇ 리-안 파싸- 이-뿐

일본에 유학하려는 자는 일본어를 배워야 합니다.

2) ผู้ซึ่งกระทำผิดต้องถูกลงโทษ

푸- 씅 끄라 탐 핃 떠-ㅇ 투-ㄱ 롱 토-ㄷ

잘못을 저지른 자는 형벌을 받아야 합니다.

3) รถทัวร์ที่จะไปภูเก็ตออกกี่โมง

론 투어 티- 짜 빠이 푸껟 어-ㄱ 끼- 모-ㅇ

푸껟 가는 관광버스는 몇 시에 떠납니까?

4) เสียดายที่คุณไม่ได้มา

씨-아 다-이 티- 쿤 마이 다이 마-

당신이 오지 않아서 섭섭했습니다.

5) สินค้าของเราผลิตขึ้นด้วยเทคนิคอันทันสมัย

씬 카- 커-ㅇ 라오 파린 큰 두어이 테크닉 안 탄 싸 마이

우리 상품은 최신 기술로 생산하였다.

6) รถเมล์(ที่)ไปสีลมเบอร์อะไร

롣 메- (티-) 빠이 씨-롬 버- 아라이

씨롬 가는 버스는 몇번 입니까?

7) ผมไม่มีเวลาเรียนภาษาสเปญ

폼 마이 미- 웰라- 리-안 파싸- 싸뻰

나는 스페인어를 배울 시간이 없다.

8) เขาเป็นคนที่ผมไม่รู้จัก

카오 뻰 콘티- 폼 마이 루-짝

그는 내가 모르는 사람입니다.

9) ขอโทษที่มารบกวน

커- 토-ㄷ 티- 마-롭 꾸언

폐를 끼쳐드려 죄송합니다.

10) การที่จะหัดพูดภาษาไทยนั้นไม่ยากนัก

까-ㄴ 티- 짜 핟 푸-ㄷ 파 싸- 타이 난 마이 야-ㄱ 낙

태국말 연습은 과히 어렵지 않다.

예문

1) ยินดีที่ได้รู้จักคุณ
   인 디- 티- 다이 루-짝 쿤
   당신을 알게 되어 반갑습니다.

2) ผู้ที่เรียนอยู่ในโรงเรียนนี้ บางคนเรียนเก่งมาก
   푸 티- 리-안 유- 나이 롱 리안 니- 바-ㅇ 콘 리-안
   께-ㅇ 마-ㄱ
   이 학교에서 공부하고 있는 어떤 사람은 아주 공부를
   잘합니다.

3) คนที่คุณพูดเมื่อกี้นี้นั้นเป็นเพื่อนของคุณพ่อผม
   콘 티-쿤 푸-ㄷ 므어 끼-니-난 뻰 프언 커-ㅇ 쿤 퍼- 폼
   당신이 조금 전에 말한 사람은 저의 아버지 친구입니다.

4) บ้านที่คุณจะซื้อราคาเท่าไร
   바-ㄴ 티-쿤 짜 쓰- 라 카- 타오 라이
   당신이 사려는 집은 값이 얼마입니까?

5) รถไฟที่จะไปหัวหินออกกี่โมง
   롣 화이 티- 짜 빠이 후어 힌 어-ㄱ 끼-모-ㅇ
   후어힌 가는 기차가 몇 시에 떠납니까?

6) มีอะไรดื่มไหม
   미- 아라이 드-ㅁ 마이
   뭐 마실게 있습니까?

7) ไม่มีใครโทรมาหาคุณ
   마이 미- 크라이 토- 마-하-쿤
   아무도 당신에게 전화한 사람이 없습니다.

8) **ที่นี่มีแสตมป์ขายไหม**

티- 니- 미 싸 땜 카-이 마이

여기에서 우표를 팝니까?

9) **คนที่มาเมื่อกี้นี้เป็นผู้จัดการโรงแรมนี้ครับ**

콘 티- 마- 므어 끼-니- 뻰 푸 짜 까-ㄴ 롱 래-ㅁ 니- 크랍

조금 전에 온 사람은 이 호텔의 지배인입니다.

10) **กรุงเทพฯซึ่งเป็นเมืองหลวงของไทยมีวัดมากมาย**

끄룽 테-ㅂ 씅 뻰 므-엉 루 엉 커-ㅇ 므-엉 타이 미-
왇 마-ㄱ 마-이

태국의 수도인 방콕은 사원이 많이 있습니다.

21. 부사

1) **ตอนแรก** (떠-ㄴ래-ㄱ), **ครั้งแรก** (크랑 래-ㄱ), **ทีแรก** (티-래-ㄱ)
최초에는, 처음에는

ตอนแรกผมอยู่แถวเอกมัย เพิ่งย้ายมาที่นี่เมื่ออาทิตย์ที่แล้ว

떠-ㄴ 래-ㄱ 폼 유- 태-우 엑까마이 펑 야-이 마-티-니- 므어 아 팉 티 래-우

처음에는 엑까마이 쪽에 살았는데 지난 주에 이곳으로 막 이사왔습니다.

วันนี้ผมลองชิมทุเรียนดูเป็นครั้งแรก

완니-폼 러-ㅇ 침 투리-안 두- 뻰 크랑 래-ㄱ

오늘 나는 처음으로 투리안을 맛 보았습니다.

2) **ทีหลัง** (티- 랑) 나중에, 후에
วันหลัง (완 랑) 후일, 나중에

เชิญคุณกลับก่อน ผมจะกลับทีหลัง

처-ㄴ 쿤 끌랍 꺼-ㄴ 폼 짜 끌랍 티- 랑

먼저 돌아가세요. 저는 나중에 가겠습니다.

3) **คราวหน้า** (크라-우 나-) 다음번에, 다음 기회에
ต่อไปนี้ (떠- 빠이 니-) 다음으로, 계속해서, 이제부터는

คราวหน้าขอให้ผมเลี้ยงคุณนะ

크라우 나-커- 하이 폼 리-앙 쿤 나

다음 번에 제가 대접하도록 해 주십시오.

ต่อไปนี้ดิฉันจะตั้งใจเรียน

떠- 빠이니- 디찬 짜 땅 짜이 리-안

이제부터는 공부하기로 결심하였습니다.

4) **คราวก่อน** (크라-우 꺼-ㄴ) 전번에, 요전에
เมื่อก่อน (므-어 꺼-ㄴ) 전에, 전번에
มาก่อน (마- 꺼-ㄴ) 전에

คราวก่อนเรียนถึงบทที่เท่าไร

크라-우 꺼-ㄴ 리-안 틍 봄 티 타오라이

요전에는 몇과까지 공부했습니까?

ผมเคยพบเขามาก่อน

폼 커-이 폽 카오 마- 꺼-ㄴ

나는 전에 그를 만난 적이 있다.

5) **เสมอ** (싸머) 항상, 늘, 언제나
ทุกที (툭 티-) 언제나, 매번

เขาสูบบุหรี่เสมอ 그는 항상 담배를 피운다.

카오 쑤-ㅂ 부리- 싸머

6) **บ่อย ๆ** (버이 버이)　종종, 자주, 잘

เขาชอบลืมบ่อย ๆ

카오 처-ㅂ 르-ㅁ 버이 버이

그는 잘 잊어버린다.

7) **เป็นครั้งคราว** (뻰 크랑 크라-우)　**บางครั้ง** (바-ㅇ 크랑)
บางที (바-ㅇ 티-)　때로는, 때때로, 어떤 때는, 간혹

เขาส่งข่าวถึงผมเป็นครั้งคราว

카오 쏭 카-우 틍 폼 뻰 크랑 크라-우

그는 간혹 나에게 소식을 보낸다.

8) **ทันที** (탄 티-)　곧, 즉시

ได้รับโทรเลขแล้ว โปรดส่งเงินมาทันที

다이 랍 토라 레-ㄱ 래-우 쁘로-ㄷ 쏭 응의-ㄴ 마-탄 티-

전보를 받으면 즉시 송금해 주시오.

9) **พอดี** (퍼-디)　마침, 다행히, 알맞게

เขามาพอดี　그가 마침 잘 왔다.

카오 마- 퍼- 디

10) **เร็ว ๆ** (레우 레우)　빨리 빨리
ช้า ๆ (차 차-)　서서히, 천천히

อย่าพูดเร็ว　빨리 말하지 마시오.

야- 푸-ㄷ 레우

โปรดพูดช้า ๆ　천천히 말씀하세요.

쁘로-ㄷ 푸-ㄷ 차 차-

11) **ค่อย ๆ** (커이 커-이) 서서히, 점차로
ทีละเล็กทีละน้อย (티-리- 렉 티-라 너-이) 조금씩, 점점

ค่อย ๆ พูดดีกว่า
커이 커-이 푸-ㄷ 디- 끄와-
천천히 말하는 것이 더 좋습니다.

เขาพูดไทยเก่งขึ้นทีละเล็กทีละน้อย
카오 푸-ㄷ 타이 깽 큰 티라렉 티-라 너-이
그는 태국말이 조금씩 능숙해졌습니다.

12) **อีก** (이-ㄱ) 더, 또
อีกที (이-ㄱ 티-) **อีกครั้ง** (이-ㄱ 크랑) 또 한번, 한번 더

อย่ามาสายอีก 다시는 지각하지 마세요.
야- 마- 싸-이 이-ㄱ

กรุณามาอีกครั้ง 한번 더 오세요.
까루나- 마- 이-ㄱ 크랑-

13) **มาก** (마-ㄱ) 많이, 대단히, 아주
เหลือเกิน (르-어 꺼-ㄴ) 너무나, 지나치게
จริง ๆ (찡 찡) 정말로, 아주 진짜로

เขารวยมาก 그는 대단히 부유하다
카오 루어이 마-ㄱ

วันนี้เหนื่อยเหลือเกิน 오늘은 너무 피곤하다.
완 니- 느-어이 르-어 꺼-ㄴ

อันนี้แพงจริง ๆ 이것은 정말로 비싸다.
안니- 패-ㅇ 찡찡

14) **ส่วนมาก** (쑤언 마-ㄱ) **ส่วนใหญ่** (쑤언 야이) 대부분, 대다수
เกือบ (끄-업) 거의
ราว ๆ (라우 라-우) **ประมาณ** (쁘라마-ㄴ) 약, 대략

งานส่วนใหญ่เสร็จแล้ว
응아-ㄴ 쑤언 야이 쎈 래우
업무가 대부분 끝났다.

แขกจะมาประมาณ 40 คน
캐-ㄱ 짜 마- 쁘라마-ㄴ 씨- 씹콘
손님이 대략 40명이 올 것이다.

15) **ชัด** (찯) 명확히, 똑똑히
ดัง ๆ (당 당) 큰 소리로

เขาพูดไม่ชัด 그는 말하는 것이 명확하지 않다.
카오 푸-ㄷ 마이 찯

โปรดอ่านดัง ๆ 큰 소리로 읽으세요.
쁘로-ㄷ 아-ㄴ 당당

16) **นิดหน่อย** (닏 너-이) 조금, 좀

ผมพูดไทยได้นิดหน่อย
폼 푸-ㄷ 타이 다이 닏 너-이
나는 태국어를 조금 말할 수 있습니다.

17) **ไม่ค่อย** (마이 커-이) 별로 ~않다, 그다지 ~않다
ไม่ - เลย (마이 ~ 러-이) 전혀 ~않다

วันนี้ผมไม่ค่อยสบาย 오늘 나는 몸이 별로 좋지 않다.
완니- 폼 마이 커이 싸 바이

ไม่เข้าใจเลย　　　전혀 모르겠다.
마이 카오 짜이 러이

18) **ให้ได้**(하이 다이)　꼭, 틀림없이
　　แน่(내)　꼭, 확실히
　　แน่นอน(내 너-ㄴ)　꼭, 물론, 확실히, 틀림없이

กรุณามาให้ได้นะ　　　꼭 오십시오.
까루나- 마- 하이 다이 나

ผมอยากจะไปแน่นอน　　　꼭 가고 싶습니다.
폼 야-ㄱ 짜 빠이 내- 너-ㄴ

ยังไม่แน่　　　아직 확실하지 않습니다.
양 마이 내-

예문

1) พรุ่งนี้มาให้ได้นะครับ
　　프룽니- 마- 하이 다이 나 크랍
　　내일 꼭 오십시오.

2) จะมาแน่ๆครับ
　　짜 마- 내 내- 크랍
　　틀림없이 오겠습니다.

3) ช่วยให้เขามาเร็วๆหน่อย
　　추어이 하이 카오 마- 레우 레우 너-이
　　그가 빨리 좀 오게 해 주시오.

ได้ครับผมจะบอกให้
　　다이 크랍 폼 짜 버-ㄱ 하이
　　네, 제가 말씀 드리겠습니다.

4) ถ้าคุณพูดเล่นบ่อย ๆ เขาจะไม่เชื่อคุณ
타- 쿤- 푸-ㄷ 레-ㄴ 버이 버-이 카오 짜 마이 츠-어 쿤
만약 당신이 농담을 자주 하면 그가 당신을 불신할 것입니다.

ครับ ต่อไปนี้ผมจะระวัง
크랍 떠- 빠이니- 폼 짜 라 왕
네, 이제부터 조심하겠습니다.

5) ขอถามอะไรหน่อยครับ
커- 타-ㅁ 아라이 너-이 크랍
뭘 좀 물어 볼까요?

เชิญครับ มีอะไรหรือครับ
처-ㄴ 크랍 미- 아라이 르- 크랍
네, 뭐지요?

6) เมื่อไรคุณจะไปต่างประเทศ
므어라이 쿤 짜 빠이 따-ㅇ 쁘라 테-ㄷ
언제 외국에 가시지요?

ยังไม่แน่
양 마이 내-
아직 확실치 않습니다.

7) คุณประเสริฐอยู่ไหมครับ
쿤 쁘라 쓰-ㄷ 유 마이 크랍
쁘라쓰-ㄷ씨 계신가요?

ไม่อยู่ครับ พอดีเขาออกไปข้างนอก
마이 유- 크랍 퍼- 디- 카오 어-ㄱ 빠이 카-ㅇ 너-ㄱ
안계신데요. 마침 외출하셨습니다.

8) เมื่อคืนนี้ตัวร้อนตลอดคืน
므-어 크-ㄴ 니- 뚜어러-ㄴ 딸러-ㄷ 크-ㄴ
어제밤에 밤새도록 몸에 열이 났습니다.

9) พรุ่งนี้ต้องมาอีกไหม
프룽니- 떠-ㅇ 마-이-ㄱ 마이
내일 또 와야합니까?

ต้องมาฉีดยาจนกว่าจะหาย
떠-ㅇ 마-치-ㄷ 야- 쫀 끄와- 짜 하-이
나을때 까지 주사 맞으러 와야합니다.

3장 기본단어

1. 사람 가족 관계

사람, 인간	**คน, มนุษย์** 콘, 마눗	친척	**ญาติ** 야-ㄷ
어른	**ผู้ใหญ่** 푸-야이	소년	**เด็กชาย** 덱 차-이
소녀	**เด็กหญิง** 덱 잉	아들	**ลูกชาย** 루-ㄱ 차-이
딸	**ลูกสาว** 루-ㄱ 싸-우	주부	**แม่บ้าน** 매-바-ㄴ
가장	**พ่อบ้าน** 퍼-바-ㄴ	연인, 애인	**แฟน, คู่รัก** 홰-ㄴ,쿠-락
보호자	**ผู้ปกครอง** 푸-빡크러-ㅇ	홀아비	**พ่อหม้าย** 퍼-마-이
과부	**แม่หม้าย** 매-마-이	고아	**เด็กกำพร้า** 덱 깜프라-
하인, 가정부	**คนใช้** 콘 차이	신사	**สุภาพบุรุษ** 쑤파-ㅂ부룯
숙녀	**สุภาพสตรี** 쑤파-ㅂ 싸뜨리-	친구	**เพื่อน** 프-언
가족	**ครอบครัว** 크러-ㅂ크루-어	부모	**พ่อแม่** 퍼-매-
부	**พ่อ** 퍼-	모	**แม่** 매-

형제	พี่น้อง 피-너-ㅇ	형,오빠	พี่ชาย 피-차-이
누나.언니	พี่สาว 피-싸-우	남동생	น้องชาย 넝-차-이
여동생	น้องสาว 넝-싸-우	조카, 손자	หลานชาย 라-ㄴ차-이
질녀, 손녀	หลานสาว 라-ㄴ싸-우	사촌	ลูกพี่ลูกน้อง 루-ㄱ피-루-ㄱ넝
남편	ผัว, สามี 푸-어, 싸-미-	아내	เมีย, ภรรยา 미-야,판야-
조부	ปู่ 뿌-	조모	ย่า 야-
외조부	ตา 따-	외조모	ยาย 야-이
시부	พ่อผัว 퍼-푸-어	시모	แม่ผัว 매-푸-어
장인	พ่อตา 퍼-따-	장모	แม่ยาย 매-야-이
선배	รุ่นพี่ 룬 피-	후배	รุ่นน้อง 룬 너-ㅇ

2. 직업

공무원	ข้าราชการ 카-라-ㄷ차까-ㄴ	경찰	ตำรวจ 땀루-엇
군인	ทหาร 타하-ㄴ	의사	หมอ 머-

간호원	**นางพยาบาล** 나-ㅇ파야-바-ㄴ	교사	**ครู** 크루-
교수	**อาจารย์** 아-짜-ㄴ	대학생	**นักศึกษา** 낙쓱싸-
상인(남)	**พ่อค้า** 퍼-카-	상인(여)	**แม่ค้า** 매-카-
직원(회사원)	**พนักงาน** 파낙응아-ㄴ	농민	**ชาวนา** 차-우나-
어민	**ชาวประมง** 차-우쁘라몽	노동자	**กรรมกร** 깜마꺼-ㄴ
숙련공	**ช่างฝีมือ** 차-ㅇ휘-므-	기술자	**นายช่าง** 나-이차-ㅇ
은행인	**นายธนาคาร** 나-이타나-카-ㄴ	정치가	**นักการเมือง** 낙까-ㄴ므-엉
국회의원	**สมาชิกรัฐสภา** 싸마-칙랃타싸파-	장관	**รัฐมนตรี** 랃타몬뜨리-
사장	**ประธานบริษัท** 쁘라타-ㄴ버리쌋	매니져	**ผู้จัดการ** 푸-짣까-ㄴ
운전수	**คนขับรถ** 콘캅롣	운동선수	**นักกีฬา** 낙끼-라-
이발사	**ช่างตัดผม** 차-ㅇ딷 폼	미용사	**ช่างเสริมสวย** 차-ㅇ 써-ㅁ쑤-어이
음악가	**นักดนตรี** 낙돈뜨리-	화가	**จิตรกร** 찓뜨라꺼-ㄴ
작가	**นักประพันธ์ นักเขียน** 낙 쁘라 판 낙 키-얀	변호사	**ทนายความ** 타 나-이 콰-ㅁ

연구원	**นักวิจัย** 낙 위짜이

3. 관공서

대통령	**ประธานาธิบดี** 쁘라타-나-티버디-	수상	**นายกรัฐมนตรี** 나-욕랃 타몬뜨리-
외무부	**กระทรวงการต่างประเทศ** 끄라쑤-엉까-ㄴ따-ㅇ쁘라테-ㅅ	내무부	**กระทรวงมหาดไทย** 끄라쑤-엉마하-ㄷ타이
재무부	**กระทรวงการคลัง** 끄라쑤-엉까-ㄴ 클랑	경제부	**กระทรวงเศรษฐการ** 끄라쑤-엉쎄-ㄷ타까-ㄴ
공업부	**กระทรวงอุตสาหกรรม** 끄라쑤-엉욷싸-하깜	국방부	**กระทรวงกลาโหม** 끄라쑤-엉깔라- 호-ㅁ
상무부	**กระทรวงพาณิชย์** 끄라쑤-엉파-닏	농업부	**กระทรวงเกษตร** 끄라쑤-엉까쎄-ㄷ
교통 · 통신부	**กระทรวงคมนาคม** 끄라쑤-엉카마나-콤	법무부	**กระทรวงยุติธรรม** 끄라쑤-엉윧띠탐
교육부	**กระทรวงศึกษาธิการ** 끄라쑤-엉쓱싸-티까-ㄴ	문화부	**กระทรวงวัฒนธรรม** 끄라쑤-엉왇타나탐
보건부	**กระทรวงสาธารณสุข** 끄라쑤-엉싸-타-라나쑥	도청	**ศาลากลางจังหวัด** 싸-라-끌라-ㅇ짱왇
도지사	**ผู้ว่าราชการจังหวัด** 푸-와-라-ㄷ차까-ㄴ짱왇	군수	**นายอำเภอ** 나-이암퍼-
면장	**กำนัน** 깜난	이장	**ผู้ใหญ่บ้าน** 푸-야이바-ㄴ
국장	**อธิบดีกรม** 아티버디-끄롬	부장	**หัวหน้ากอง** 후-어나-꺼-ㅇ

과장	**หัวหน้าแผนก** 후-어나-파내-ㄱ	시장	**นายกเทศมนตรี** 나-욕테-ㅅ싸몬뜨리-
대사관	**สถานเอกอัครราชทูต** 싸타-ㄴ에-ㄱ악카라-ㄷ 차투-ㄷ	영사관	**สถานกงสุล** 싸타-ㄴ꽁쑨

4. 공공장소 및 시설

왕궁	**พระราชวัง** 프라 라-ㄷ차 왕	세관	**ด่านศุลกากร** 다-ㄴ 쑨라까-꺼-ㄴ
국회	**รัฐสภา** 랏타싸파-	경찰서	**สถานีตำรวจ** 싸타-니-땀루-엇
방송국	**สถานีวิทยุกระจายเสียง** 싸타-니위타유끄라짜-이 씨-양	법원	**ศาล** 싸-ㄴ
정부의 부처	**กระทรวง** 끄라쑤엉	국	**กรม** 끄롬
초등학교	**โรงเรียนประถมศึกษา** 로-ㅇ리-얀 쁘라톰 쓱싸-	유치원	**โรงเรียนอนุบาล** 로-ㅇ리-얀 아누바-ㄴ
중·고등학교	**โรงเรียนมัธยมศึกษา** 로-ㅇ리-얀 맏타욤 쓱싸-	부, 국	**กอง** 꺼-ㅇ
중학교	**โรงเรียนมัธยมตอนต้น** 로-ㅇ리-얀 맏타욤 떠-ㄴ 똔		
고등학교	**โรงเรียนมัธยมตอนปลาย** 로-ㅇ리-얀 맏타욤 떠-ㄴ 쁠라이		
전문대학	**วิทยาลัย** 윗타야-라이	도청	**ศาลากลางจังหวัด** 싸-라-끌라-ㅇ짱왇
대학교(종합)	**มหาวิทยาลัย** 마하-윗타야-라이	군청	**ที่ว่าการอำเภอ** 티-와-까-ㄴ암퍼-

도서실	ห้องสมุด 허-ㅇ 싸묻	시청	ที่ทำการเทศบาล 티-탐까-ㄴ테-ㄷ싸바-ㄴ
쇼핑센터	ศูนย์การค้า 쑤-ㄴ 까-ㄴ 카-	박물관	พิพิธภัณฑ์ 피핏타판
이민국	กองตรวจคนเข้าเมือง 꺼-ㅇ뜨루엇 콘 카오 므-엉		
극장	โรงละคร 로-ㅇ라커-ㄴ	성벽	กำแพงเมือง 깜패-ㅇ 므-엉
영화관	โรงหนัง 로-ㅇ낭	소방서	สถานีดับเพลิง 싸타-니-답플러-ㅇ
협회	สมาคม 싸마-콤	중앙우체국	ไปรษณีย์กลาง 쁘라이싸니-끌라-ㅇ
백화점	ห้างสรรพสินค้า 하-ㅇ쌉파씬카-	정당	พรรคการเมือง 팍까-ㄴ므-엉
노동조합	สหภาพแรงงาน 싸하파-ㅂ래-ㅇ응아-ㄴ	경기장	สนามกีฬา 싸나-ㅁ끼-ㄹ라-
골프장	สนามกอล์ฟ 싸나-ㅁ꺼-ㅍ	승전비	อนุสาวรีย์ชัยฯ 아누싸-와리-차이
공원	สวนสาธารณะ 쑤-언싸-타-라나	호텔	โรงแรม 로-ㅇ래-ㅁ
사원, 절	วัด 왇	교회	โบสถ์ฝรั่ง 보-ㄷ화랑
불탑	เจดีย์ 쩨-디-	연구소	สถาบันวิจัย 싸 다- 반 위 짜이
회사	บริษัท 버리쌋	본사	สำนักงานใหญ่ 쌈 낙 응아-ㄴ 야이

지사	**สาขา** 싸-카-		영업소	**สาขาย่อย** 싸-카-여-이	
국영기업	**รัฐวิสาหกิจ** 랏 타 위싸- 하낏		상사	**บริษัทเทรดดิ้ง** 버리쌋 트렏띵	

5. 스포츠

승리하다	**ชนะ** 차나	응원하다	**เชียร์** 치아
패하다	**แพ้** 패	경기, 시합	**การแข่งขัน** 까-ㄴ 캐-ㅇ 칸
올림픽	**โอลิมปิค** 올 림 삑	수영장	**สระว่ายน้ำ** 싸 와-이 나-ㅁ
운동	**กีฬา** 끼-ㄹ라-	축구	**ฟุตบอล** 훋버-ㄴ
복싱(권투)	**มวยสากล** 무-어이싸-꼰	테니스	**เทนนิส** 테-ㄴ닛
킥복싱	**มวยไทย** 무-어이 타-이	야구	**เบสบอล** 베-ㄷ버-ㄴ
농구	**บาสเกตบอล** 바-ㄷ쓰께-ㄷ버-ㄴ	수영	**ว่ายน้ำ** 와-이남
배구	**วอลเลย์บอล** 워-ㄴ레-버-ㄴ	골프	**กอล์ฟ** 꺼-ㅍ
하키	**ฮอกกี้** 허-ㄱ끼-	스키	**สกี** 쓰끼-
탁구	**ปิงปอง** 삥뻐-ㅇ	스케이트	**สเกต** 쓰껫

| 운동하다, 체력단련하다 | ออกกำลังกาย |
| | 어-ㄱ 깜랑 까-이 |

| 운동경기를 하다 | เล่นกีฬา | 레슬링 | มวยปล้ำ |
| | 레^ㄴ끼-ㄹ라- | | 무-어이 쁠람 |

| 유도 | ยูโด | 럭비 | รักบี้ |
| | 유-도- | | 락비- |

| 스쿠버다이빙 | การดำน้ำ | 마라톤 | มาราธอน |
| | 까-ㄴ 담 나-ㅁ | | 마-라-터-ㄴ |

6. 상점 쇼핑

| 상점, 가게 | ร้าน | 상품 | สินค้า |
| | 라-ㄴ | | 씬카- |

| 시장 | ตลาด | 물건 | ของ |
| | 딸라-ㄷ | | 커-ㅇ |

| 양복점 | ร้านตัดเสื้อ | 진열장 | ตู้โชว์ |
| | 라-ㄴ땃쓰^-어 | | 뚜-초- |

| 과일상점 | ร้านขายผลไม้ | 정육점 | ร้านขายเนื้อ |
| | 라-ㄴ카-이 폴라마이 | | 라-ㄴ카-이느-어 |

| 음식점 | ร้านขายอาหาร | 기념품 | ของที่ระลึก |
| | 라-ㄴ카-이아-하-ㄴ | | 커-ㅇ티-라륵 |

| 팔다 | ขาย | 사다 | ซื้อ |
| | 카-이 | | 쓰- |

| 옷가게 | ร้านขายเสื้อผ้า | 서점 | ร้านขายหนังสือ |
| | 라-ㄴ카-이쓰-어파- | | 라-ㄴ카-이낭쓰- |

| 신발가게 | ร้านขายรองเท้า | 문방구 | ร้านขายเครื่องเขียน |
| | 라-ㄴ카-이러-ㅇ타오 | | 라-ㄴ카-이크르-엉키-얀 |

가방가게	**ร้านขายกระเป๋า** 라-ㄴ카-이끄라빠오	미장원	**ร้านเสริมสวย** 라-ㄴ씌-ㅁ쑤-어이
포목점	**ร้านขายผ้า** 라-ㄴ카-이파-		

7. 금융 통신

우체국	**ไปรษณีย์** 쁘라이 싸 니	편지	**จดหมาย** 쫃 마이
항공엽서	**จดหมายแอร์กรัม** 쫃 마-이 애- 끄람	연하장	**บัตร ส.ค.ส.** 받 써- 커- 써
속달	**ด่วน** 두-언	수수료	**ค่าธรรมเนียม** 카-탐니-얌
등기	**ลงทะเบียน** 롱타비-얀	봉사료	**ค่าบริการ** 카-버리까-ㄴ
전보	**โทรเลข** 토-라레-ㄱ	세금	**ภาษี** 파-씨-
우표	**แสตมป์** 싸 때-ㅁ	항공편	**ทางอากาศ** 타-ㅇ 아- 까-ㄷ
선편	**ทางเรือ** 타-ㅇ 르어	팩스	**แฟกซ์, โทรสาร** 홰-ㄱ 토라싸-ㄴ
여행자수표	**เช็คเดินทาง** 첵 듸-ㄴ 타-ㅇ	휴대전화	**โทรศัพท์มือถือ** 토라쌉 므- 트-
잔돈	**เงินย่อย** 응의-ㄴ 여-이	교환원	**โอเปอเรเตอร์** 오뻐레떠-
전화	**โทรศัพท์** 토-라쌉	견적서	**ใบเสนอราคา** 바이싸너라-카-

환전하다	แลกเงิน 래-ㄱ응의-ㄴ		영수증	ใบเสร็จรับเงิน 바이쎗랍응의-ㄴ	
환율	อัตราแลกเปลี่ยน 앋뜨라- 래-ㄱ쁠리-얀		송금하다	ส่งเงิน 쏭응의-ㄴ	
수표	เช็ค 첵		예금하다	ฝากเงิน 화-ㄱ응의-ㄴ	
현금	เงินสด 응의-ㄴ 쏟		인출하다	ถอนเงิน 터-ㄴ응의-ㄴ	
지폐	ธนบัตร 타나받		융자하다	ให้กู้เงิน 하이꾸- 응의-ㄴ	
달라	เหรียญ 리-얀		이자	ดอกเบี้ย 더-ㄱ비-야	
담보	จำนอง 짬너-ㅇ		대리점	ผู้แทนจำหน่าย 푸-태-ㄴ짬나-이	
구좌를 개설하다	เปิดบัญชี 쁴-ㄷ반치-		판매하다	จำหน่าย 짬나-이	
보증금	เงินประกัน 응의-ㄴ쁘라깐		지점	สาขา 싸-카-	
보증서	ใบรับรอง 바이랍러-ㅇ		본점, 본사	สำนักงานใหญ่ 쌈낙응아-ㄴ야이	
영업시간	เวลาทำงาน 웨-ㄹ 라- 탐 응아-ㄴ		예금통장	สมุดฝากเงิน 싸 묻 화-ㄱ 응의-ㄴ	
지점장	ผู้จัดการสาขา 푸-짣 까-ㄴ 싸- 카-		신용카드	บัตรเครดิต 받 크래딛	
계약하다	สัญญา 싼야-		재정	การคลัง 까-ㄴ클랑	

서명하다	**เซ็นชื่อ** 쎈츠-		금융	**การเงิน** 까-ㄴ응의-ㄴ	
교역하다	**ค้าขาย** 카-카-이		경제	**เศรษฐกิจ** 쎄-ㄷ타낃	
수출하다	**ส่งออก** 쏭 어-ㄱ		수입하다	**ส่งเข้า** 쏭 카우	
관리하다	**ควบคุม** 쿠-업 쿰		제조하다	**ผลิต** 팔릳	
견본	**ตัวอย่าง** 뚜어 야-ㅇ				

8. 교통 차량

차	**รถ** 롣	기차	**รถไฟ** 롣화이
자동차	**รถยนต์** 롣욘	급행열차	**รถไฟด่วน** 롣화이두-언
승용차	**รถเก๋ง** 롣께-ㅇ	특급열차	**รถด่วนพิเศษ** 롣두-언피쎄-ㄷ
버스	**รถเมล์** 롣메-	냉방차	**รถปรับอากาศ** 롣쁘랍아-까-ㅅ
관광버스	**รถทัวร์** 롣투어	소방차	**รถดับเพลิง** 롣답플릐-ㅇ
택시	**รถแท็กซี่** 롣택씨-	유조차	**รถบรรทุกน้ำมัน** 롣반툭남만
자전거	**รถจักรยาน** 롣짝끄라야-ㄴ	렌트카	**รถเช่า** 롣차오

배	เรือ	르-어
유람선	เรือนั่งเที่ยว	르어 낭 티어우
엔진	เครื่องยนต์	크르엉 욘
승객	ผู้โดยสาร	푸- 도이 싸-ㄴ
오토바이	รถจักรยานยนต์	롣짝끄라야-ㄴ욘
트럭	รถบรรทุก	롣반툭
구급차	รถพยาบาล	롣파야-바-ㄴ
네거리	สี่แยก	씨-얘-ㄱ
운전면허증	ใบขับขี่	바이캅키-
보험	ประกัน	쁘라깐
지하도	ทางใต้ดิน	타-ㅇ따이딘
공로	ทางหลวง	타-ㅇ루-엉
부두	ท่าเรือ	타-르-아
모터싸이클	รถจักรยานยนต์	롣 짝 끄라 야-ㄴ 욘
정비공장	โรงซ่อมรถ	로-ㅇ 써-ㅁ 롣
차장	กระเป๋ารถเมล์	끄라 빠오 롣메
갈아타다	เปลี่ยนรถ	쁠리-안 롣
주유소	ปั๊มน้ำมัน	빰남만
육교	สะพานลอย	싸파-ㄴ러-이
교차로	ทางแยก	타-ㅇ얘-ㄱ
주차금지	ห้ามจอดรถ	하-ㅁ쩌-ㄷ롣
범칙금	ค่าปรับ	카-쁘랍
엔진오일	น้ำมันเครื่อง	남만크르-엉
타이어	ยางรถยนต์	야-ㅇ롣욘
밧테리	แบตเตอรี่	배-ㄷ떠-리-
비행기	เครื่องบิน	크르-엉빈

로타리	**วงเวียน** 웡위-얀	배	**เรือ** 르-아
교통경찰	**ตำรวจจราจร** 땀루엇짜라-쩌-ㄴ	교통표지	**ป้ายจราจร** 빠-이짜라-쩌-ㄴ
전진하다	**เดินหน้า** 드-ㄴ 나	후진하다	**ถอยหลัง** 터-이 랑
U턴하다	**กลับรถ** 끌랍 론	일방통행	**วันเวย์** 완 웨-
신호	**สัญญาณ** 싼야-ㄴ	횡단보도	**ทางม้าลาย** 타-ㅇ 마- 라-이

9. 음식

음식	**อาหาร** 아-하-ㄴ	아침식사	**อาหารเช้า** 아-하-ㄴ 차오
점심식사	**อาหารกลางวัน** 아-하-ㄴ 끌라-ㅇ완	저녁식사	**อาหารเย็น** 아-하-ㄴ 옌
간식	**อาหารว่าง** 아-하-ㄴ와-ㅇ	고기	**เนื้อ** 느-어
소고기	**เนื้อวัว** 느-어우어	돼지고기	**เนื้อหมู** 느-어무-
닭고기	**เนื้อไก่** 느-어까이	오리고기	**เนื้อเป็ด** 느-어뻿
생선	**ปลา** 쁠라-	어묵	**ลูกชิ้น** 루-ㄱ친

생선회	ปลาดิบ	생선튀김	ปลาทอด
	쁠라-딥		쁠라-터^-드
쌀	ข้าว, ข้าวสาร	찹쌀	ข้าวเหนียว
	카^-우. 카^-우싸^-ㄴ		카^-우니-여우
옥수수	ข้าวโพด	밀가루	แป้งสาลี
	카^-우 포^-드		빼^-ㅇ싸^-리-
백반	ข้าวสวย, ข้าวเปล่า	밥	ข้าว
	카^-우쑤^-어이, 카^-우쁠라오		카^-우
외식하다	ทานข้าวข้างนอก	식당	ร้านอาหาร
	타^-ㄴ 카^-우 카^-ㅇ 너^-ㄱ		라-ㄴ 아- 하^-ㄴ
레스토랑	ภัตตาคาร	뷔페	บุฟเฟต์
	팟 따- 카^-ㄴ		붑 훼^
태국음식	อาหารไทย	중국음식	อาหารจีน
	아- 하^-ㄴ 타이		아- 하^-ㄴ 찌^-ㄴ
서양음식	อาหารฝรั่ง	일본음식	อาหารญี่ปุ่น
	아- 하^-ㄴ 화랑		아- 하^-ㄴ 이^- 뿐
파티	งานเลี้ยง	후식	ของหวาน
	응아^-ㄴ 리^-양		커^-ㅇ 와^-ㄴ
반찬	กับข้าว	끓인밥, 흰죽	ข้าวต้ม
	깝카^-우		카^-우 똠
죽	โจ๊ก	쌀국수	ก๋วยเตี๋ยว
	쪼^-ㄱ		꾸^-어이띠^-여우
빵	ขนมปัง	버터	เนย
	카놈빵		느^-이
치즈	เนยแข็ง	잼	แยม
	느^-이캥		얘-ㅁ

오믈렛	**ไข่เจียว** 카이찌-여우	삶은계란	**ไข่ต้ม** 카이 똠
프라이드에그	**ไข่ดาว** 카이다-우	새우튀김	**กุ้งทอด** 꿍터-ㄷ
우동	**ก๋วยเตี๋ยวญี่ปุ่น** 꾸-어이띠-여우이-뿐	야채샐러드	**สลัดผัก** 쌀랃팍
볶음밥	**ข้าวผัด** 카-우팓	디저트	**ของหวาน** 커-ㅇ와-ㄴ
끓이다	**ต้ม** 똠	굽다	**ย่าง** 야-ㅇ
밥을짓다	**หุงข้าว** 훙카-우	달콤한, 단	**หวาน** 와-ㄴ
짜다, 짠	**เค็ม** 켐	싱겁다, 싱거운	**จืด** 쯔-ㄷ
튀기다(기름으로)	**ทอด** 터-ㄷ	볶다(기름으로)	**ผัด** 팓
매웁다, 매운	**เผ็ด** 펟	시큼한, 신	**เปรี้ยว** 쁘리-여우
찌다	**นึ่ง** 능	차게하다	**แช่เย็น** 채-옌

10. 음료수 조미료

음료수	**เครื่องดื่ม** 크르-엉드-ㅁ	물	**น้ำ** 남
냉수	**น้ำเย็น** 남옌	온수	**น้ำร้อน** 남러-ㄴ

차	**น้ำชา** 남차-	커피	**กาแฟ** 까-퐤-
홍차	**น้ำชาฝรั่ง** 남차- 화랑	중국차	**น้ำชาจีน** 남차-찌-ㄴ
포도주	**เหล้าองุ่น** 라오아응운	맥주	**เบียร์** 비-야
위스키	**วิสกี้** 위쓰끼-	술	**เหล้า, สุรา** 라오, 쑤라-
펩씨콜라	**เป๊ปซี่** 뻽씨-	세븐업	**เซเว่นอัพ** 쎄웬-압
오렌지쥬스	**น้ำส้ม** 남쏨	코크, 코카콜라	**โค๊ก, โคล่า** 콕, 코-ㄹ라-
냉커피	**กาแฟเย็น** 까-퐤-옌	레몬쥬스	**น้ำมะนาว** 남마나-우
사탕수수쥬스	**น้ำอ้อย** 남어-이	올리앙(태국식커피)	**โอเลี้ยง** 올리-양
양념소스	**น้ำจิ้ม** 남찜	인삼차	**ชาโสม** 차-쏘-ㅁ
간장(생선)	**น้ำปลา** 남쁠라-	소스	**ซอส** 써-ㄷ
된장	**เต้าเจี้ยว** 따오찌-여우	콩간장	**ซีอิ๊ว** 씨-이우
설탕	**น้ำตาล** 남따-ㄴ	참기름	**น้ำมันงา** 남만응아-
식초	**น้ำส้ม** 남쏨	소금	**เกลือ** 끌르-어

후추가루	**พริกไทย** 프릭타이	고추장	**น้ำพริก** 남프릭
생강	**ขิง** 킹	고추가루	**พริกป่น** 프릭뽄
화학조미료	**ผงชูรส** 퐁추-롯	우유	**นมสด** 놈쏟
생맥주	**เบียร์สด** 비-야쏟	흑맥주	**เบียร์ดำ** 비-야담
조미료	**เครื่องปรุงรส** 크르엉 쁘룽 롯	야자즙	**กะทิ** 까 티

11. 과일 야채

과일	**ผลไม้** 폰라마이	수박	**แตงโม** 때-ㅇ모-
포도	**องุ่น** 아응운	바나나	**กล้วย(หอม)** 끌루-어이(허-ㅁ)
파인애플	**สับปะรด** 쌉빠론	망고	**มะม่วง** 마무-엉
야자	**มะพร้าว** 마프라-우	도마도	**มะเขือเทศ** 마크-어테-ㅅ
사과	**แอ๊ปเปิ้ล** 애-ㅂ 뻐-ㄴ	배	**ลูกแพร์** 루-ㄱ패-
파파야	**มะละกอ** 말라꺼-	레몬	**มะนาว** 마나-우

오렌지	**ส้ม** 쏨	복숭아	**ลูกท้อ, ลูกพีช** 루-ㄱ터-,루-ㄱ피-ㅅ
딸기	**สตรอเบอรี่** 쓰뜨러-버-리-	야채	**ผัก** 팍
배추	**ผักกาดขาว** 팍까-ㄷ카-우	양배추	**กะหล่ำปลี** 까람쁠리-
무우	**หัวผักกาด, หัวไชเท้า** 후-어팍까-ㄷ, 후-어차이타오	파	**ต้นหอม** 똔허-ㅁ
양파	**หัวหอม** 후-어허-ㅁ	마늘	**กระเทียม** 끄라티-얌
오이	**แตงกวา** 때-ㅇ꽈-	호박	**ฟักทอง** 확터-ㅇ
버섯	**เห็ด** 헷	죽순	**หน่อไม้** 너-마이
투리얀	**ทุเรียน** 투리-얀	고추	**พริก** 프릭
피망	**พริกหวาน** 프릭와-ㄴ	감자	**มันฝรั่ง** 만화랑
고구마	**มันเทศ** 만테-ㄷ	당근	**แครอท** 캐- 러-ㄷ

12. 인체

신체	**ร่างกาย** 라-ㅇ까-이	뇌	**สมอง** 싸머-ㅇ

머리	**หัว, ศีรษะ** 후ˇ-어, 씨ˇ-싸ˋ	머리카락	**ผม** 폼ˇ
얼굴	**หน้า** 나ˆ-	이마	**หน้าผาก** 나ˆ-파ˋ-ㄱ
눈	**ตา** 따¯-	코	**จมูก** 짜ˋ무ˋ-ㄱ
입	**ปาก** 빠ˋ-ㄱ	귀	**หู** 후ˇ-
배	**ท้อง** 터ˊ-ㅇ	손가락	**นิ้วมือ** 니ˊ우므¯-
유방	**หน้าอก, เต้านม** 나ˆ-옥ˋ, 따ˆ오놈¯	엉덩이	**ตะโพก, ก้น** 따ˋ포ˆ-ㄱ, 꼰ˆ
다리	**ขา** 카ˇ-	팔	**แขน** 캐ˇ-ㄴ
손	**มือ** 므¯-	손목	**ข้อมือ** 커ˆ-므¯-
무릎	**เข่า** 카ˋ오	허리	**เอว** 에¯우
발	**เท้า** 타ˊ오	발가락	**นิ้วเท้า** 니ˊ우타ˊ오
눈동자	**ดวงตา** 두¯-엉따¯-	눈썹	**คิ้ว** 키ˊ우
이	**ฟัน** 환¯	혀	**ลิ้น** 린ˊ
입술	**ริมฝีปาก** 림¯휘ˇ-빠ˋ-ㄱ	뺨	**แก้ม** 깨ˆ-ㅁ

턱	คาง	어깨	ไหล่
	카-ㅇ		라이
뼈	กระดูก	목	คอ
	끄라두-ㄱ		커-
등	หลัง	가슴	หน้าอก
	랑		나^-옥
혈관	เส้นโลหิต	관절	ข้อต่อ
	쎄^-ㄴ로-힏		커^-떠-
신경	ประสาท	갈비뼈	กระดูกซี่โครง
	쁘라싸-ㄷ		끄라두-ㄱ씨^-크롱
심장	หัวใจ	폐	ปอด
	후^어짜이		뻐-ㄷ
장	ลำไส้	위	กระเพาะอาหาร
	람싸^이		끄라퍼아-하-ㄴ
간	ตับ	신장	ไต
	땁		따이
쓸개	ดี	방광	กระเพาะปัสสาวะ
	디-		끄라퍼빳싸^-와
자궁	มดลูก	배꼽	สะดือ
	몯루^-ㄱ		싸드-
피부	ผิวหนัง	근육	กล้ามเนื้อ
	피우낭^		끌라-ㅁ느^-어
혈액	เลือด	성기	อวัยวะเพศ
	르^-얻		아와야 와 페-ㅅ

13. 건강

기침하다	**ไอ** 아이	콧물이 나오다	**มีน้ำมูก** 미-남무-ㄱ
머리가 어지럽다	**เวียนศีรษะ** 위-얀씨-싸	빈혈이 있다	**โลหิตจาง** 로- 힛짜-ㅇ
구토하다	**อาเจียน** 아-찌-얀	설사하다	**ท้องเสีย** 터-ㅇ씨-야
변비가 걸리다	**ท้องผูก** 터-ㅇ푸-ㄱ	넘어지다	**หกล้ม** 혹롬
부상입다	**บาดเจ็บ** 바-ㄷ 쩹	화상입다	**น้ำร้อนลวก** 남러-ㄴ루-억
충치가 되다	**ฟันผุ** 환푸	이를 뽑다	**ถอนฟัน** 터-ㄴ환
치통	**ปวดฟัน** 뿌-언환	호흡하다	**หายใจ** 하-이짜이
근시	**สายตาสั้น** 싸-이따-싼	원시	**สายตายาว** 싸-이따-야-우
소변	**ปัสสาวะ** 빳싸-와	대변	**อุจจาระ** 웃짜-라
검사하다	**ตรวจ** 뜨루엇	입원하다	**เข้าโรงพยาบาล** 카오로-ㅇ파야-바-ㄴ
골절되다	**กระดูกหัก** 끄라두-ㄱ학	곤충에쏘이다	**ถูกแมลงต่อย** 투-ㄱ말래-ㅇ떠-이
월경	**ประจำเดือน** 쁘라짬드-언	충혈되다	**ตาแดงก่ำ** 따-대-ㅇ깜

붓다	**บวม** 부-엄		가렵다	**คัน** 칸	
화농되다	**เป็นหนอง** 뻰너-ㅇ		염증이 생기다	**อักเสบ** 악쌔-ㅂ	
임신하다	**มีท้อง** 미-터-ㅇ		출산하다	**คลอดลูก** 클러-ㄷ루-ㄱ	
입덧하다	**แพ้ท้อง** 패-터-ㅇ		낙태하다	**แท้งลูก** 태-ㅇ루-ㄱ	
수술하다	**ผ่าตัด** 파-딷		땀나다	**เหงื่อออก** 응으-어 어-ㄱ	
눈물	**น้ำตา** 나-ㅁ 따-		침	**น้ำลาย** 나-ㅁ 라-이	
콧물	**น้ำมูก** 나-ㅁ 무-ㄱ		재채기하다	**จาม** 짜-ㅁ	

14. 질병

결핵	**วัณโรค** 완나로-ㄱ	감기	**ไข้หวัด** 카이왇
투베르쿨린	**ทดสอบเชื้อวัณโรค** 톧써-ㅂ츠-어완나로-ㄱ	말라리아	**ไข้มาลาเรีย** 카이마-ㄹ 라-리-야
디프테리아	**โรคคอตีบ** 로-ㄱ커띠-ㅂ	장티프스	**ไข้รากสาด** 카이라-ㄱ싸-ㄷ
백일해	**ไอกรน** 아이끄론	콜레라	**อหิวาต์** 아히와-
파상풍	**บาดทะยัก** 바-ㄷ타약	전염병	**โรคติดต่อ** 로-ㄱ띧떠-

소아마비	โปลิโอ	뽀-ㄹ리오-
천연두	ไข้ทรพิษ	카이터 라핃
홍역	โรคหัด	로-ㄱ핟
위궤양	กระเพาะอาหารเป็นแผล	끄라퍼아-하-ㄴ뻰플래-
정신병	โรคจิต	로-ㄱ 찓
신경통	โรคปวดเส้นประสาท	로-ㄱ 뿌얻 쎄-ㄴ 쁘라 싸-ㄷ
인플렌자	ไข้หวัดใหญ่	카이왇야이
고혈압	ความดันโลหิตสูง	콰-ㅁ단로-힏쑤-ㅇ
저혈압	ความดันโลหิตต่ำ	콰-ㅁ단로-힏땀
뇌일혈	เส้นโลหิตในสมองแตก	쎄-ㄴ로-힏나이싸머-ㅇ때-ㄱ
심장마비	หัวใจวาย	후-어짜이와-이
암	โรคมะเร็ง	로-ㄱ마렝
치질	ริดสีดวงทวาร	릳씨-두-엉타와-ㄴ
천식	หืด	흐-ㄷ
폐염	ปอดอักเสบ	뻐-ㄷ악쎄-ㅂ
맹장염	ไส้ติ่งอักเสบ	싸이띵악쎄-ㅂ
풍진	หัดเยอรมัน	핟여-라만
간염	โรคตับอักเสบ	로-ㄱ 땁 악쎄-ㅂ
류마티스	โรคปวดข้อ	로-ㄱ 뿌얻 커-
바이러스간염	ไวรัสลงตับ	와이랏롱땁
출혈병	ไข้เลือดออก	카이르-언어-ㄱ
중이염	หูอักเสบ	후-악쎄-ㅂ
피부병	โรคผิวหนัง	로-ㄱ피우낭
결막염	ริดสีดวงตา	릳씨-두-엉따-
폐렴	วัณโรคในปอด	완나로-ㄱ나이뻐-ㄷ
무좀	เท้าเปื่อย	타오 쁘어이

성병	**กามโรค** 까-ㅁ마로-ㄱ	병균	**เชื้อโรค** 츠-어로-ㄱ
나병	**โรคเรื้อน** 로-ㄱ르-언	두통	**ปวดศีรษะ** 뿌-얻씨-싸
식중독	**อาหารเป็นพิษ** 아-하-ㄴ뻰핃	색맹	**ตาบอดสี** 따-버-ㄷ씨-
당뇨병	**โรคเบาหวาน** 로-ㄱ바오와-ㄴ	에이즈	**เอดส์** 에-ㄷ

15. 병원 의약품

약	**ยา** 야-	약국	**ร้านขายยา** 라-ㄴ 카-이 야
식전	**ก่อนอาหาร** 꺼-ㄴ 아-하-ㄴ	식후	**หลังอาหาร** 랑 아-하-ㄴ
처방전	**ใบสั่งยา** 바이쌍야-	독약	**ยาพิษ** 야-핃
해열제	**ยาแก้ไข้** 야-깨-카이	머리염색약	**ยาย้อมผม** 야-여-ㅁ폼
진통제	**ยาระงับปวด** 야-라응압 뿌-얻	주사약	**ยาฉีด** 야-치-ㄷ
소독하다	**ฆ่าเชื้อโรค** 카-츠-어로-ㄱ	정제	**ยาเม็ด** 야-멛
안약	**ยาหยอดตา** 야-여-ㄷ따-	가루약	**ยาผง** 야-퐁
한방약	**ยาจีน** 야-찌-ㄴ	연고	**ยาขี้ผึ้ง** 야-키-픙

기침약	**ยาแก้ไอ** 야-깨-아이	피임약	**ยาคุมกำเนิด** 야-쿰 캄 늬-ㅅ
마약	**ยาเสพติด** 야-쎄-ㅂ 띧	머큐롬	**ยาแดง** 야-대-ㅇ
수면제	**ยานอนหลับ** 야-너-ㄴ랍	살충제	**ยาฆ่าแมลง** 야-카-말래-ㅇ
증상	**อาการ** 아-까-ㄴ	중태	**อาการหนัก** 아-까-ㄴ낙
수혈하다	**ถ่ายโลหิต** 타-이로-힏	약국	**ร้านขายยา** 라-ㄴ카-이야-
설사약	**ยาถ่าย** 야-타-이	탈지면	**สำลีซับแผล** 쌈리-쌉플래-
지사제	**ยาแก้ท้องเสีย** 야- 깨- 터-ㅇ 씨아	수면제	**ยานอนหลับ** 야- 너-ㄴ 랍
의사	**นายแพทย์, หมอ** 나-이패-ㄷ, 머-	약사	**เภสัชกร** 페-싿차꺼-ㄴ
간호사(여자)	**นางพยาบาล** 나-ㅇ파야-바-ㄴ	생리대	**ผ้าอนามัย** 파-아나-마이
반창고	**ผ้ายางปิดแผล** 파-야-ㅇ삗플래-	붕대	**ผ้าพันแผล** 파-판 플래-
체온계	**ปรอทวัดไข้** 빠러-ㄷ 왇 카이	혈관	**เส้นเลือด** 쎄-ㄴ르-얻
모기약	**ยากันยุง** 야-깐융	야멍(안티프라민)	**ยาหม่อง** 야-머-ㅇ
진찰비	**ค่าตรวจไข้** 카-뜨루얻카이	약값	**ค่ายา** 카-야-
병원	**โรงพยาบาล** 로-ㅇ파야-바-ㄴ	의원	**คลินิค** 클리-닉

16. 월 계절 요일

1월	**มกราคม**	마까라-콤
2월	**กุมภาพันธ์**	꿈파-판
3월	**มีนาคม**	미-나-콤
4월	**เมษายน**	메-싸-욘
5월	**พฤษภาคม**	프르싸파-콤
6월	**มิถุนายน**	미투나-욘
7월	**กรกฎาคม**	까라까다-콤
8월	**สิงหาคม**	씽하-콤
9월	**กันยายน**	깐야-욘
10월	**ตุลาคม**	뚤라-콤
11월	**พฤศจิกายน**	프르싸찌까-욘
12월	**ธันวาคม**	탄와-콤
봄	**ฤดูใบไม้ผลิ**	르두-바이마이플리
여름	**ฤดูร้อน**	르두-러-ㄴ
가을	**ฤดูใบไม้ร่วง**	르두-바이마이루-엉
겨울	**ฤดูหนาว**	르두-나-우
우기	**ฤดูฝน**	르두-훤
건기	**ฤดูแล้ง**	르두-래-ㅇ
일	**วัน**	완
월, 달	**เดือน**	드-언
서기	**คริสต์ศักราช(ค.ศ.)**	크릿싹까라-ㄷ(커-써-)
불기	**พุทธศักราช(พ.ศ.)**	풋타싹까라-ㄷ(퍼-써-)
주	**อาทิตย์, สัปดาห์**	아-팃, 쌉다-
금주	**อาทิตย์นี้**	아-팃니-
지난주	**อาทิตย์ที่แล้ว**	아-팃티-래-우
내주	**อาทิตย์หน้า**	아-팃나-

이번달	**เดือนนี้** 드-언니-	지난달	**เดือนที่แล้ว** 드-언티-래-우
내달	**เดือนหน้า** 드-언나-	년	**ปี** 삐-
작년	**ปีที่แล้ว** 삐-티-래-우	금년	**ปีนี้** 삐-니-
내년	**ปีหน้า** 삐-나-	계절	**ฤดู** 르두-
새해	**ปีใหม่** 삐-마이	설날	**วันขึ้นปีใหม่** 완큰삐-마이
카렌다	**ปฏิทิน** 빠 띠 틴	중국정월	**วันตรุษจีน** 완 뜨룻 찌-ㄴ
자	**ปีชวด** 삐- 추언	축	**ปีฉลู** 삐- 찰루
인	**ปีขาล** 삐- 카-ㄴ	묘	**ปีเถาะ** 삐- 터
진	**ปีมะโรง** 삐- 마 로-ㅇ	사	**ปีมะเส็ง** 삐- 마 쎙
오	**ปีมะเมีย** 삐- 마 미아	미	**ปีมะแม** 삐- 마 매
신	**ปีวอก** 삐- 워-ㄱ	유	**ปีระกา** 삐- 라 까-
술	**ปีจอ** 삐- 쩌	해	**ปีกุน** 삐- 꾼
일요일	**วันอาทิตย์** 완아-틷	월요일	**วันจันทร์** 완짠
화요일	**วันอังคาร** 완앙카-ㄴ	수요일	**วันพุธ** 완풋

목요일	**วันพฤหัสบดี** 완프르할싸버-디-	금요일	**วันศุกร์** 완쑥
토요일	**วันเสาร์** 완싸오	공휴일	**วันหยุดราชการ** 완윧라-ㄷ차까-ㄴ
휴일	**วันหยุด** 완윧	기념일	**วันที่ระลึก** 완 티라륵

17. 숫자

기수

0	**ศูนย์** 쑤-ㄴ	1	**หนึ่ง** 능
2	**สอง** 써-ㅇ	3	**สาม** 싸-ㅁ
4	**สี่** 씨-	5	**ห้า** 하 -
6	**หก** 혹	7	**เจ็ด** 젣
8	**แปด** 빼-ㄷ	9	**เก้า** 까오
10	**สิบ** 씹	11	**สิบเอ็ด** 씹엗
12	**สิบสอง** 씹 써-ㅇ	13	**สิบสาม** 씹 싸-ㅁ
14	**สิบสี่** 씹 씨-	15	**สิบห้า** 씹 하 -

16	สิบหก	17	สิบเจ็ด
	씹 혹		씹 쩯
18	สิบแปด	19	สิบเก้า
	씹 빼-ㄷ		씹 까오
20	ยี่สิบ	21	ยี่สิบเอ็ด
	이-씹		이-씹엩
31	สามสิบเอ็ด	41	สี่สิบเอ็ด
	싸-ㅁ씹엩		씨-씹엩
51	ห้าสิบเอ็ด	61	หกสิบเอ็ด
	하-씹엩		혹씹엩
71	เจ็ดสิบเอ็ด	81	แปดสิบเอ็ด
	쩯씹엩		빼-ㄷ씹엩
91	เก้าสิบเอ็ด	100	ร้อย
	까오씹엩		러-이
1,000	พัน	10,000	หมื่น
	판		므-ㄴ
100,000	แสน	1,000,000	ล้าน
	쌔-ㄴ		라-ㄴ
10,000,000	สิบล้าน	일억	ร้อยล้าน
	씹라-		러이 라-ㄴ
일조	ล้านล้าน		
	라-ㄴ라-ㄴ		

서수

첫째	**ที่หนึ่ง** 티^-능ˋ	둘째	**ที่สอง** 티^-써ˇ-ㅇ
셋째	**ที่สาม** 티^-싸ˇ-ㅁ	넷째	**ที่สี่** 티^-씨ˋ-
다섯째	**ที่ห้า** 티^-하^-	여섯째	**ที่หก** 티^-혹ˋ
일곱째	**ที่เจ็ด** 티^-쩯	여덟째	**ที่แปด** 티^-빼ˋ-ㄷ
아홉째	**ที่เก้า** 티^-까^오	열째	**ที่สิบ** 티^-씹ˋ

18. 시간

시간	**เวลา** 웨-ㄹ라-	시	**โมง** 몽-ㅇ
분	**นาที** 나-티-	초	**วินาที** 위나-티-
오전	**ก่อนเที่ยง** 꺼ˋ-ㄴ티^-양	오후	**หลังเที่ยง** 랑ˇ티^-양
오늘	**วันนี้** 완니´-	어제	**เมื่อวานนี้** 므^-어와-ㄴ니´-
내일	**พรุ่งนี้** 프룽^니´-	모레	**มะรืนนี้** 마´르-ㄴ니´-
그제	**วานซืนนี้** 와-ㄴ쓰-ㄴ니´-	아침에	**ตอนเช้า** 떠-ㄴ차´오

점심에	**ตอนกลางวัน** 떠-ㄴ끌라-ㅇ완	저녁에	**ตอนเย็น** 떠-ㄴ옌
한밤중	**ตอนกลางคืน** 떠-ㄴ 끌랑 크-ㄴ	한낮	**ตอนกลางวัน** 떠-ㄴ 끌랑 완
심야	**ตอนดึก** 떠-ㄴ 득	정오	**เที่ยง** 티앙
반나절	**ครึ่งวัน** 크릉 완	하루	**หนึ่งวัน** 능 완
하루종일	**ตลอดวัน** 딸러-ㄷ 완	밤새도록	**ตลอดคืน** 딸러-ㄷ 크-ㄴ
자정	**เที่ยงคืน** 티-양크-ㄴ	오전1시	**ตีหนึ่ง** 띠- 능-
오전2시	**ตีสอง** 띠- 써-ㅇ	오전3시	**ตีสาม** 띠- 싸-ㅁ
오전4시	**ตีสี่** 띠- 씨-	오전5시	**ตีห้า** 띠- 하-
오전6시	**หกโมงเช้า, ตีหก** 혹모-ㅇ차오, 띠-혹	오전7시	**โมงเช้า** 모-ㅇ차오
오전8시	**สองโมงเช้า** 써-ㅇ모-ㅇ차오	오전9시	**สามโมงเช้า** 싸-ㅁ모-ㅇ차오
오전10시	**สี่โมงเช้า** 씨-모-ㅇ차오	오전11시	**ห้าโมงเช้า** 하-모-ㅇ차오
정오	**เที่ยงวัน** 티-양완	오후1시	**บ่ายโมง** 바-이 모-ㅇ
오후2시	**บ่ายสองโมง** 바-이써-ㅇ모-ㅇ	오후3시	**บ่ายสามโมง** 바-이 싸-ㅁ 모-ㅇ

오후4시	**บ่ายสี่โมง, สี่โมงเย็น** 바-이씨-모-ㅇ,씨-모-ㅇ옌	오후5시	**บ่ายห้าโมง, ห้าโมงเย็น** 바-이하-모-ㅇ,하-모-ㅇ옌
오후6시	**หกโมงเย็น** 혹모-ㅇ옌	오후7시	**หนึ่งทุ่ม** 능툼
오후8시	**สองทุ่ม** 써-ㅇ툼	오후9시	**สามทุ่ม** 싸-ㅁ툼
오후10시	**สี่ทุ่ม** 씨-툼	오후11시	**ห้าทุ่ม** 하-툼
과거	**อดีต** 아 디-ㄷ	현재	**ปัจจุบัน** 빳 쭈 반
미래	**อนาคต** 아나- 콛	지금, 이제	**เดี๋ยวนี้ ตอนนี้** 디어우 니- 떠-ㄴ 니-
조금전에	**เมื่อกี้นี้** 므어 끼 니-	오래지않아	**ในไม่ช้า** 나이 마이 차-
조금후에	**เดี๋ยว** 디어우	이어서, 다음에	**ต่อไปนี้** 떠- 빠이 니-
아직	**ยัง** 양	곧, 즉시	**ทันที** 탄 티-
최근에	**หมู่นี้** 무- 니-	이전에	**เมื่อก่อน** 므어 꺼-ㄴ

19. 방향 위치

이쪽	**ทางนี้** 타-ㅇ니-	저쪽	**ทางโน้น** 타-ㅇ논
그쪽	**ทางนั้น** 타-ㅇ난	어느쪽	**ทางไหน** 타-ㅇ나이

안쪽	ข้างใน	바깥쪽	ข้างนอก
	카-ㅇ나이		카-ㅇ너-ㄱ
위쪽	ข้างบน	아래쪽	ข้างล่าง
	카-ㅇ본		카-ㅇ라-ㅇ
뒤쪽	ข้างหลัง	반대쪽	ด้านตรงกันข้าม
	카-ㅇ랑		다-ㄴ뜨롱깐카-ㅁ
왼쪽	ทางซ้าย	오른쪽	ทางขวา
	타-ㅇ싸-이		타-ㅇ콰-
옆쪽	ข้าง ๆ	구석, 모서리	มุม
	캉 카-ㅇ		뭄
중앙	กลาง	꼭대기	ยอด
	끌라-ㅇ		여-ㄷ
가까운	ใกล้	먼	ไกล
	끌라이		끌라이
동쪽	ทิศตะวันออก	서쪽	ทิศตะวันตก
	팃따완어-ㄱ		팃따완똑
남쪽	ทิศใต้	북쪽	ทิศเหนือ
	팃따이		팃느-어
여기	ที่นี่	거기	ที่นั่น
	티- 니-		티- 난
저기	ที่โน่น		
	티- 노-ㄴ		
동남쪽	ทิศตะวันออกเฉียงใต้		
	팃따완어-ㄱ치-양따이		
서남쪽	ทิศตะวันตกเฉียงใต้		
	팃따완똑치-양따이		
동북쪽	ทิศตะวันออกเฉียงเหนือ, อีสาน		
	팃따완어-ㄱ치-양느-어, 이-싸-ㄴ		

서북쪽 **ทิศตะวันตกเฉียงเหนือ**
팃따완똑치-양느-어

20. 주택 아파트

건물	**ตึก** 뜩	빌딩	**อาคาร** 아-카-ㄴ
셋집	**บ้านเช่า** 바-ㄴ차오	셋방	**ห้องเช่า** 허-ㅇ차오
집세	**ค่าเช่าบ้าน** 카-차오바-ㄴ	보증금	**เงินประกัน** 응의-ㄴ쁘라깐
집	**บ้าน** 바-ㄴ	방	**ห้อง** 허-ㅇ
아랫층	**ชั้นล่าง** 찬라-ㅇ	윗층	**ชั้นบน** 찬본
응접실	**ห้องรับแขก** 허-ㅇ랍캐-ㄱ	화장실	**ห้องน้ำ** 허-ㅇ남
침실	**ห้องนอน** 허-ㅇ너-ㄴ	수영장	**สระว่ายน้ำ** 싸와이남
거실	**ห้องนั่งเล่น** 허-ㅇ낭레-ㄴ	경비	**ยาม** 야-ㅁ
식당	**ห้องอาหาร** 허-ㅇ아-하-ㄴ	식탁	**โต๊ะอาหาร** 또아-하-ㄴ
문	**ประตู** 쁘라뚜	창문	**หน้าต่าง** 나-따-ㅇ
천장	**เพดาน** 페-다-ㄴ	지붕	**หลังคา** 랑카-

창고	**ห้องเก็บของ** 허-ㅇ껩커-ㅇ	차고	**โรงรถ** 로-ㅇ롣
계단	**บันได** 반다이	승강기	**ลิฟท์** 립
정원	**สวน** 쑤-언	잔디밭	**สนามหญ้า** 싸나-ㅁ야-
기숙사	**หอพัก** 허-팍	벽	**ฝาผนัง** 화-파낭
하인, 가정부	**คนใช้** 콘 차이	집주인	**เจ้าของบ้าน** 짜오커-ㅇ바-ㄴ

21. 가구 실내용품

가구	**เครื่องเรือน** 크르-엉르-언	장농	**ตู้เสื้อผ้า** 뚜-쓰-어파-
서랍	**ลิ้นชัก** 린착	옷걸이	**ไม้แขวนเสื้อ** 마이꽤-ㄴ쓰-어
쿠숀	**หมอนอิง** 머-ㄴ잉	카페트	**พรม** 프롬
침대	**เตียง** 띠-양	침대시트	**ผ้าปูที่นอน** 파-뿌-티-너-ㄴ
커튼	**ผ้าม่าน** 파-마-ㄴ	해가리개	**ที่บังแดด** 티-방대-ㄷ
담요	**ผ้าห่ม** 파-홈	베개	**หมอน** 머-ㄴ
창문유리	**กระจกหน้าต่าง** 끄라쪽나-따-ㅇ	거울	**กระจกเงา** 끄라쪽응아오

전구	หลอดไฟฟ้า 러-ㄷ화이화-	전지	ไฟฉาย 화이차-이
전선	สายไฟ 싸-이화이	스위치	สวิตช์ 쓰윗
소켓트	ปลั๊ก 쁠락	벨	กริ่ง 끄링
가전제품	เครื่องไฟฟ้า 크르-엉화이화-	헤어드라이기	เครื่องเป่าผม 크르-엉빠오폼
텔레비젼	โทรทัศน์ 토-라탓	전화	โทรศัพท์ 토-라쌉
다리미	เตารีด 따오리-ㄷ	라디오	วิทยุ 위타유
에어콘	เครื่องปรับอากาศ 크르-엉쁘랍아-까-ㄷ	선풍기	พัดลม 팟롬
책상	โต๊ะหนังสือ 또낭쓰-	의자	เก้าอี้ 까오이-
식탁	โต๊ะอาหาร 또아-하-ㄴ	세면대	อ่างล้างหน้า 아-ㅇ라-ㅇ나-
면도칼	มีดโกน 미-ㄷ꼬-ㄴ	면도날	ใบมีดโกน 바이미-ㄷ꼬-ㄴ
비누	สบู่ 싸부-	타올	ผ้าเช็ดตัว 파-쳍뚜-어
칫솔	แปรงสีฟัน 쁘래-ㅇ씨-환	치약	ยาสีฟัน 야-씨-환

22. 식기 주방용품

메뉴	**รายการอาหาร** 라-이까-ㄴ아-하-ㄴ	쟁반	**ถาด** 타-ㄷ
병	**ขวด** 쿠-언	깡통따개	**ที่เปิดกระป๋อง** 티-쁘ㅓ-ㄷ끄라뻐-ㅇ
숟가락	**ช้อน** 처-ㄴ	포크	**ซ่อม** 써-ㅁ
젓가락	**ตะเกียบ** 따끼-얍	국자	**ทัพพี** 탑피-
유리컵	**แก้ว** 깨-우	잔	**ถ้วย** 투-어이
행주	**ผ้าเช็ดโต๊ะ** 파-첻또	걸레	**ผ้าขี้ริ้ว** 파-키-리우
스트로, 빨대	**หลอด** 러-ㄷ	부엌	**ห้องครัว** 허-ㅇ크루-어
공기대접	**ชาม** 차-ㅁ	접시	**จาน** 짜-ㄴ
도마	**เขียง** 키-양	식칼	**มีดทำครัว** 미-ㄷ탐크루-어
물주전자	**กาน้ำ** 까-남	냄비	**หม้อ** 머-
밥솥	**หม้อหุงข้าว** 머-훙카-우	절구	**ครก** 크록
후라이팬	**กะทะ** 까타	내프킨	**ผ้าเช็ดปาก** 파-첻빠-ㄱ
가스레인지	**เตาแก๊ส** 따오 깻	가스통	**ถังแก๊ส** 탕깻

빗자루	**ไม้กวาด** 마이꽈-ㄷ	숯	**ถ่าน** 타-ㄴ
바구니	**ตะกร้า** 따끄라-	쓰레기통	**ถังขยะ** 탕카야
조리	**กระชอน** 끄라처-ㄴ	이쑤시개	**ไม้จิ้มฟัน** 마이찜환

23. 도구 용품

칠판	**กระดานดำ** 끄라다-ㄴ담	백묵	**ชอล์ค** 처-ㄱ
문방구	**เครื่องเขียน** 크르엉 키-안	볼펜	**ปากกาลูกลื่น** 빠-ㄱ 까 루-ㄱ 르-ㄴ
펜	**ปากกา** 빠-ㄱ까-	만년필	**ปากกาหมึกซึม** 빠-ㄱ까-믁씀
샤프펜슬	**ดินสอกด** 딘써-꼳	자	**ไม้บรรทัด** 마이반탇
공책	**สมุด** 싸묻	잉크	**หมึก** 믁
지우개	**ยางลบ** 야-ㅇ롭	풀	**กาว** 까-우
책	**หนังสือ** 낭쓰-	종이	**กระดาษ** 끄라다-ㅅ
지도	**แผนที่** 패-ㄴ티-	서류	**เอกสาร** 에-ㄱ까싸-ㄴ
카메라	**กล้องถ่ายรูป** 끌러-ㅇ타-이루-ㅂ	촬영기	**กล้องถ่ายหนัง** 끌러-ㅇ타-이낭

사진	**รูปถ่าย** 루-ㅂ타-이	스크린	**จอหนัง** 쩌-낭
필름	**ฟิล์ม** 휘-ㅁ	건전지	**ถ่านไฟฉาย** 타-ㄴ화이차-이
현상하다	**ล้างรูป** 라-ㅇ루-ㅂ	인화하다	**อัดรูป** 알루-ㅂ
장난감	**ของเล่น** 커-ㅇ레-ㄴ	총	**ปืน** 쁘-ㄴ
공	**ลูกบอล** 루-ㄱ버-ㄴ	재털이	**ที่เขี่ยบุหรี่** 티-키-야부리-
테이프레코더	**เครื่องบันทึกเสียง** 크르-엉반특씨-양	계산기	**เครื่องคิดเลข** 크르-엉킷레-ㄱ
끈	**เชือก** 츠-억	고무줄	**ยาง** 야-ㅇ
실	**ด้าย** 다-이	바늘	**เข็ม** 켐
핀	**เข็มหมุด** 켐문	못	**ตะปู** 따뿌-
나사	**ตะปูควง** 따뿌-쿠엉	드라이버	**ไขควง** 카이쿠엉
뻰찌	**คีม** 키-ㅁ	톱	**เลื่อย** 르-어이
도끼	**ขวาน** 콰-ㄴ	가위	**กรรไกร** 깐끄라이

24. 동물

개	**หมา**	마-	고양이	**แมว**	매-우
말	**ม้า**	마-	소	**วัว**	우-어
돼지	**หมู**	무-	토끼	**กระต่าย**	끄라따-이
쥐	**หนู**	누-	곰	**หมี**	미-
늑대	**สุนัขป่า**	쑤낙빠-	여우	**สุนัขจิ้งจอก**	쑤낙찡쩌-ㄱ
호랑이	**เสือ**	쓰-어	사자	**สิงโต**	씽또-
코끼리	**ช้าง**	차-ㅇ	원숭이	**ลิง**	링
뱀	**งู**	응우-	개구리	**กบ**	꼽
물소	**ควาย**	콰-이	바다표범	**แมวน้ำ**	매-우남
고래	**ปลาวาฬ**	쁠라-와-ㄴ	돌고래	**ปลาโลมา**	쁠라-로-마-
상어	**ปลาฉลาม**	쁠라-찰라-ㅁ	악어	**จระเข้**	쩌-라케-
물고기	**ปลา**	쁠라-	거북이	**เต่า**	따오
뱀장어	**ปลาไหล**	쁠라-라이	게	**ปู**	뿌-

조개	**หอย** 허-이	새우	**กุ้ง** 꿍
오징어	**ปลาหมึก** 쁠라-믁	벌레	**หนอน** 너-ㄴ
바퀴벌레	**แมลงสาบ** 말래-ㅇ싸-ㅂ	개미	**มด** 몯
벌	**ผึ้ง** 픙	나비	**ผีเสื้อ** 피-쓰-어
파리	**แมลงวัน** 말래-ㅇ완	모기	**ยุง** 융
거미	**แมลงมุม** 말래-ㅇ뭄	새	**นก** 녹
메뚜기	**ตั๊กแตน** 딱 까 때-ㄴ	매미	**จักจั่น** 짝 까 짠
공작새	**นกยูง** 녹융	앵무새	**นกแก้ว** 녹깨-우
닭	**ไก่** 까이	오리	**เป็ด** 뻳
까마귀	**กา** 까-	백조	**หงส์** 홍
거위	**ห่าน** 하-ㄴ	참새	**นกกระจอก** 녹끄라쩌-ㄱ

25. 색깔

색	**สี**	씨-
빨강색	**สีแดง**	씨-대-ㅇ
주황색	**สีส้ม**	씨-쏨
노랑색	**สีเหลือง**	씨-르-엉
초록색	**สีเขียว**	씨-키-여우
파랑색	**สีน้ำเงิน**	씨-남응의-ㄴ
갈색	**สีน้ำตาล**	씨-남따-ㄴ
검정색	**สีดำ**	씨-담
흰색	**สีขาว**	씨-카-우
분홍색	**สีชมพู**	씨-촘푸-
하늘색	**สีฟ้า**	씨-화-
흑적갈색	**สีดำแดง**	씨-담대-ㅇ
보라색	**สีม่วง**	씨-무-엉
회색	**สีเทา**	씨-타오

26. 의류 장신구

속옷	**เสื้อชั้นใน**	쓰-어찬나이
팬티	**กางเกงใน**	까-ㅇ께-ㅇ나이
가운	**เสื้อคลุม**	쓰-어클룸
파자마	**กางเกงนอน**	까-ㅇ께-ㅇ너-ㄴ
양말	**ถุงเท้า**	퉁타오
운동화	**รองเท้าผ้าใบ**	러-ㅇ타오파-바이
와이샤츠	**เสื้อเชิ้ต**	쓰-어 처-ㄷ
조끼	**เสื้อกั๊ก**	쓰-어깍

슬리퍼	รองเท้าแตะ	우비	เสื้อกันฝน
	러-ㅇ타오때		쓰^어깐흰
청바지	กางเกงยีน	모자	หมวก
	까-ㅇ께-ㅇ이-ㄴ		무^억
구두	รองเท้า	외투	เสื้อหนาว
	러-ㅇ타오		쓰^어나^우
티셔츠	เสื้อยืด	긴바지	กางเกงขายาว
	쓰^어이으-ㄷ		까-ㅇ께-ㅇ카-야-우
반바지	กางเกงขาสั้น	스카프	ผ้าพันคอ
	까-ㅇ께-ㅇ카-싼		파-판커-
장갑	ถุงมือ	귀걸이	ตุ้มหู
	퉁므-		뚬후-
시계	นาฬิกา	화장품	เครื่องสำอาง
	나-리까-		크르^엉쌈아-ㅇ
안경	แว่นตา	향수	น้ำหอม
	왜-ㄴ따-		남허-ㅁ
우산	ร่ม	치마	กระโปรง
	롬		끄라쁘로-ㅇ
속치마	กระโปรงชั้นใน	허리띠	เข็มขัด
	끄라쁘로-ㅇ찬나이		켐캇
브래지어	เสื้อยกทรง	손수건	ผ้าเช็ดหน้า
	쓰^어욕쏭		파-첸나-
스타킹	ถุงน่อง	브로치	เข็มกลัด
	퉁너^ㅇ		켐끌랏랑
반지	แหวน	가방	กระเป๋า
	왜-ㄴ		끄라빠^오
팔찌	กำไลมือ	목걸이	สร้อยคอ
	깜라이므-		써^이커-

27. 사고 · 범죄

사고	**อุบัติเหตุ** 우̀받̀띠̀ 헤̀-ㄷ	화재	**ไฟไหม้** 화̄이 마̂이
소방서	**สถานีดับเพลิง** 싸̀ 타̌-니̄- 답̀ 플러̄-ㅇ	소방차	**รถดับเพลิง** 롣́답̀ 플러̄-ㅇ
소화기	**เครื่องดับเพลิง** 크̂르엉 답̀ 플러̄-ㅇ	비상구	**ทางออกฉุกเฉิน** 타̄-ㅇ 어̀-ㄱ 축̀ 처̌-ㄴ
교통사고	**อุบัติเหตุจราจร** 우̀받̀띠̀ 헤̀-ㄷ짜̀라̄- 쩌̄-ㄴ	충돌하다	**ชน** 촌̄
사망자	**ผู้ตาย** 푸̂- 따̄-이	부상자	**ผู้บาดเจ็บ** 푸̂- 바̀-ㄷ 쩹̀
행방불명	**ผู้สูญหาย** 푸̂- 쑤̌-ㄴ 하̌-이	구급차	**รถพยาบาล** 롣́파́야̄- 바̄-ㄴ
분실하다	**ทำหาย** 탐̄ 하̌-이	살해하다	**ฆ่า** 카̂-
도둑질하다	**ขโมย** 카̀ 모̄-이	강도	**โจร** 쪼̄-ㄴ
사기하다	**หลอกลวง** 러̀-ㄱ 루̄-엉	살인범	**ฆาตรกร** 카̂-ㄷ 따̀ 꺼̄-ㄴ
마약	**ยาเสพติด** 야̄- 쎄̀-ㅂ 띧̀	협박하다	**ขู่เข็ญ** 쿠̀- 켄̌
매춘부	**โสเภณี** 쏘̌- 페̄- 니̄-	경찰	**ตำรวจ** 땀̄루̀언
경찰서	**สถานีตำรวจ** 싸̀타̌-니̄- 땀̄루̀언	체포하다	**จับ** 짭̀
범인	**อาชญากร** 앋̀ 야̄- 꺼̄-ㄴ	피해자	**ผู้เสียหาย** 푸̂- 씨̌-아 하̌-이

뒤쫓다	ไล่ตาม 라이따-ㅁ	도망가다	หนี 니-
형무소	คุก 쿡	법원	ศาล 싸-ㄴ
민사법원	ศาลแพ่ง 싸-ㄴ 패-ㅇ	형사법원	ศาลอาญา 싸-ㄴ 아-야-
사형	ประหารชีวิต 쁘라하-ㄴ 치-윋	도둑맞다	ถูกขโมย 투-ㄱ 카 모-이
무기	อาวุธ 아-웉	고소하다	ฟ้องร้อง 훠-ㅇ 러-ㅇ

28. 종교

종교	ศาสนา 싸-ㄷ 싸나-	신앙	ความเชื่อถือ 쿠-암 츠-어 트-
불교	ศาสนาพุทธ 싸-ㄷ 싸나-풑	사원	วัด 왇
승려	พระสงฆ์ 프라쏭	사미승	เณร 네-ㄴ
탁발하다	ตักบาตร 딱바-ㄷ	사주하다	การให้ทาน 까-ㄴ 하이 타-ㄴ
불상	พระพุทธรูป 프라풑타루-ㅂ	공덕을 쌓다	ทำบุญ 탐분
계율	ศีล 씨-ㄴ	예수	พระเยซู 프라예-쑤-
기독교	ศาสนาคริสต์ 싸-ㄷ 싸나- 크릳	교회	โบสถ์ 보-ㄷ 화랑

천주교	**ศาสนาคริสต์นิกายโรมันคาทอลิก** 싸-ㄷ 싸나- 크릳 니 까-이로만 카터-릭		
바라문교	**ศาสนาพราหมณ์** 싸-ㄷ 싸나- 프라-ㅁ	이슬람교	**ศาสนาอิสลาม** 싸-ㄷ 싸나- 이쓸라-ㅁ
부처	**พระพุทธเจ้า** 프라풑타짜오	상좌부불교	**หินยาน** 힌나야-ㄴ
대승불교	**มหายาน** 마하- 야-ㄴ	종정	**สังฆราช** 쌍카라-ㄷ
출가하다	**บวช** 부-얻	성령	**วิญญาณ** 윈야-ㄴ
사당	**ศาลพระภูมิ** 싸-ㄴ 프라푸-ㅁ		

29. 산업

공업	**อุตสาหกรรม** 욷싸하깜	농업	**เกษตรกรรม** 까쎄-ㄷ뜨라깜
상업	**พาณิชยกรรม** 파닏차야깜	광업	**เหมืองแร่** 므-엉 래-
서비스업	**การบริการ** 까-ㄴ버리까-ㄴ	무역	**การค้าขายต่างประเทศ** 까-ㄴ카-카-이따-ㅇ 쁘라테-ㄷ
제품	**ผลิตภัณฑ์** 팔릳따판	품질	**คุณภาพ** 쿤나파-ㅂ
기업	**กิจการ** 낏짜까-ㄴ	원료	**วัตถุดิบ** 왇투딥
기술	**เทคโนโลยี** 텍노-로-이	자원	**ทรัพยากร** 쌉파야-꺼-ㄴ

천연자원	ทรัพยากรธรรมชาติ 쌉파야-꺼-ㄴ	노동력	แรงงาน 래-ㅇ응아-ㄴ
기계	เครื่องจักร 크르-엉 짝	석유	น้ำมัน 나-ㅁ만
에너지	พลังงาน 팔랑응아-ㄴ	원자력	พลังงานปรมาณู 팔랑응아-ㄴ 빠라마-누-
공장	โรงงาน 로-ㅇ응아-ㄴ	기술자	วิศวกร 윋싸와꺼-ㄴ
조립하다	ประกอบ 쁘라꺼-ㅂ	가공하다	แปรรูป 쁘래-루-ㅂ
연수하다	ฝึกงาน 흑응아-ㄴ	생산하다	ผลิต 팔릳

30. 식물

식물	พืช 프-ㄷ	나무	ต้นไม้ 똔마-이
꽃	ดอกไม้ 더-ㄱ마-이	잎	ใบไม้ 바이마-이
뿌리	ราก 라-ㄱ	줄기	ลำต้น 람똔
가지	กิ่ง 낑	풀	หญ้า 야-
종자	เมล็ด 말렏	열매	ผล 폰
소나무	ต้นสน 똔쏜	야자	มะพร้าว 마프라-우

대나무	**ไม้ไผ่** 마-이파이	벼	**ข้าว** 카-우
연꽃	**ดอกบัว** 더-ㄱ부어	장미꽃	**ดอกกุหลาบ** 더-ㄱ꿀라-ㅂ
난	**กล้วยไม้** 끌루어이 마-이	쟈스민	**มะลิ** 말리
야채	**ผัก** 팍		

31. 정치

정치	**การเมือง** 까-ㄴ 므-엉	정치학	**รัฐศาสตร์** 랃타싸-ㄷ
나라 · 국가	**เมือง,ประเทศ** 므엉, 쁘라테-ㄷ	국민	**ประชาชน** 쁘라차-촌
국적	**สัญชาติ** 싼차-ㄷ	종족	**เชื้อชาติ** 츠-어차-ㄷ
외국	**ต่างประเทศ** 따-ㅇ 쁘라테-ㄷ	정부	**รัฐบาล** 랃타바-ㄴ
왕	**พระมหากษัตริย์** 프라마하- 까쌋	국회	**รัฐสภา** 랃타싸파
장관	**รัฐมนตรี** 랃타몬뜨리-	수상	**นายกรัฐมนตรี** 나-욕랃타몬뜨리-
국회의원	**ส.ส.** 써-써-	선거	**การเลือกตั้ง** 까-ㄴ 르-억 땅
총선거	**การเลือกตั้งทั่วไป** 까-ㄴ 르-억 땅 투어 빠이	헌법	**รัฐธรรมนูญ** 랃타탐마누-ㄴ

법률	กฎหมาย 꼳마-이	정책	นโยบาย 나요- 바-이
권력	อำนาจ 암나-ㄷ	혁명	ปฏิวัติ 빠띠왇
쿠데타	รัฐประหาร 랃타쁘라하-ㄴ	권리	สิทธิ 씯티
의무	หน้าที่ 나-티-	국경	ชายแดน 차-이대-ㄴ

32. 지리 · 기후

해	ดวงอาทิตย์ 두-엉 아- 틷	달	ดวงจันทร์ 두-엉짠
별	ดวงดาว 두-엉다-우	지구, 세계	โลก 로-ㄱ
우주	จักรวาล 짝끄라와-ㄴ	산	ภูเขา 푸-카-오
산맥	เทือกเขา 트-억 카-오	화산	ภูเขาไฟ 푸- 카-오 화이
동굴	ถ้ำ 탐	숲	ป่า 빠-
들	ทุ่ง 퉁	강	แม่น้ำ 매-나-ㅁ
바다	ทะเล 탈레-	호수	ทะเลสาบ 탈레- 싸-ㅂ
온천	น้ำพุร้อน 나-ㅁ푸러-ㄴ	사막	ทะเลทราย 탈레- 싸-이

만	อ่าว 아-우	반도	แหลม 래-ㅁ
섬	เกาะ 꺼	하늘	ท้องฟ้า 터-ㅇ 화-
해안	ชายทะเล 차-이 탈레-	델타	ที่ราบลุ่มน้ำ 티-라-ㅂ룸나-ㅁ
기후	ดินฟ้าอากาศ 딘화- 아-까-ㄷ	날씨	อากาศ 아-까-ㄷ
비	ฝน 훤	구름	เมฆ 메-ㄱ
바람	ลม 롬	눈	หิมะ 히마
안개	หมอก 머-ㄱ	온도	อุณหภูมิ 운나하푸-ㅁ
습도	ความชื้น 쿠암 츠-ㄴ	몬순	มรสุม 머라쑴
태풍	ไต้ฝุ่น 따이훈	덥다	ร้อน 러-ㄴ
시원하다	เย็น 옌	춥다	หนาว 나-우
상쾌하다	สดชื่น 쏟 츠-ㄴ	따뜻하다	อุ่น 운
(찌는듯이)무덥다	ร้อนอบอ้าว 러-ㄴ 옵 아-우	홍수	น้ำท่วม 나-ㅁ 투-엄
지진	แผ่นดินไหว 패-ㄴ 딘 와이	천재	ภัยธรรมชาติ 파이 탐 마 차-ㄷ
가뭄	ฝนแล้ง 훤 래-ㅇ	산불	ไฟไหม้ป่า 화이 마이 빠-

일식	สุริยุปราคา	월식	จันทรุปราคา
	쑤 리유 빠라- 카-		짠 타루 빠라- 카-

33. 음악 · 영화 · TV

예술	ศิลปะ	음악	ดนตรี
	씬라빠		돈뜨리-
민요	เพลงพื้นเมือง	노래	เพลง
	플레-o 프-ㄴ므-엉		플레-o
악기	เครื่องดนตรี	가수	นักร้อง
	크르-엉 돈뜨리-		낙러-o
음악가	นักดนตรี	연주하다	บรรเลง
	낙돈뜨리-		반레-o
앙코르	อังคอล	영화	หนัง
	앙커-ㄴ		낭
영화관	โรงหนัง	영화배우	ดาราหนัง
	로-o 낭		다-라- 낭
TV탈랜트	ดาราทีวี	애정영화	หนังรัก
	다-라- 티-위-		낭락
코미디영화	หนังตลก	다큐멘타리	หนังสารคดี
	낭딸록		낭싸-라카디-
연극	ละคร	극장	โรงละคร
	ㄹ라꺼-ㄴ		로-o ㄹ라커-ㄴ
남우주연	พระเอก	여우주연	นางเอก
	프라에-ㄱ		나-o에-ㄱ
TV방송국	สถานีโทรทัศน์	라디오방송국	สถานีวิทยุ
	싸타-니-토-라탇		싸타-니-윋타유

방송하다	กระจายเสียง	생방송하다	ถ่ายทอดสด
	끄라짜-이씨-앙		타-이터-ㄷ쏟
프로그램	รายการ	위성중계하다	ถ่ายทอดผ่านดาวเทียม
	라-이까-ㄴ		타-이터-ㄷ파-ㄴ다-우티-암
채널	ช่อง	청취자	ผู้ฟัง
	처-ㅇ		푸-황
시청자	ผู้ชม	뉴스	ข่าว
	푸-촘		카-우
드라마	ละคร	만화	การ์ตูน
	ㄹ라커-ㄴ		까-뚜-ㄴ
광고	โฆษณา	대변인	โฆษก
	코-ㄷ싸나-		코-쏙
사회자	พิธีกร		
	피티-꺼-ㄴ		

34. 기차 · 항공

기차	รถไฟ	철도	ทางรถไฟ
	롣 화이		타-ㅇ 롣 화이
역	สถานี	시간표	ตารางเวลา
	싸 타-니-롣 화이		따-라-ㅇ 웰라-
표	ตั๋ว	매표소	ที่ขายตั๋ว
	뚜-어		티-카-이뚜-어
편도	เที่ยวเดียว	왕복	ไปกลับ
	티-여우디-여우		빠이끌랍
운임	ค่าโดยสาร	급행	รถด่วน
	카-도-이싸-ㄴ		롣두-언

특급차	**รถด่วนพิเศษ** 론두-언피쎄-ㄷ	일반차	**รถธรรมดา** 론탐마다-
침대차	**รถนอน** 론너-ㄴ	식당차	**รถเสบียง** 론싸비-앙
종착역	**สถานีปลายทาง** 싸타-니-쁠라-이타-ㅇ	비행장	**สนามบิน** 싸나-ㅁ빈
공항	**ท่าอากาศยาน** 타-아-까-ㄷ싸야-ㄴ	좌석	**ที่นั่ง** 티-낭
표를 예약하다	**จองตั๋ว** 쩌-ㅇ뚜-어	항공편	**เที่ยวบิน** 티-여우빈
여권	**หนังสือเดินทาง** 낭쓰- 더-ㄴ타-ㅇ	입국심사	**การตรวจคนเข้าเมือง** 까-ㄴ뜨루엇콘카오므-엉
입국관리국	**กองตรวจคนเข้าเมือง** 꺼-ㅇ뜨루엇콘카오므-엉	비자	**วีซ่า** 위싸-
세관	**ศุลกากร** 쑨라까-꺼-ㄴ	신고하다	**แจ้ง** 쨰-ㅇ
마중하다	**ไปรับ** 빠이랍	배웅하다	**ไปส่ง** 빠이쏭
비행기	**เครื่องบิน** 크르-엉 빈	여행가방	**กระเป๋าถือ** 끄라빠오 더-ㄴ타-ㅇ
국내선	**สายในประเทศ** 싸-이나이쁘라테-ㄷ	국제선	**สายต่างประเทศ** 싸-이따-ㅇ쁘라테-ㄷ
탑승권	**บัตรที่นั่ง** 받티-낭	탑승하다	**ขึ้นเครื่อง** 큰크르-엉
여승무원	**แอร์โฮสเตส** 애- 호-ㄷ싸 떼-ㄷ		

제3부 품사

1. 명사 (คำนาม)

문장의 주어가 되는 품사. 사람이나 사물의 명칭을 나타내는 말이며 목적어, 보어 따위가 된다.

1) 명사의 기능

① 문장의 주어가 된다.

예) <u>อาจารย์</u>เขียนหนังสือ
<u>แม่</u>ทำกับข้าว
<u>รถ</u>จอดอยู่หน้าโรงเรียนหลายคัน
<u>คันโน้น</u>เป็นของอาจารย์ใหญ่

② 문장의 목적어가 된다.

예) แมวจับ<u>หนู</u>
เขาซื้อ<u>ขนม</u>ให้<u>สุนัข</u>
ขนม - 직접목적어   สุนัข - 간접목적어
ไก่เขียน<u>จดหมาย</u>ให้<u>คุณแม่</u>
จดหมาย - 직접목적어   คุณแม่ - 간접목적어

③ 다른 명사의 보어가 된다.

예) นายชวน หลีกภัย นายกรัฐมนตรีเดินทางไปตรวจเยี่ยมภาคอีสาน
คุณมาลินีพี่สาวฉันเป็นแพทย์

④ 장소, 방향 시간을 가리키는 동사의 보어가 된다.

예) นักเรียนเขียนกระดานดำ (เขียนบนกระดานดำ)
พี่นอนเตียง น้องนั่งเก้าอี้ (นอนบนเตียง, นั่งบนเก้าอี้)
พ่อไปเที่ยวในวันเสาร์และวันอาทิตย์

⑤ 명사의 형상을 가리킨다.

예) ผมชอบรองเท้าคู่นี้
บริเวณบ้านของฉันปลูกมะม่วง 3 ต้น

2) 명사의 종류

① 보통명사 (สามานยนาม)

คน ม้า ขวด บ้าน เมือง ใจ ลม เวลา ดอกไม้
หนังสือ โต๊ะ ดิน น้ำ การบ้าน ลม นก หนู ช้าง

② 고유명사 (วิสามานยนาม)

นายอุดม นางสาววิไล โรงเรียนสตรีวิทยา
ช้างปัจจัยนาเคนทร์ เรือรบหลวงพระร่วง นนทบุรี

③ 집합명사 (สมุหนาม)

คณะ นิกาย กอง สมาคม สงฆ์ หมู่ ฝูง

บริษัท รัฐบาล โหล กลุ่ม เหล่า พวก ชมรม

④ 형상명사 (**ลักษณนาม**)

คน ตัว ผล ฟอง เล่ม รูป หลัง สิ่ง อัน เรือน
วง ลำ ต้น มวน ใบ เชือก องค์ มวน ก้อน คัน
แห่ง ลูก ผืน สาย กอง หมู่ ฝูง โรง ชุด คู่ โหล

⑤ 추상명사 (อาการนาม)

การเดิน การนอน การพูด การกิน การอ่าน
การเขียน การอยู่ การนั่ง ความฉลาด ความรู้
ความรัก ความสวย ความโกรธ ความตาย
ความคิด ความเจริญ ความสะอาด ความดี
ความชั่ว ความเร็ว

2. 대명사 (คำสรรพนาม)

명사 대신으로 쓰이는 말. 따라서 명사와 같이 문장의 주어, 보어 목적어 따위가 된다.

1) 인칭대명사 (บุรุษสรรพนาม)

ผม ฉัน ข้าพเจ้า คุณ ท่าน เธอ เอ็ง เจ้า เขา หล่อน
ดิฉัน ข้า กู ข้าพระพุทธเจ้า ใต้ฝ่าละอองธุลีพระบาท
พระองค์ ท่าน มัน แก นายแดง นายดำ

예) ผมเป็นครู
คุณมาจากไหน?
เขาเป็นข้าราชการ

2) 관계대명사 (ประพันธสรรพนาม)

ที่ ซึ่ง อัน ผู้ที่ ตัว ซึ่ง อันที่

예) คนที่ขยันจะสอบได้
ประเทศไทยเป็นประเทศซึ่งกำลังพัฒนาทางเศรษฐกิจ
พวกเขาเป็นผู้บุกเบิกแผ่นดินอันเป็นที่รกร้างว่างเปล่า

3) 부분대명사 (วิภาคสรรพนาม)

ต่าง บ้าง กัน

예) นักเรียนต่างก็เรียนหนังสือ
นักเรียนบ้างก็สอบได้บ้างก็สอบตก
เขากินข้าวด้วยกัน

4) 지시대명사 (นิยมสรรพนาม)

นี่ นั่น โน่น นั้น โน้น

예) นี่คือจดหมายที่เขาเขียนมา
นี่ของใคร?
นั่นอะไร?
นั่นเป็นเครื่องซักผ้าแบบใหม่

5) 부정칭대명사 (**อนิยมสรรพนาม**)

ใคร อะไร ไหน ใด ๆ

예) ไม่มีใครชอบเขาเลย
เขาไม่ชอบอะไรเลย
ใด ๆ ในโลกล้วนอนิจจัง

6) 의문대명사 (**ปฤจฉาสรรพนาม**)

อะไร ใคร ไหน สิ่งไร ผู้ใด

예) อะไรทำให้เธอคิดเช่นนั้น?
เขาจะทำอะไร
ใครเคาะประตู?
ไหนของเธอ?
ผู้ใดจะช่วยเขาได้บ้าง?

3. 동사 (คำกริยา)

문장의 술어가 되며 주어인 사람이나 사물에 대하여 동작, 상태, 존재 따위를 말한다.

1) 자동사 (**อกรรมกริยา**)

เดิน ไป นอน มา วิ่ง บิน นั่ง

예) ม้าวิ่ง แมวตาย นกบิน เขาหัวเราะ

2) 타동사 (สกรรรมกริยา)

กิน ทำ ทุบ เห็น แตะ อยาก เปิด

예) ครูอ่านหนังสือ ฉันกินข้าว
นักเรียนทำงาน เขาตักน้ำ

3) 연계동사 (วิกตรรถกริยา)

เป็น คือ เหมือน คล้าย เท่า แปลว่า กลายเป็น

예) เขาเป็นเพื่อนของฉัน
เขาคือผู้ที่ช่วยชีวิตฉัน
บิดา แปลว่าพ่อ
เขาสูงเท่าพ่อ
ปลาไหลกลายเป็นพังพอน
เธอเหมือนน้องของเขา
เสียงเธอคล้ายเป็ด

4) 조동사 (กริยานุเคราะห์)

จะ เคย ได้ ต้อง คง ถูก อย่า ซิ ช่วย นะ หรอก เถิด กำลัง ให้ แล้ว อยู่ อาจ โปรด

예) เรากำลังอ่านหนังสือ เราจะอ่านหนังสือ
ครูให้นักเรียนทำการบ้าน แมวถูกสุนัขกัด
ฝนอาจจะตก โปรดงดสูบบุหรี่
เธอช่วยดูแลเขา เขากินข้าวอยู่

เขาคงตีฉัน　　　　เขาต้องนอน
เขาทำแล้ว　　　　เขาเคยมาเสมอ
คุณกินข้าวก่อนนะ　　กินซิ
ฉันไม่กินหรอก　　　กินเถิด
อย่าทำเช่นนั้น

4. 수식사 (คำวิเศษณ์)

명사, 동사, 대명사 및 다른 수식사 따위를 수식하는 말을 의미한다.

1) 형태수식사 (ลักษณวิเศษณ์)

① 형용 — ชั่ว ดี เลว อ่อน หนุ่ม สาว โบราณ
② 모양 — กลม รี แบน แห้ง เหลี่ยม ราบ
③ 규격 — เล็ก ใหญ่ โต กว้าง ยาว สูง อ้วน ผอม
④ 빛깔 — ขาว ดำ แดง เหลือง เขียว
⑤ 소리 — ดัง แหบ เบา แหลม สูง ต่ำ ทุ้ม
⑥ 냄새 — หอม ฉุน เหม็น สาบ
⑦ 맛 — หวาน มัน เค็ม เปรี้ยว จัด ขม เผ็ด
⑧ 감정 — นิ่ม นุ่ม ร้อน เย็น แข็ง อ่อน บาง หนา
⑨ 속도 — เร็ว ช้า คล่อง ว่องไว ด่วน

예) เขาเป็นคนดี
ฉันมีปากกาสีดำ
มานะเป็นคนอ้วน
ในห้องนี้อากาศร้อนจัง
พ่อเดินเร็ว

2) 시간수식사 (กาลวิเศษณ์)

เช้า สาย บ่าย เย็น ค่ำ ดึก ก่อน หลัง
อีก เสมอ โบราณ เพิ่ง เดี๋ยวนี้

예) แม่เกิดก่อน
ดวงอาทิตย์ขึ้นตอนเช้า
พี่จะมาหาฉันตอนบ่าย
เขาเพิ่งไปเดี๋ยวนี้เอง

3) 방향 · 거리수식사 (สถานวิเศษณ์)

ใกล้ ไกล ห่าง ชิด ริม ซ้าย ขวา
ขอบ บน เหนือ ล่าง ใต้

예) แม่อยู่ชั้นบน
เขาเป็นคนภาคใต้
บ้านฉันอยู่ใกล้
ขับช้าโปรดชิดซ้าย
ฉันนั่งริม

4) 수량 · 정도수식사 (ประมาณวิเศษณ์)

หนึ่ง สอง สาม ที่หนึ่ง ที่สอง ที่สาม ฯลฯ
มาก น้อย หมด ครบ สิ้นปวง บรรดา บ้าง หลาย จุ
เกือบ ทุก ทั้งหมด ทั้งปวง บาง ต่าง

예) แมวสามตัว

นักเรียนทั้งหมดสอบได้
ผมมาที่นี่หลายครั้งแล้ว
เขาเป็นคนกินจุ
เขาไปอยู่ต่างประเทศสองปี
ฉันวิ่งครบรอบแล้ว

5) 지시 · 확정수식사 (นิยมวิเศณ์)

นี่ นี้ นั่น นั้น โน่น โน้น แน่นอน แท้จริง แน่ เอง
ทั้งนี้ ทั้งนั้น อย่างนี้ อย่างนั้น ทีเดียว เหล่านั้น

예) อาคารเรียนนี้ทาสีขาว
เขาสอบได้แน่นอน
ร้านตัดผมหยุดเฉพาะวันพุธ
ผลไม้นี้ต้องปอกเปลือกอย่างนี้
เธออยู่นั่นไงล่ะ
ผมเองเป็นคนพาเขาไป
สุนัขตัวนั้นกัดไก่
พวกเรารออยู่ในรถคันโน้น

6) 불확정수식사 (อนิยมวิเศษณ์)

กี่ อื่นใด ใคร อะไร
ทำไม ไหน อย่างไร กี่ครั้ง เช่นไร ฉันใด ไย

예) เป็นอย่างไรก็เป็นกัน
ฉันจำไม่ได้ว่าเขาเกิดวันอะไร

นอนไหนก็นอนได้
ใครจะนอนก่อนก็ได้
คนอื่นนอนหมดแล้ว
ทำไมเธอจึงขาดเรียนบ่อย ๆ

7) 의문수식사 (ปฤจฉาวิเศษณ์)

ใด อะไร กี่ อื่น ใคร ทำไม
ไหน ไฉน เท่าไร อย่างไร เหตุใด

แม่จะไปไหน
นายทองดีมีความสำคัญอย่างไร
เธอซื้อหนังสือกี่เล่ม
เธออยากได้หนังสืออะไร
คุณตีเขาทำไม
คุณชอบดนตรีประเภทใด
เราจะทำไฉน

8) 긍정수식사 (ประติชญาวิเศษณ์)

ครับ คะ ค่ะ จ๊ะ จ๋า ขา ขอรับ วะ โว้ย

อาจารย์คะ มีแขกค่ะ
คุณต้องการพบใครครับ
แม่จ๋า ไปไหนมาจ๊ะ
ลูกจ๋ามาหาแม่หน่อยจ้ะ
คุณมาหาใครครับ

เขามาขอพบท่านขอรับ

9) 금지 · 부정수식사 (ประติเสธวิเศษณ์)

มิ มิได้ ไม่ ไม่ได้ หา-ไม่ บ่ เปล่า อย่า

예) นักเรียนไม่ควรนั่งหลับในห้องเรียน
เปล่าผมไม่ได้ทำ
เขาพูดมิได้หยุดปาก
เงินทองมิใช่ของหาง่าย
มันบ่แน่หรอก นาย
คุณอย่าทำเช่นนี้อีก
เธอพบเขาไหมเปล่า ผมยังไม่พบเขาเลย
เธอไม่ไปก็มิเป็นไร

10) 연결수식사 (ประพันธวิเศษณ์)

ที่ ซึ่ง อัน อย่างที่ เพื่อว่า เพื่อให้ ดังที่ ที่ว่า ชนิดที่

예) หนังสือเล่มนี้ดี ที่ราคาถูก
เธอสวยมาก ซึ่งดูไม่เบื่อเลย
เขากินชนิดที่คนอื่นไม่กล้ามอง
เจดีย์องค์นี้มีค่า อันประมาณมิได้
จงทำอย่างที่ฉันสั่ง
เขาตัดสินใจดังที่ฉันแนะนำ

5. 전치사 (คำบุพบท)

　명사, 대명사, 동사, 수식사 따위의 앞에 있어서 문중의 다른 말과의 관계를 맺는 말을 의미한다.

1) 소유를 나타내는 전치사

　　แห่ง　ของ

　　예) ธนาคาร<u>แห่ง</u>เอเชีย
　　　　ในหลวงทรงเป็นประมุข<u>แห่ง</u>ชาติ
　　　　บ้าน<u>ของ</u>ฉัน

2) 수단과 관계를 나타내는 전치사

　　ด้วย　โดย　ตาม　กับ　ทั้ง

　　예) ฉันเขียน<u>ด้วย</u>ปากกา
　　　　เขาเห็น<u>กับ</u>ตา
　　　　นักเรียนปฏิบัติ<u>ตาม</u>คำสั่งครู
　　　　ฉันมาทำงาน<u>โดย</u>รถประจำทาง

3) 증여와 수수의 관계를 나타내는 전치사

　　แก่　แด่　แต่　ต่อ　เพื่อ　สำหรับ　เฉพาะ　เหล่านี้　เพราะ

　　예) หนังสือมีไว้<u>สำหรับ</u>อ่าน
　　　　เขาสละชีพ<u>เพื่อ</u>ชาติ
　　　　เราทำบุญอุทิศส่วนกุศล<u>แด่</u>บรรพบุรุษ

ฉันถวายอาหาร<u>แด่</u>พระสงฆ์
ห้องนี้จัด<u>เฉพาะ</u>กรรมกร
ท่านดื่ม<u>แต่</u>น้ำชา
ครูแจกรางวัล<u>แก่</u>นักเรียน
ปลาหมอตาย<u>เพราะ</u>ปาก (เดือดร้อนเพราะปากไม่ดี)
การวิ่งเป็นการออกกำลัง<u>เพื่อ</u>สุขภาพ
ทนายยื่นคำร้อง<u>ต่อ</u>ศาล

4) 시간을 나타내는 전치사

ณ   เมื่อ   ใน   แต่   ตั้งแต่   จนกระทั่ง

예) เธอมาหาฉัน<u>เมื่อ</u>วานนี้
ฝนตก<u>ตั้งแต่</u>เช้า<u>จนกระทั่ง</u>เย็น
ฉันนอน<u>แต่</u>หัวค่ำ
เขาเกิด<u>ณ</u>วันอังคาร

5) 장소 · 위치 · 방향을 나타내는 전치사

ใน   เหนือ   ใต้   ล่าง   บน   ชิด   ริม   ขอบ   ห่าง
ยัง   จาก   ถึง   สู่   ยัง   ใกล้   ที่   ข้าง   ไกล

예) เขามา<u>จาก</u>นครหลวง
หมู่บ้านอยู่<u>เหนือ</u>น้ำ
ฉันอยู่<u>ที่</u>บ้าน
กับข้าวอยู่<u>ใน</u>ตู้
นกอยู่<u>ริม</u>หน้าต่าง

เขานั่งชิดกับฉัน
สุนทรเขียนจดหมายถึงสุรีย์
มีคนอยู่ในห้อง
ผู้ต้องหาถูกนำตัวไปยังศาล
นกกระจาบอยู่บนหลังคา
นิสิตเดินทางไปสู่ชนบท
เขาอยู่ที่สนามหน้าบ้าน

6) 비교를 나타내는 전치사

กว่า

예) เขากินจุกว่าฉัน
ฉันเรียนเก่งกว่าเขา
นายแดงสูงกว่านายดำ

7) 수량과 정도를 나타내는 전치사

เกือบ ราว สัก ตลอด หมด พอ ทั้ง
ประมาณ ทั้งสิ้น พอ

예) เราเรียนหนังสือตลอดวัน
เติมน้ำมันประมาณ 2 ลิตร นะ
เขามาเรียนเกือบไม่ทัน
ฉันจ่ายเงินทั้งสิ้น 20 บาท
เขาป่วยกันทั้งบ้าน
ฉันกินข้าวหมดทั้งสองจาน

ขอเวลาสามวันก็<u>พอ</u>
เพื่อน ๆ มากัน<u>ประมาณ</u> 20 คน
เขารออยู่<u>ราว</u> 2 ชั่วโมง

6. 접속사 (คำสันธาน)

문중의 낱말, 구, 절 따위를 연결하는 말을 의미한다.

1) 말과 말을 연결시키는 것

และ หรือ กับ

예) เป็ด<u>และ</u>ไก่
ชาย<u>หรือ</u>หญิง
เด็ก<u>กับ</u>ผู้หญิง

2) 문장을 연결시키는 것

แต่ และ หรือ

예) ฉันยืน<u>แต่</u>เขานั่ง
เขาไปพักผ่อน<u>และ</u>รับประทานอาหาร
เธอจะไป<u>หรือ</u>ไม่ไป

3) 내용을 연결시키는 것

① 관련되는 내용을 이끄는 것

และ กับ ก็ ก็ดี ก็ได้ ทั้ง แล้ว-จึง ครั้น-จึง
ครั้น-ก็ เมื่อ-ก็ พอ-ก็ ทั้ง-ก็ ทั้ง-และ ได้แก่

예) ครูและนักเรียนอยู่ในห้อง
เขาสวดมนต์ไหว้พระแล้วจึงเข้านอน
ทั้งเธอและฉันต้องไปตลาด
น้องของฉันเอาแต่กินกับเล่นทั้งวัน

② 상반되는 내용을 이끄는 것

แต่ แต่ว่า ถึง-ก็ กว่า-ก็ แต่ทว่า

예) เขาอ้วนแต่คล่องแคล่ว
ถึงเขาแก่แล้วฉันก็จะรับ
เขาเป็นคนฉลาดแต่ทว่าทำงานสะเพร่า
อยากจะลืมแต่ว่าลืมไม่ลง
กว่าข้าวจะสุก ฉันก็คงหิวแย่

③ 이유를 나타내는 내용을 이끄는 것

จึง ฉะนั้น ฉะนี้ ฉะนั้น-จึง เพราะ
เพราะฉะนั้น เพราะฉะนั้น-จึง เหตุฉะนี้

예) เธอขาดเรียนเพราะเป็นไข้หวัด
เธอป่วยจึงขาดเรียน
เขาเห็นแก่ตัวเพราะฉะนั้นจึงไม่มีใครชอบ
เธอขยันเรียนเหตุฉะนี้จึงสอบได้ที่ 1

④ 내용의 선택을 나타내는 것

หรือ ไม่-ก็ ไม่เช่นนั้น มิฉะนั้น

예) ไม่เธอก็ฉันต้องไปกรุงเทพฯ
คุณต้องมาทำงานแต่เช้า ไม่เช่นนั้นก็ลาออกเสีย
นอนหลับเสีย หรือ ไม่ก็ลุกมาอ่านหนังสือ
เธอจะไปหรือจะอยู่บ้าน
เธอต้องไปมิฉะนั้นจะถูกจับ

⑤ 조건이나 가정을 나타내는 내용을 이끄는 것

ถ้า-ก็ อาจ แม้ แม้น ถ้าหากว่า

예) ถ้านักเรียนดูหนังสือก็จะสอบได้
เธออาจไม่เชื่อ
ถ้าหากว่าเขาไม่มาเราจะทำยังไงดี

⑥ 비교를 나타내는 내용을 이끄는 것

ดัง ราว เหมือน เสมือน

예) เขาวิ่งเร็วราวลมพัด
หน้าบานดังใบบัว
เธอพูดเหมือนตะโกน

⑦ 상이한 내용을 이끄는 것

ส่วน ฝ่าย อนึ่ง อีกประการหนึ่ง

예) ฉันเขียนหนังสือ ส่วนเธอเอาแต่นอน
พ่อไปทำงาน ฝ่ายแม่ทำครัว
อนึ่ง ท่านที่มาในงานวันนี้

⑧ 운치있게 내용을 연결시키는 것

ก็ อย่างไรก็ดี อย่างไรก็ตาม ทำไมกับ อันว่า

예) เขาโง่ก็จริง แต่เป็นคนซื่อ
เราก็ไม่เลวทีเดียวนัก
ทำไมกับงานง่าย ๆ เธอจึงทำไม่ได้
อย่างไรก็ดีเราต้องรีบไป
อย่างไรก็ตามเราไม่สามารถทำให้เขาเปลี่ยนใจได้
อันว่าความรักนั้น ผู้ไม่เคยรัก ย่อมไม่เข้าใจในรัก

7. 감탄사 (คำอุทาน)

문중의 어느 부분과도 관계없이 때때로 입에서 나오는 감정을 나타내는 말을 의미한다.

1) 감정표현 (คำอุทานบอกอาการ)

① 자신을 알리거나 타인을 부를 때

เฮ้ย เอ โอ คุณพระ แหม เฮ้ โว้ย แน่ะ นี่แน่ะ

예) เฮ้ย มานี่หน่อย

② 기쁠때

ไชโย ฮูเล ฮ่าๆ

③ 화가날때

ดูดู๋ เหม่ ชิชะ ชะๆ ฮึ่ม ฮึ

④ 의아하거나 놀랬을때

อุ๊ย อุ๊ยตาย เอ๊ะเอ โอ้โฮ คุณพระ แหม ตายแล้ว ตายจริง อุแม่เอ๋ย ช่วย เออแน่ะ

예) <u>เอ๊ะ</u> นั่นอะไร
<u>แหม</u> ใหญ่อะไรอย่างนั้น
<u>โอ้โฮ</u> เก่งจังเลย
<u>อุ๊ยตาย</u> ลืมเสียแล้ว
<u>อุ๊ยแม่เจ้า</u>! บ้านใครใหญ่อย่างกับวังแน่ะ

⑤ 동정하거나 위로할때

โธ่ พุทโธ่เอ๋ย อนิจจา เจ้าเอ๋ย น้องเอ๋ย โอ๋

예) <u>โธ่</u> ตายเสียแล้ว

⑥ 이해하거나 생각났을때

อ้อ หือ เออ เออน่ะ อ๋อ

예) <u>เออ</u> พูดอย่างไรดี
<u>อ้อ</u> นึกขึ้นได้แล้ว

⑦ 아플때

อุ๊ย อุ๊ยหน่า โอย โอ้ย อ๋อย

예) <u>โอย</u> เจ็บจริง <u>อุ๊ย</u> เจ็บจริง

⑧ 의심스럽거나 의문이 날때

หือ แห หา หนอ ฮะ

⑨ 금할때나 거절할때

โฮ้ หื้อหือ ฮ้า

2) 말을 덧붙이는 표현 (คำอุทานเสริมบท)

① 말이나 내용사이에 덧붙이는 것 (คำแทรก)

นะ ซิ สิ เอย เอ๋ย เฮย

예) รอเดี๋ยว<u>นะ</u> เร็ว ๆ เข้า<u>ซิ</u> ลูก<u>เอ๋ย</u>

② 시나 작품에 운을 맞출때 (คำเสริม)

แขนแมน เลขผา ลูกเต้า ชามแชม วัดวาอาราม
หนังสือหนังหา ตำรับตำรา อาบน้ำอาบท่า ผู้หญิงยิงเรือ
เสื่อสาด เรือแพ ม้าลา เสื้อแสง กับข้าวกับปลา
ลืมหูลืมตา มือไม้

예) ดูอะไร<u>มันเหมาะไม้เหมาะมือ</u>ไปหมด
เธอ<u>อาบน้ำอาบท่า</u>แล้วหรือยัง

제4부 หลักการอ่านภาษาไทย

1. หลักการอ่านอักษรนำ

두개의 자음과 단독모음이 결합된 자음을 선도자음(**อักษรนำ**)이라 하며 이는 두음절로 발음하고 앞음절은 **สระ อะ** 로 발음한다. 그러나 만일 **อ** 가 **ย**를 동반하거나 **ห** 가 홀음저자음을 동반하는 경우는 단음절로 발음한다. 고자음이나 중자음이 홀음저자음을 동반하는 경우에는 고자음이나 중자음에 의해 홀음저자음의 발음을 하게된다.

1) 고자음과 중자음이 홀음저자음을 동반하는 경우에는 고자음과 중자음에 성조법에 따라 홀음저자음이 발음된다.

   예) ขนม(ขะ-หนม) ฉลาด(ฉะ-หลาด) ถนน(ถะ-หนน)
   ผลิต(ผะ-หลิด) ฝรั่ง(ฝะ-หรั่ง) สมัย(สะ-หมัย)

2) 고자음이 저자음의 짝음자음과 중자음을 동반하는 경우, 뒤에 오는 짝음자음 및 중자음은 고자음의 발음과 관계없이 발음된다.

   예) เผชิญ(ผะ-เชิน) ไผท(ผะ-ไท) เสบียง(สะ-เบียง)
   แสดง(สะ-แดง) สภาพ(สะ-พาบ) สภา(สะ-พา)

3) 중자음이 홀음저자음을 동반하는 경우

   예) จรัส(จะ-หรัด) ตลาด(ตะ-หลาด) ปลัด(ปะ-หลัด)
   อร่อย(อะ-หร่อย) จมูก(จะ-หมูก) ตลก(ตะ-หลก)

4) **ห** 가 홀음저자음을, 그리고 **อ** 가 **ย** 를 동반하는 경우, **ห** 와 **อ** 는 묵음이 되며 단음절로 발음한다.

예) **หญ้า(หย้า) หนา(หนา) หญิง(หญิง)**
อย่า(หย่า) อยู่(หยู่) อยาก(หยาก)

2. หลักการอ่านอักษรควบ

자음 **ร ล ว** 와 단독모음이 결합된 자음을 복합자음(**อักษรควบ**)이라 하며, 이는 두 종류가 있다.

1) อักษรควบแท้

초자음과 결합되는 자음이 하나의 발음으로 되는 복합자음으로 즉 **ก, ค, ต, ป, พ** (k, kh, t, p, ph) 자음이 **ร, ล, ว** (r, l, w) 자음과 결합하여 이루어지는 것으로 12음의 16개가 있으며, 초자음의 모음은 「으」로 발음한다.

กร-	**กระทรวง**	**กล-**	**กลาง**	**กว-**	**กว่า**	**คล-**	**คล้าย**
ขล-	**ขลา**	**คร-**	**ครู**	**ขร-**	**ขรม**	**คว-**	**ความ**
ขว-	**ขวา**	**ตร-**	**ตรวจ**	**ทร-**	**จันทรา**	**พล-**	**เพลิน**
ผล-	**ผลิ**	**พร-**	**เพราะ**	**ปล-**	**ปลา**	**ปร-**	**เปรียบ**

註 : 그외에도 외래어의 복합자음으로 5개가 있다.

예) **บร- บรอนซ์** **บล- บลูยีนส์, บล๊อก**
ฟร- ฟรี **ฟล- แฟลต, ฟลุค**
ดร- ดรัมเมเยอร์

2) อักษรควบไม่แท้

초자음만 발음되거나 다른 자음으로 음이 변화하는 결합자음으로 자음 **จ** 나 **ส** 가 **ร** 와 결합할 때 **ร** 는 발음하지 않으며, **ท** 와 **ร** 가 결합하면 생음으로 변화한다.

예) **จริง สร้อย สร้าง สระ**
ทรง ทราบ ทราย ทรัพย์

3. หลักการอ่านคำแผลง

คำแผลง 은 단음절인 한 말에서 두음절을 가진 다른 말로 변하는 말을 의미하나, 그 뜻은 변하지 않는다. 이는 언어의 운치가 있도록 하기 위한 것이다.

1) คำแผลงที่เป็นอักษรควบ

복합자음이 **ร ล ว** 와 결합하여 두음절이 되면 변화되기 이전의 말의 음의 고저에 따라 후자음의 발음을 한다.

예)	กราบ	แผลงเป็น	กำราบ	อ่านว่า	กำหราบ
	ตรวจ	"	ตำรวจ	"	ตำหรวด
	ตริ	"	ดำริ	"	ดำหริ
	เสร็จ	"	สำเร็จ	"	สำเหร็ด

2) คำแผลงที่ไม่ได้เป็นอักษรควบ

복합자음이 **ร ล ว** 와 결합하지 않은 본래의 **คำแผลง** 은 두음절이 되어도 이전의 말의 음의 고저에 관계없이 그 자체의 발음을 갖는다.

ตฺ)	เกิด	แผลงเป็น	กำเนิด
	แจก	"	จำแนก
	อาจ	"	อำนาจ
	ถวาย	"	ตังวาย

4. หลักการอ่านคำพ้อง

คำพ้อง 이란 글자의 형태나 음이 같지만 그 의미가 다른 말이며, 다음과 같이 셋으로 분류한다.

1) คำพ้องรูป

같은 글자로 쓰나 발음에 따라 그 의미는 각기 다른 말.

คำ	*อ่าน*	*ความหมาย*
กรี	กรี	กระดูกบนหัวกุ้ง
	กะ-รี	ช้าง, ผู้มีมือ
เขมา	เข-มา	เจริญ
	ขะ-เหมา	หญ้าสมุนไพชนิดหนึ่ง
สระ	สะ	ที่เก็บน้ำ
	สะ-หระ	อักษรที่อาศัยพยัญชนะสำหรับออกเสียง
เพลา	เพ-ลา	เวลา
	เพลา	แกนดุมล้อ, เข่า, ตัก

คำ	*อ่าน*	*ความหมาย*
เสมา	เส-มา สา-เหมา	รูปเครื่องหมายบอกเขตโบสถ์ หญ้า
ปรัก	ปรัก ปะ-หรัก	เงิน หัก
แหน	แหน แหนฺ	หวง, ห้อมล้อม พืชน้ำชนิดหนึ่ง

2) คำพ้องเสียง

발음은 같으나, 글자가 각기 다르게 쓰는 말.

คำ	*ความหมาย*
กาล	เวลา
การ	กระทำ, งาน
กาฬ	ดำ
การณ์	เหตุ, เค้า, มูล
กาญจน์	ทอง
กานต์	เป็นที่รัก
กานท์	บทกลอน
เกด	ชื่อต้นไม้
เกตุ	ชื่อดาว
เกศ	ผม
ขัน	เสียงเรียกของไก่, ภาชนะใส่น้ำ
ขัณฑ์	เขต
ขันธ์	ตัว, หมู่, กอง, พวก

คำ	ความหมาย
จัน	ไม้ยืนต้น, ผลกลมแป้น
จันทร์	ชื่อดาวบริวารของพิภพ, ชื่อวัน
จันทน์	ชื่อไม้หอมชนิดหนึ่ง
จันท์	ดวงเดือน
ธัญ	ข้าว
ทันต์	ฟัน, งาช้าง
ทัณฑ์	โทษที่เกิดจากความผิด
ทัน	เท่า
กัน	แบก แบ่ง ห้าม
กรรณ	หู
กัณฑ์	ดำ
กันต์	ตัด โกน
กัลป์	ระยะเวลายาวนาน
ย่า	แม่ของพ่อ
หญ้า	ต้นไม้เล็กๆ
นาค	งูใหญ่มีหงอน, ช้าง, ผู้ประเสริฐ
นาก	สัตว์สี่เท้าเลี้ยงลูกด้วยนม, โลหะผสมระหว่างเงินและทองแดง
เคี่ยว	ต้มให้งวด
เขี้ยว	ฟันแหลมคม
เพชร	ชื่อแก้วทำแข็งที่สุดมีน้ำแวววาว
เพ็ด (ทูล)	พูดกับเจ้านาย

3) คำพ้องทั้งรูปและเสียง

같은 글자로 쓰고 발음도 같으나, 그 의미가 용도에 따라 다른 말

예) ขัน - ภาชนะอย่างหนึ่ง
น่าหัวเราะ
ร้อง (นกหรือไก่)
ทำให้ตึง

5. หลักการอ่านคำบาลีและสันสกฤต

바리어, 싼스크리트어, 캄보디아어와 같이 태국어에 많이 혼합되어 사용되는 차용어를 말한다.

1) 그 고유언어의 규칙에 따라 발음

① 음절의 바리어와 싼스크리트어에 모음의 형태가 없으면 **สระ อะ**가 있는 것처럼 발음한다.

예) กรณ - กะระนะ　　เทศนา - เทศะนา
คมนาคม - คะมะนาคม　　สาธารณ - สาทาระนะ
ศิลป - สินละปะ　　มกราคม - มะกะราคม

② **ย ร ล ว**가 종자음의 뒤에 오는 경우 그 종자음은 두번 발음된다.

예) จักรี - จักกรี　　อุทยาน - อุดทะยาน
จัตวา - จัดตะวา　　กัลบก - กันละบก
วิทยา - วิดทะยา　　วิทยุ - วิดทะยุ

③ 바리어와 싼스크리트어에 종자음이 되는 말은 뒤에 **ย ร ล ว**의 자음이 있는 경우를 제외하고는 두번 발음하지 않는다.

예) **สัปดาห์ - สับดา อาชญา - อาดญา ปรัชญา - ปรัดญา**

④ **ตัว ฑ**를 **ตัว ด**로 발음한다.

예) **บัณฑิต - บันดิด มณฑป - มนดบ บุณฑริก - บุนดะริก**

2) 타이어의 규칙에 따라 발음

① 모음의 형태가 없는 자음은 **สระ ออ**가 있는 것처럼 발음한다.

예) **บ บ่ - บอ, บ่อ บดี - บอดี**
บวร - บอวอน บรม - บอรม

② 고자음이 저자음의 홀음자음 앞에 있으면 타이어의 선도자음 규칙에 따른다. **ศ ษ ส**가 종자음이 될때는 **สะ**라고 발음하며 후자음에 연결된다.

예) **ลักษณะ - ลักสะหนะ ศาสนา - สาดสะหนา**
พฤศจิกายน - พรึดสะจิกายน โฆษณา - โคดสะนา

3) 예외

예) **ตุ๊กตา - ตุ๊กกะตา ตั๊กแตน - ตั๊กกะแตน**
จักจั่น - จักกะจั่น สวัสดี - สะหวัดดี
สันนิษฐาน - สันนิดถาน อธิษฐาน - อะทิดถาน

6. หลักการอ่านคำสมาส

타이어의 복합어와 마찬가지로, 바리어나 싼스크리트어로 이루어진 복합어를 **คำสมาส** 이라 한다.

1) 모음이 음절사이에 없으면 모음 อะ 가 있는것처럼 발음한다.

예) ราชบุตร - ราดชะบุด　กิจกรรม - กิจจะกำ
อิสรภาพ - อิดสะหระภาบ　อักษรศาสตร์ - อักสอระสาด
วรรณคดี - วันนะคะดี　รัฐบาล - รัดถะบาน

2) 다른 모음의 형태가 있으면 그 모음대로 발음한다.

예) ประวัติศาสตร์ - ประหวัดติสาด　ภูมิศาสตร์ - ภูมมิสาด
ยุติธรรม - ยุดติทำ　อุบัติเหตุ - อุบัดติเหด
เมรุมาศ - เมรุมาด　พันธุกรรม - พันทุกำ

3) 첫음절의 종자음이 복합자음이면 อะ 라고 발음한다.

예) บุตรภรรยา - บุดตระพันระยา　จิตรกร - จิดตระกอน
เกษตรกรรม - กะเสดตระกำ　มิตรภาพ - มิดตระพาบ

7. หลักการอ่านตามความนิยม

많은 사람들이 언어의 뉘앙스가 있도록 기호에 따라 발음하게 됨에 그대로 친숙해져 습관화된 것을 말한다.

1) 운치있게 들리도록 발음하는 경우

예) กำราบ ควรอ่านว่า กำ-ราบ ก็อ่านเป็น กำ-หราบ
ดิเรก " ดิ-เรก " ดิ-เหรก
ประวัติ " ประ-วัด " ประ-หวัด
ยุโรป " ยุ-โรบ " ยุ-โหรบ
บุรุษ " บุ-รุด " บุ-หรุด

2) 바리어와 싼스크리트어의 복합어처럼 발음하는 경우

예) พลเมือง-พนละเมือง ผลไม้-ผนละไม้
จุลจอม-จุนละจอม ทุนทรัพย์-ทุนนะซับ

3) 바리어와 싼스크리트어의 복합어 발음법에 따르는 경우

예) อุดมคติ-อุดมคะติ คุณประโยชน์-คุณประโหยด
สุภาพบุรุษ-สุพาบบุหรุด ศีลธรรม-สีนทำ

4) 태국의 도명의 명칭을 발음하는 경우에는 고유명사이기 때문에 일정한 원칙을 고려하지 않는다.

예) ชัยภูมิ-ไชยพูมิ ชัยนาท-ไชนาด
กาฬสินธุ์-กานละสิน เพชรบุรี-เพ็ดชะบุรี

นครราชสีมา - นะคอนราดชะสีมา

สกลนคร - สะกนนะคอน สมุทรสาคร - สะหมุดสาคอน

อยุธยา - อะยุดทะยา กาญจนบุรี - กานจะนะบุรี

8. หลักการอ่านคำประพันธ์

คำประพันธ์은 일종의 예술로서 韻文이나 作品에 韻을 맞추어 낭송하는 것을 말하며, 작품의 가치를 보존하기 위해 각 작품의 특색에 따라 낭송해야 한다. 즉 **สัมผัส**(押韻) **คำครุลหุ**(詩句의 强弱音) **จังหวะ**(리듬) **ความหมาย**(意味)에 맞추어 낭송한다.

1) อ่านเนื้อสัมผัสใน เพื่อเพิ่มความไพเราะยิ่งขึ้น

예) ข้าขอ<u>เคารพอภิวาท</u> ในพระบาท<u>บพิตรอดิศร</u>
(อ่าน เคารบ อบพิวาด, บพิดอะดิดสอน)

2) อ่านตามสัมผัสของคำประพันธ์

예) วันนั้น<u>จันทร</u> มีดารา<u>กร</u> เป็นบริวาร ฯลฯ
(อ่าน จันทอน เพื่อให้สัมผัสกับดารากร)

3) อ่านตามจำนวนคำครุลหุ คือจังหวะการออกเสียงของฉันท์

예) ปางศิวเจ้า เนาฌพิมาณ อ่าน ปางสิวะเจ้า เนานะพิมาน
ทราบมนใน กิจพิธี อ่าน ซาบมะนะใน กิดจะพิที

9. หลักการอ่านคำย่อและอักษรย่อ

1) 약어 (คำย่อ)

타이어의 어떤 말은 이미 이해하고 있는 상태에서 "ฯ" 나 "ฯลฯ" 의 부호를 사용함으로서 略語를 나타낸다.

예) กรุงเทพ ฯ - กรุงเทพพระมหานคร
โปรดเกล้า ฯ - โปรดเกล้าโปรดกระหม่อม
ฯพณฯ - พะณะหัวเจ้าท่าน

註 : ① ฯ (ไปยาลน้อย)
긴 이름을 생략할 때 사용하며 발음은 하지 않는다.

② ฯลฯ (ไปยาลใหญ่)
영어의 etc와 같은 것으로 이것은 ละ 나 และอื่น ๆ อีก 이라고 발음한다.

③ ๆ (ไม้ยมก)
음절을 두번 반복해서 발음한다.

예) ต่าง ๆ, เล็ก ๆ น้อย ๆ

2) 약자 (อักษรย่อ)

대개의 일반적으로 알고 있는 첫글자를 따서 줄여서 略字를 표시한다.

อักษรย่อเดือนและศักราช

คำย่อ	คำเต็ม
ม.ค.	มกราคม
ก.พ.	กุมภาพันธ์
มี.ค.	มีนาคม
เม.ย.	เมษายน
พ.ค.	พฤษภาคม
มิ.ย.	มิถุนายน
ก.ค.	กรกฎาคม
ส.ค.	สิงหาคม
ก.ย.	กันยายน
ต.ค.	ตุลาคม
พ.ย.	พฤศจิกายน
ธ.ค.	ธันวาคม
พ.ศ.	พุทธศักราช (พุทธ + ศักราช)
ค.ศ.	คริสตศักราช (คริสต + ศักราช)
ร.ศ.	รัตนโกสินทร์ศก (รัตนโกสินทร์ + ศักราช)
ม.ศ.	มหาศักราช
จ.ศ.	จุลศักราช

อักษรย่อยศทางทหารและตำรวจ

คำย่อ	คำเต็ม
ผบ.ทบ.	ผู้บัญชาการทหารบก
ผบ.ทร.	ผู้บัญชาการทหารเรือ
ผบ.ทอ	ผู้บัญชาการทหารอากาศ
อตร.	อธิบดีกรมตำรวจ
พล.อ.	พลเอก
พล.ท.	พลโท

คำย่อ	คำเต็ม
พล.ต.	พลตรี
พล.อ.อ.	พลอากาศเอก
พล.อ.อ.	พลอากาศโท
พล.อ.ต.	พลอากาศตรี
พ.ต.อ.	พลตำรวจเอก
พ.ต.ท.	พลตำรวจโท
พ.ต.ต.	พลตำรวจตรี
พ.อ.	พันเอก
พ.ท.	พันโท
พ.ต.	พันตรี
พ.ต.อ.	พันตำรวจเอก
พ.ต.ท.	พันตำรวจโท
พ.ต.ต.	พันตำรวจตรี
ร.อ.	ร้อยเอก
ร.ท.	ร้อยโท
ร.ต.	ร้อยตรี
ร.ต.อ.	ร้อยตำรวจเอก
ร.ต.ท.	ร้อยตำรวจโท
ร.ต.ต.	ร้อยตำรวจตรี
จ.ส.ต.	จ่านายสิบตำรวจ
พลฯ	พลทหาร พลตำรวจ

อักษรย่อบุคคล

คำย่อ	คำเต็ม
ด.ช.	เด็กชาย
ด.ญ.	เด็กหญิง
น.ส.	นางสาว

คำย่อ	คำเต็ม
ดร.	ด็อกเตอร์
ท.ญ.	ทันตแพทย์หญิง
ท.พ.	ทันตแพทย์ชาย
ตร.	ตำรวจ
น.พ.	นายแพทย์
น.ร.	นักเรียน
น.ศ.	นักศึกษา
นศท.	นักศึกษาวิชาทหาร
นอภ.	นายอำเภอ
น.ช.	นักโทษชาย
น.ญ.	นักโทษหญิง
ทส.	นายทหารคนสนิท
ต.ช.ด.	ตำรวจตระเวณชายแดน
ป.ช.ส.	ประชาสัมพันธ์
ทสปช.	ไทยอาสาป้องกันชาติ
ก.บ.ว.	คณะกรรมการบริหารวิทยุและโทรทัศน์
ป.ป.ป.	คณะกรรมการป้องกันและปราบปรามทุจริตและประพฤติมิชอบในวงราชการ
ม.จ.	หม่อมเจ้า
ม.ล.	หม่อมหลวง
ม.ร.ว.	หม่อมราชวงศ์

อักษรย่อทางการศึกษา

คำย่อ	คำเต็ม
กศ.ด.	การศึกษาดุษฎีบัณฑิต
กศ.ม.	การศึกษามหาบัณฑิต
กศ.บ.	การศึกษาบัณฑิต

คำย่อ	*คำเต็ม*
ค.ด.	ครุศาสตรดุษฎีบัณฑิต
ค.ม.	ครุศาสตรมหาบัณฑิต
ค.บ.	ครุศาสตรบัณฑิต
ศศ.บ.	ศิลปศาสตรบัณฑิต
ดร.	ด็อกเตอร์ (ผู้ได้รับปริญญาดุษฎีบัณฑิต)
น.บ.	นิติศาสตร บัณฑิต
บช.บ.	บัญชีบัณฑิต
นศ.บ.	นิเทศศาสตรบัณฑิต
พณ.บ.	พาณิชยศาตรบัณฑิต
พณ.ม.	พาณิชยศาตร มหาบัณฑิต
พ.ด.	แพทยศาสตรดุษฎีบัณฑิต
พ.บ.	แพทยศาสตรบัณฑิต
พบ.ม.	พัฒนบริหารศาสตรมหาบัณฑิต
ร.บ.	รัฐศาสตรบัณฑิต
รป.ม.	รัฐประศาสนศาสตรมหาบัณฑิต
วท.บ.	วิทยาศาสตรมหาบัณฑิต
วท.ม.	วิทยาศาตรบัณฑิต
วน.บ.	วนศาตรบัณฑิต
วศ.บ.	วิศวกรรมศาสตรบัณฑิต
วศ.ม.	วิศวกรรมศาสตรมหาบัณฑิต
ศ.บ.	เศรษฐศาสตรบัณฑิต
ศษ.ม.	ศึกษาศาสตรมหาบัณฑิต
สถ.บ.	สถาบัตยกรรมศาสตรบัณฑิต
อ.บ.	อักษรศาสตรบัณฑิต
อ.ม.	อักษรศาสตรมหาบัณฑิต
อ.ด.	อักษรศาสตรดุษฎีบัณฑิต
สส.บ.	สังคมสงเคราะห์ศาสตรบัณฑิต
ป.	ประถมศึกษา
ป.กศ.	ประกาศนียบัตรวิชาการศึกษา

คำย่อ	คำเต็ม
ป.กศ. สูง	ประกาศนียบัตรวิชาการศึกษาชั้นสูง
ป.ป.	ประกาศนียบัตรประโยคครูประถม
ป.ม.	ประกาศนียบัตรประโยครูมัธยม
ป.ม.ก.	ประกาศนียบัตรประโยคครูมัธยม กสิกรรม
ป.ม.ช.	ประกาศนียบัตรประโยคครูมัธยม การช่าง
ป.ว.ช.	ประกาศนียบัตร วิชาชีพ
ป.ว.ส.	ประกาศนียบัตรวิชาชีพชั้นสูง
ว.บ.	วารสารศาสตรบัณฑิต

อักษรย่อสถานที่และองค์การต่าง ๆ

คำย่อ	คำเต็ม
กสท.	การสื่อสารแห่งประเทศไทย
กอ.ปด.	กองอำนวยการป้องกันและปราบปรามคอมมิวนิสต์
กอ.รมน.	กองอำนวยการรักษาความมั่นคงภายใน
ขสมก.	องค์การขนส่งมวลชนกรุงเทพ ฯ
ขส.ทบ.	กรมการขนส่งทางบก
ททท.	การท่องเที่ยวแห่งประเทศไทย
ททบ.	สถานีโทรทัศน์กองทัพบก
บ.ก.	กองบัญชาการ, กองบรรณาธิการ
บ.ด.ท.	บริษัทเดินอากาศไทย
ร.ส.พ.	องค์การรับส่งสินค้าและพัสดุภัณฑ์
ว.ป.ถ.	วิทยุทหารสื่อสารประจำท้องถิ่น
ว.ป.อ.	วิทยาลัยป้องกันราชอาณาจักร
ร.ร.	โรงเรียน โรงแรม
ส.ช.	สำนักงานคณะกรรมการการศึกษาเอกชน
สปอ.	สำนักงานการประถมศึกษาอำเภอ

คำย่อ	คำเต็ม
สปจ.	สำนักงานการประถมศึกษาจังหวัด
สปช.	สำนักงานคณะกรรมการประถมศึกษาแห่งชาติ
ส.ย.ช.	สำนักงานเยาวชนแห่งชาติ
ส.ว.ช.	สำนักงานคณะกรรมการวัฒนธรรมแห่งชาติ
ส.ส.ว.ท.	สถาบันส่งเสริมการสอนวิทยาศาสตร์และเทคโนโลยี
อ.อ.ป.	องค์การอุตสาหกรรมป่าไม้
อสร.	องค์การผลิตอาหารสำเร็จรูป
อ.ส.	กองอาสารักษาดินแดน
อ.ส.ก.ท.	องค์การส่งเสริมกีฬาแห่งประเทศไทย
กทม.	กรุงเทพมหานคร
กทท.	การท่าเรือแห่งประเทศไทย
ก.ท.ศ.	การทางพิเศษแห่งประเทศไทย
ป.ป.ส.	คณะกรรมการกลางป้องกันปราบปรามยาเสพติดให้โทษ
กรป.กลาง	กองอำนวยการกลางรักษาความปลอดภัยแห่งชาติ
ปปป.	คณะกรรมการป้องกันและปราบปรามการทุจริตและประพฤติมิชอบในวงราชการ
น.ป.ข.	หน่วยปฏิบัติการตามลำแม่น้ำโขง
น.ป.พ.	หน่วยปฏิบัติการพิเศษ
ธกส.	ธนาคารเพื่อการเกษตรและสหกรณ์การเกษตร
ทร.	กองทัพเรือ (ทหารเรือ)
ทบ.	กองทัพบก (ทหารบก)
ทอ.	กองทัพอากาศ (ทหารอากาศ)
ปณ.	ไปรษณีย์โทรเลข
ร.พ.	โรงพยาบาล

คำย่อ	คำเต็ม
มก.	มหาวิทยาลัยเกษตรศาสตร์
มข.	มหาวิทยาลัยขอนแก่น
มช.	มหาวิทยาลัยเชียงใหม่
มธ.	มหาวิทยาลัยธรรมศาสตร์
มอ.	มหาวิทยาลัยสงขลานครินทร์
มศว.	มหาวิทยาลัยศรีนครินทรวิโรฒ
รพช.	สำนักงานเร่งรัดพัฒนาชนบท
อตก.	องค์การตลาดเพื่อเกษตรกร
อพป.	หมู่บ้านอาสาพัฒนาและป้องกันตนเอง

10. หลักการอ่าน ตัว ฤ ฤา

1) ริ 로 발음하는 경우

① 초자음이 될때

예) ฤทธิ์ - ริด

② 자음 ก ต ท บ ศ ส 와 결합할 때

예) กฤษณา - กริดสะหนา　　ตฤณ - ตริน
ทฤษฎี - ทริดสะดี　　สฤษฏ์ - สะหริด
วิกฤตการณ์ - วิกริดตะกาน　　อังกฤษ - อังกริด

2) รึ 로 발음하는 경우

① 초자음이 될때

예) ฤดู-รึดู ฤดี-รึดี ฤทัย-รึทัย

พฤหัสบดี-พรึหัดสะบอดี ประพฤติ-ประพรึด

② 자음 ค น พ ม ห 와 결합할 때

예) คฤหาสน์-คะรึหาด นฤมล-นะรึมล

พฤกษา-พรึกสา หฤทัย-หะรึไท

พฤศจิกายน-พรึดสะจิกายน

3) รึ 와 ริ 로 양쪽 모두 발음하는 경우

예) อมฤทธิ์ พฤนท์

4) เรอ 로 발음하는 경우

예) ฤกษ์-เริก

5) ฤา 는 รือ 로 발음

예) ฤาษี-รือสี ฤาสาย-รือสาย

11. หลักการอ่าน ตัว ฑ

1) 바리어, 싼스크리트어의 규칙을 따를 경우에는 **ตัว ด** 로 발음.

예) บัณฑิต-บันดิด มณฑป-มนดบ

บุณฑริก - บุนดะริก　　ปาณฑบ - ปานดบ

2) 타이어 규칙을 따르면 **ตัว ฑ** 로 발음.

예) **มณฑล - มนทน　มณฑา - มนทา　มณเฑียร - มนเทียน**
พิพิธภัณฑสถาน - พิพิดทะพันทะสะถาน

12. หลักการอ่าน ตัวเลข

타이 숫자는 고대 힌두어로부터 기원이 된 아라비아숫자와 마찬가지로 동일한 근원을 가지고 있으며, 오늘날에도 관공서의 공문이나 일반에서도 널리 사용되고 있어 잘 습득할 필요가 있다.

1)

타이숫자	발음	아라비아숫자
๑	หนึ่ง	1
๒	สอง	2
๓	สาม	3
๔	สี่	4
๕	ห้า	5
๖	หก	6
๗	เจ็ด	7
๘	แปด	8
๙	เก้า	9
๑๐	สิบ	10
๑๑	สิบเอ็ด	11
๑๒	สิบสอง	12
๒๐	ยี่สิบ	20

๒๑	ยี่สิบเอ็ด	21
๒๒	ยี่สิบสอง	22
๑๐๐	หนึ่งร้อย, ร้อยหนึ่ง	100
๑๐๑	ร้อยเอ็ด, หนึ่งร้อยเอ็ด	101
๑,๐๐๐	หนึ่งพัน, พันหนึ่ง	1,000
๑,๐๐๑	หนึ่งพันเอ็ด, พันเอ็ด	1,001
๗,๐๐๑	เจ็ดพันเอ็ด	7,001
๑๐,๐๐๐	หนึ่งหมื่น, หมื่นหนึ่ง	10,000
๑๐๐,๐๐๐	หนึ่งแสน, แสนหนึ่ง	100,000
๑,๐๐๐,๐๐๐	หนึ่งล้าน, ล้านหนึ่ง	1,000,000

2)

10.112	อ่าน	สิบ-จุด-หนึ่ง-หนึ่ง-สอง
บ้านเลขที่ 31/5	อ่าน	สามสิบเอ็ดทับห้า
ที่ศธ 1001/1801	อ่าน	หนึ่ง-สูน-สูน-หนึ่ง
		ทับ หนึ่งพันแปดร้อยเอ็ด
โทร. 2534502	อ่าน	สอง-ห้า-สาม-สี่-ห้า-สูน-สอง

13. หลักการใช้ ตัวการันต์

대부분 발음되지 않는 음절의 맨끝에 있는 자음이나, 뒤에 오는 음절의 초자음으로, 이는 외래어를 알 수 있도록 하기위해 그 말의 형태를 보존하기 위해 사용된다. **การันต์**(์)이 있는 말은 순수 타이어가 아니고 모두 외래어이다.

1) 바리어, 싼스크리트어의 마지막 자음위에 **การันต์**이 있으면 그 글자는 발음하지 않는다.

예) อรหันต์ ประโยชน์ สัตว์ อาจารย์ ไวยากรณ์

2) 마지막 음절에 함께 발음해야 되는 **อักษรควบกล้ำ** 의 경우에 묵음 표시가 있으면 두글자가 묵음이 되며 묵음표시가 없으면 마지막 글자만 묵음이 된다.

예) จันทร์ ศาสตร์ ยนตร์ จักร สมัคร วิจิตร

3) **ตัว ร** 나 **ตัว ห** 가 종자음과 결합하여 복합자음이 될때, **ตัว ร** 는 발음되지 않는다.

예) เนตร บัตร สมุทร เพชร เกษตร บุตร
ปรารถนา สามารถ นารถ พรหม เนตร

4) 어떤 음절의 마지막 종자음위에 **สระกำกับ** 이 있으면 그 모음만 묵음이 되며, 만약 그 모음위에 묵음표시가 있으면 그 글자는 묵음이 된다.

예) พยาธิ ชาติ เหตุ เกียรติ
รามเกียรติ์ จักรพรรดิ ประพฤติ

5) 발음되지 않는 영어단어의 가운데 글자나, 끝글자의 자음위에 묵음 부호를 표시하는 경우.

예) ไมล์ โชว์ แสตมป์ คอลัมน์ ฟอร์ม
ชอล์ก กอล์ฟ เมล์ ฟิล์ม

第4部 หลักการอ่านภาษาไทย 309

14. หลักการใช้ไม้ไต่คู้(็)

일명 **เลขแปด** 이라고도 하며 장모음을 단모음화 하는데 사용한다.

1) **ก + เอะ + ง = เก็ง**
ข + แอะ + ง = แข็ง
ก + เอาะ + ง = ก็อง

2) **เป็น เห็ด เด็ก ก็ เจ็ด เก็บ**
เร็ว เห็น แข็ง เล็ก

15. หลักการใช้ ร. หัน (รร)

ตัว ร 두 자가 다른 자음과 결합할때 **อัน, อะ** 로 발음되는 것을 **ร. หัน** 이라 한다.

1) **ร.หัน** 이 다른자음과 결합하여 종자음이 될때 **-ัน** 으로 발음된다.

예) **บรรยาย - บันยาย** **มรรคา - มันคา**
บรรดาศักดิ์ - บันดาสัก **บรรเลง - บันเลง**
บรรทุก - บันทุก **บรรทัด - บันทัด**
บรรพบุรุษ - บันพะบุหรุด **ภรรยา - พันระยา**
พรรษา - พันสา **สวรรค์ - สะหวัน**

2) **ร.หัน** 이 종자음을 가질때 **-ั** 으로 발음된다.

예) **กรรมกร - กำมะกอน** **กรรมาธิการ - กำมาทิกาน**

ดรรชนี - ดัดชะนี   ทรรศนะ - ทัดสะนะ
มรรค - มัก   ธรรมดา - ทำมะดา

※ **ตัว**ร가 종자음이 되는 경우 **-อน**으로 발음한다.
ละคร - ละคอน   จราจร - จะราจอน
กรรมกร - กำมะกอน   อักษร - อักสอน
พระนคร - พระนะคอน   ราษฎร - ราดสะดอน

제5부 강 독

1
เรื่องห้องนอนของฉัน

บ้านของฉันมีห้องอยู่ 3 ห้อง พ่อจัดเป็นห้องรับแขกและห้องนั่งเล่นห้องหนึ่ง ห้องนอนห้องหนึ่ง และห้องกินอาหารห้องหนึ่ง ห้องนอนพ่อจัดไว้ทางทิศใต้ของบ้าน เพราะหน้าร้อนลมพัดมาจากทางทิศใต้มากกว่าทางทิศอื่น ห้องนอนของเรามีที่นอน หมอน มุ้ง และผ้าห่มนอน เราไม่เอาสิ่งของอื่น ๆ ไว้ในห้องนอน เพราะเราต้องการให้อากาศโปร่ง เราไม่ใช้ห้องนอนเป็นห้องกินข้าวหรือห้องรับแขก และเราก็ไม่ใช้ห้องกินข้าวหรือห้องรับแขกเป็นห้องนอนเช่นเดียวกัน

2
ภาษาไทย

ภาษาที่คนไทยพูดคือภาษาไทย ท่านได้เรียนมาแล้วทั้งภาษาเขียน ภาษาอ่านและภาษาพูดจะเห็นได้ว่าไม่ยากเกินไปเลยสำหรับชาวต่างประเทศ ส่วนที่ยากก็เห็นจะเป็นเพราะภาษาไทยเป็นภาษาที่ไม่เหมือนกับ

ภาษาของท่านซึ่งท่านเรียนมาตั้งแต่เกิดและใช้อยู่ทุกวัน ถ้าท่านใช้ความพยายามให้มากสักหน่อย พยายามพูดกับคนไทยบ่อย ๆ ในไม่ช้าก็จะพูดได้คล่อง เมื่อมีเวลาว่างก็พยายามเขียนหรืออ่านให้มากที่สุดเท่าที่จะมากได้ หรือถ้าได้สมาคมกับคนไทยบ่อย ๆ ก็ยิ่งดีเมื่อท่านพูดเก่งเขียนได้คล่องและเข้าใจภาษาไทยได้ดีแล้ว ท่านก็จะพูดได้ว่า “ภาษาไทยไม่ยากเลย”

3

ชีวิตประจำวันของคุณสนิท

คุณสนิทเป็นผู้จัดการของ บริษัทการบินไทย และเป็นเพื่อนของคุณวีระ คุณสนิทมาประเทศเกาหลีคนเดียวเมื่อเดือนมิถุนายนปีนี้ ภรรยาของเขาจะมาประเทศเกาหลีสัปดาห์หน้า

บริษัทของคุณสนิทอยู่ใกล้สถานีโซล เขาทำงานตั้งแต่วันจันทร์ถึงวันศุกร์

คุณสนิทดื่มกาแฟทุกเช้าแต่ไม่รับประทานอะไรเลย แล้วก็อ่าน หนังสือพิมพ์ ไปบริษัทโดยรถไฟใต้ดิน บางครั้งก็อ่านหนังสือหรือวารสารบนรถไฟใต้ดิน

บริษัททำงานตั้งแต่ 9 โมงถึง 5 โมงครึ่ง เขารับประทานอาหารกลางวันที่ภัตตาคารหรือโรงอาหารของบริษัท บางครั้งจะไปห้างสรรพสินค้าหรือคอฟฟี่ช้อบกับคนของบริษัท เพราะหยุดพักกลางวันตั้งแต่ 12 โมงครึ่งถึงบ่าย 2 โมง

กลับบ้านราว ๆ 1 ทุ่ม เมื่อวานนี้กลับบ้านราว ๆ 5 ทุ่ม เพราะออกจากบริษัทก็ไปที่บ้านของคุณวีระ

คุณสนิทจะไปปูซานโดยรถไฟแซมาอึลพรุ่งนี้ จะประชุมที่สาขาของบริษัทที่อยู่ที่ปูซานแล้วจะกลับมาโซลวันศุกร์

4

ครอบครัวของนายสมชาย

นายสมชายเป็นช่างตัดผม เขาทำงานที่ร้านตัดผมใกล้ ๆ โรงแรมอินทรา เขาแต่งงานและมีลูกสามคนแล้ว แต่พ่อแม่พี่น้องของเขาอยู่ต่างจังหวัดทั้งนั้น เขามีพี่ชายคนหนึ่ง พี่สาวคนหนึ่ง

พี่ชายเขาเป็นหมอ ทำงานอยู่ที่เชียงใหม่แต่งงานแล้วและมีลูกสิบคน

พี่สาวเป็นครู สอนอยู่ที่โรงเรียนในจังหวัดสงขลา แต่งงานแล้วเหมือนกัน แต่ยังไม่มีลูก สามีเขาเป็นพ่อค้า

น้องสองคนยังเป็นนักเรียนอยู่ และอยู่กับพ่อแม่ที่จังหวัดหนองคาย น้องชายอยากจะเป็นหมอเหมือนพี่ชาย แต่น้องสาวอยากจะเป็นช่างตัดเสื้อ

พ่อของนายสมชายเป็นชาวนา แม่เป็นแม่ค้า ออกไปขายของทุกวัน

ทุก ๆ ปีตอนหน้าหนาวนายสมชายกลับไปหาพ่อแม่และน้องที่หนองคาย แต่เขาไม่ได้พบพี่ทั้งสองคนเกือบห้าปีแล้ว เพราะว่าเขาไม่ค่อยถูกกัน

๕

หมู่บ้านของเรา

บ้านของฉันอยู่ที่อำเภอเมือง จังหวัดพระนครศรีอยุธยา จังหวัดนี้เคยเป็นเมืองหลวงเก่า จึงมีเจดีย์ วัดและพระพุทธรูปเก่า ๆ มากมาย ในหมู่บ้านมีโรงพยาบาล สถานีตำรวจ โรงเรียน วัดและตลาดด้วย เรารักหมู่บ้านของเรามาก

โรงพยาบาลที่หมู่บ้านนี้มีขนาดเล็ก มีเตียงคนไข้ราว ๆ 10 เตียง มีหมอและนางพยาบาล หมอมีหน้าที่ตรวจและรักษาโรคให้เรา นางพยาบาลเป็นผู้ช่วยหมอ เช่น ให้ยาและฉีดยาคนไข้ตามที่หมอสั่ง เป็นต้น

ที่สถานีตำรวจ มีตำรวจหลายคน มีหน้าที่จับผู้ที่ทำผิดกฎหมายมาลงโทษ ตำรวจเป็นมิตรกับประชาชน ที่โรงเรียนมีครู นักเรียนและภารโรง ครูมีหน้าที่สอนหนังสือและสั่งสอนให้เราเป็นคนดี นักเรียนมีหน้าที่เรียนหนังสือ เชื่อฟังคำสั่งสอนและไม่ทำผิดกฎของโรงเรียน ภารโรงมีหน้าที่ทำความสะอาดโรงเรียน

ที่วัดมีพระมาก วันพระเราไปทำบุญกันเสมอ พระสั่งสอนให้ทุกคนทำความดีมีความสามัคคีและช่วยเหลือกัน

ที่ตลาดมีพ่อค้าแม่ค้าขายของ มีทั้งอาหารสดและของแห้ง ผักผลไม้ เสื้อผ้าสำเร็จรูป เครื่องครัว เครื่องเรือนและของเล่น ตลาดเป็นสถานที่ที่คนมาซื้อขายของกัน

ในหมู่บ้านของเรามีคนอยู่มากมาย ทุกคนมีอาชีพแตกต่างกันแต่ทุกคนก็เป็นคนดีมีน้ำใจช่วยเหลือกัน มีความสามัคคีหมู่บ้านเราจึงมีแต่ความสุข

๖
จดหมายของนายสนิท

สิงหาคม 2540

เรียน อาจารย์สมชาย

  อาจารย์สบายดีหรือเปล่าครับ โซลร้อนมาก ผมและภรรยาสบายดีครับ ผมไปบริษัทด้วยรถใต้ดินทุกวัน จากบ้านถึงบริษัทใช้เวลาประมาณ 20 นาที รถใต้ดินที่โซลสะดวกแต่ช่วงเช้า 8-9 นาฬิกา และช่วงบ่าย 17-18.30 นาฬิกา รถแน่นมาก ตอนสุดสัปดาห์อยากไปขับรถเล่นแต่เราไม่มีรถจึงไปเที่ยวสถานที่น่าสนใจโดยรถไฟฟ้า

  ผมงานยุ่งมากครับ สัปดาห์ที่แล้วไปสาขาของบริษัทที่ปูซาน หลังจากเลิกประชุมที่ปูซานได้ไปวัดบอมอซา เงียบสงบ สวนสวย อยากไปดูชายทะเลแฮอุนแด แต่ไม่มีเวลาน่าเสียดายครับ

  ภรรยาของผมรวมกลุ่มย่อยเรียนกับเพื่อนชาวเกาหลี และเพื่อนชาวอเมริกัน คนในกลุ่มมาพบกันวันที่ 15 ทุกเดือน แล้วพูดคุยกันเกี่ยวกับสังคม วัฒนธรรม แนวคิด เศรษฐกิจการเมือง และอื่น ๆ ของเกาหลี ภรรยาของผมมีเวลาว่างจึงหาความรู้เรื่องต่าง ๆ นอกจากนี้ยังมีเพื่อนชาวเกาหลีเป็นจำนวนมาก ภรรยาของผมเก่งภาษาเกาหลี อ่านตัวอักษรคันจิด้วย ขณะนี้ภรรยาของผมเรียนภาษาเกาหลีทุกเช้า ส่วนผมเรียนภาษาเกาหลีเฉพาะวันอังคารเท่านั้น ตั้งแต่เดือนหน้าอยากจะเรียนวันศุกร์ด้วย หนังสือเรียนที่ใช้เรียนอยู่ตอนนี้กำลังจะจบแล้ว ตั้งแต่เดือนหน้าจะใช้หนังสือเล่มใหม่ ผมกำลังรอจะให้ถึงเวลาเรียนเล่มใหม่เร็ว ๆ

  ผมจะเขียนมาคุยกับอาจารย์อีกครับ
  ขอฝากความระลึกถึงถึงทุกคนด้วยครับ

โดยความเคารพอย่างสูง
สนิท รักธรรม

๑

น้ำชา

ทุกคนคงเคยดื่มน้ำชา แต่ทราบหรือไม่ว่าน้ำชามีประวัติเป็นมาอย่างไร ขอให้ทุกคนอ่านเรื่องต่อไปนี้ ก็จะทราบประวัติของน้ำชาได้เป็นอย่างดี

ในสมัยหนึ่ง ประเทศจีนได้เกิดอหิวาตกโรคขึ้น ผู้คนเกิดล้มตายเป็นจำนวนมาก นายแพทย์จีนผู้หนึ่งสังเกตเห็นว่า ผู้ป่วยเป็นอหิวาตกโรคนี้ มักจะดื่มน้ำดิบจากแม่น้ำลำคลองโดยมิได้ต้มเสียก่อน นายแพทย์ผู้นั้นจึงคิดว่า ถ้าคนในแถบนั้นดื่มแต่น้ำที่ต้มแล้วก็คงจะไม่เป็นอหิวาตกโรค เขาจึงคิดหาวิธีที่จะชักชวนผู้คนทั้งหลายให้ดื่มน้ำต้มแล้ว แต่จะแนะนำผู้คนก็คงจะไม่ยอมทำตาม เขาจึงนำใบไม้ต่าง ๆ ที่มีในท้องถิ่นใกล้บ้านของเขามาอังไฟให้เกรียมแล้วเอาน้ำเดือดชงลงไปและทดสอบชิมดูว่าใบไม้ชนิดใดมีรสดีบ้าง เขารู้สึกว่าใบชามีรสฝาดเล็กน้อย ซึ่งสามารถแก้ลงท้องได้และมีกลิ่นหอมชวนดื่ม ดังนั้นเขาจึงไปชักชวนชาวบ้านให้ ดื่มน้ำชาเพื่อป้องกันอหิวาตกโรค เมื่อชาวบ้านดื่มน้ำชาก็พากันติดใจ ในไม่ช้าก็นิยมดื่มน้ำชามากขึ้น อหิวาตกโรคก็สงบลงโดยเร็ว การดื่มน้ำชาจึงเป็นประเพณีของชาวจีนและพากันปลูกต้นชากันอย่างแพร่หลาย

๘

ฤดกาลของประเทศไทย

ในประเทศไทยมี 3 ฤดู คือ ฤดูร้อน ฤดูฝน และฤดูหนาว อุณหภูมิของอากาศและสภาพแวดล้อมทางธรรมชาติในแต่ละฤดูก็แตกต่างกันไป เช่น ความร้อน หนาว เย็น ของอากาศ ความอุดมสมบูรณ์ ของพื้นดิน พืชพันธุ์ธัญญาหาร ประเภทของผักผลไม้ที่มีในแต่ละฤดู เป็นต้น

ฤดูร้อนเริ่มตั้งแต่เดือนกุมภาพันธ์ถึงเดือนเมษายน ฤดูนี้อากาศร้อนอบอ้าว พื้นดินแห้งแล้งต้นไม้เล็ก ๆ ที่ขาดน้ำจะตาย ต้นใหญ่ ๆ ใบจะเปลี่ยนสีหรือใบร่วงเกือบหมดต้น ในฤดูร้อน จะมีลมที่เรียกว่าลมว่าว พัดมาช่วยให้เด็กๆได้เล่นว่าวและเครื่องร่อนกันอย่างสนุกสนาน หลายคนหนีร้อนไปตากอากาศตามชายทะเลที่มีลมทะเลพัดให้สดชื่นเย็นสบายมากขึ้น โรงเรียนปิดภาคปลายในช่วงฤดูร้อนและหยุดนานมากขึ้นกว่าการปิดในภาคต้น

ฤดูฝนของไทยเป็นช่วงเวลาที่ยาวนานกว่าฤดูอื่น เริ่มตั้งแต่เดือนพฤษภาคมถึงเดือนตุลาคม รวม 6 เดือน มีฝนตกชุก พื้นดินชุ่มชื้น ต้นไม้งอกงามเกษตรกรพอใจที่มีน้ำฝนมาช่วยในการทำนา ทำไร มีผล ไม้ออกมาก แต่บางทีฝนตกมากไป หรือมีลมมรสุมพัดกระหน่ำ ทำให้เกิดน้ำท่วม เสียหายมากต่อไร่ นา สวน ของเกษตรกร และบ้านเรือน ตลอดจนชีวิตคนและ สัตว์ที่เลี้ยงไว้เป็นจำนวนมาก

ส่วนฤดูหนาวนั้นเริ่มจากเดือนพฤศจิกายนถึงเดือนมกราคม มีลมหนาวพัดมาจากทางเหนือพัดพาความหนาวเย็นมา โดยเฉพาะภาคเหนือและภาคอีสานหรือตะวันออกเฉียงเหนือฤดูหนาวเป็นช่วงเวลาที่ต่อเนื่องกับฤดูร้อน ฝนหยุดตก พื้นดินจะแห้งแล้งต้นไม้เล็ก ๆ ที่ขาดน้ำจะเหี่ยวเฉาหรือตายไป

เราต้องปฏิบัติตนให้เหมาะสมกับสภาพดินฟ้าอากาศในแต่ละฤดู เช่น ฤดูร้อนควรสวมเสื้อผ้าบาง ๆ มีร่มกันแดด เพราะแสงแดดจัดอาจทำให้ไม่สบายได้ ในฤดูฝนนั้นต้องระวังการเดินทาง ไม่ลืมนำร่มหรือเสื้อกันฝนติดตัวไปด้วย อย่าตากฝนหรือโดนละอองฝนเพราะจะเป็นหวัดได้ง่าย ส่วนฤดูหนาวควรสวมเสื้อหนา ๆ ไม่ให้ลมโกรก โดยเฉพาะในเวลากลางคืนตอนใกล้สว่างอากาศจะหนาวเย็น เราควรบำรุงร่างกายให้แข็งแรงเสมอเพื่อให้มีภูมิต้านทานโรคต่าง ๆ โดยเฉพาะหวัดเพื่อจะได้ไม่เป็นไข้หวัดเมื่อถูกแสงแดดในฤดูร้อน ถูกละอองฝนในฤดูฝน และถูกลมเย็นในฤดูหนาว หรือเพื่อจะได้มีความสุขในทุกฤดูกาล

๙
หนังสือกับชีวิตประจำวัน

ความรู้เพียงอ่านออกเขียนได้ไม่มีความจำเป็นแก่คนไทยสมัยโบราณ ชีวิตประจำวันของคนไทยในครั้งกระโน้น ไม่จำเป็นต้องใช้หนังสือ การติดต่อกันในด้านต่าง ๆ กระทำระหว่างบุคคลกับบุคคลโดยตรงไม่ต้องอาศัยหนังสือเป็นสื่อการถ่ายทอดวิชาชีพและวิชาการต่าง ๆ จำกัดอยู่เพียงในครอบครัวหรือวัดสามารถอบรมสั่งสอนกันด้วยปากและจำไว้จากการได้ยินได้ฟัง ไม่จำเป็นต้องจดบันทึกเป็นลายลักษณ์อักษร ผู้ใดสนใจวิชาหนังสือเป็นพิเศษก็จำต้องศึกษาให้รู้แตกฉานถึงขั้นเป็นเสมียนหรือกวีได้ ถ้ารู้เพียงอ่านออกเขียนได้ไม่เกิดประโยชน์อันใด เพราะการดำเนินชีวิตไม่ดีไปกว่าบุคคลทั่วไปที่ไม่รู้หนังสือ

๑๐
สิ่งแวดล้อมกับชีวิตมนุษย์

ในขณะที่ประเทศไทยกำลังพัฒนาไปสู่การเป็นประเทศอุตสาหกรรม ปัญหาสุขภาพของประชาชนก็ทวีมากขึ้น โดยเฉพาะปัญหาสิ่งแวดล้อม ไม่ว่าจะเป็น น้ำ อากาศ และดิน ล้วนเป็นพิษต่อร่างกาย จิตใจ และสังคมทั้งสิ้น และสาเหตุที่ทำให้เกิดปัญหาสิ่งแวดล้อมเป็นพิษมีอยู่ 3 ประการด้วยกันคือ

1. การเพิ่มจำนวนของประชากรอย่างรวดเร็ว
2. การขยายตัวเมือง ขาดการวางแผนที่ดี
3. การนำเทคโนโลยีมาใช้ทั้งทางอุตสาหกรรมและเกษตรกรรม

แต่สาเหตุที่สำคัญนั้นเกิดจากฝีมือมนุษย์โดยตรงนั่นเอง เพราะฉะนั้นทุกคนจะต้องร่วมมือร่วมแรงและร่วมใจกัน ควบคุมและอนุรักษ์สิ่งแวดล้อมอย่างจริงจังและจริงใจ เพื่ออนาคตลูกหลานของเราจะได้ไม่ต้องผจญกับปัญหาหรือโรคภัย อันมีสาเหตุมาจากสภาวะสิ่งแวดล้อมที่เป็นพิษอีกต่อไปในอนาคต ดังนั้นเราจึงควรช่วยกันปลูกฝังให้เยาวชนทุกคนมีความรักและความหวงแหนธรรมชาติ รู้จักรักษาสิ่งแวดล้อมให้ดียิ่ง ๆ ขึ้น

�11
เรื่องสามเกลอ ของ นายตำรา ณ เมืองใต้

มีชายสามคนเป็นเกลอรักใคร่กันมาก อยู่มาจำต้องห่างไกลกันไป เพราะต่างก็ไปแสวงหาอาชีพตามความถนัดของตน เพื่อนคนหนึ่งโชคดีกว่าคนอื่น เพราะมีสติปัญญาดี และได้ไปอยู่ในที่ซึ่งสามารถใช้ ปัญญาของตนได้คือได้ไปอยู่ในเมืองแห่งหนึ่งซึ่งกำลังประสบความเดือดร้อน ปราบปรามโจรผู้ร้ายและแก้ไขความอดอยากของชาวเมืองได้สำเร็จ ชาวบ้านจึงพร้อมใจกันยกขึ้นเป็นเจ้าครองเมือง

ความเลื่องลือไปถึงเพื่อนอีกสองคน ซึ่งยังไม่มีอะไรทำเป็นหลักแหล่ง ต่างก็มุ่งหน้ามาหาเพื่อนเก่า หวังพึ่งใบบุญของเกลอเก่า และคิดว่าคงได้ตำแหน่งโต ๆ

เพื่อนสองคนเข้าไปหาเพื่อนเก่าในขณะออกว่าราชการ คนหนึ่งเดินตรงเข้าไปทักทายอย่างที่เคยเป็นเกลอกันมาก่อน ทำเอาเจ้าเมืองเสียหน้าไปมาก แต่ก็ต้องทักทายส่วนอีกคนหนึ่งเมื่อเข้าไปก็หมอบกราบ แสดงกิริยาเคารพนอบน้อมอย่างเป็นราษฎรคนหนึ่ง เพราะถือเสียว่าเพื่อนเป็นเจ้าเมืองแล้ว เจ้าเมืองแลเห็นอัชฌาสัยของเพื่อนคนนี้ก็ตั้งให้เป็นผู้ช่วย ส่วนอีกคนหนึ่งนั้นเจ้าเมืองให้เงินเล็กน้อยแล้วก็ไล่ออกไปเสียให้พ้น โบราณสอนว่าต้องรู้จักกาลเทศะ จึงจะทำอะไรเป็นผลสำเร็จสมประสงค์

12

ความสำคัญของปลาต่อมนุษย์

ปลาเป็นอาหารหลักที่สำคัญของมนุษย์ เนื้อปลาอุดมไปด้วยโปรตีน ไขมัน และแร่ธาตุต่าง ๆ ประชาชนชาวไทยส่วนใหญ่บริโภคปลาเป็นอาหารจำนวนถึง 55.2 เปอร์เซ็นต์ของอาหารโปรตีนที่ได้จากสัตว์ทั้งหมด ประเทศญี่ปุ่น ประเทศเกาหลี และประเทศในยุโรปหลายประเทศก็ใช้ปลาเป็นอาหารประจำวันกันอย่างแพร่หลาย ตามสถิตขององค์การอาหารและเกษตรฯ ปริมาณปลาทะเลที่จับขึ้นมาใช้ประโยชน์ในโลกมีปริมาณกว่า 52 ล้านตัน (ปี พ.ศ.2524) นอกจากเป็นอาหารแล้วคนยังใช้ปลาในอุตสาหกรรมอื่น ๆ อีก เช่น การเลี้ยงไก่ เป็ด สุกร ทำให้เกิดผลดีแก่เศรษฐกิจของประเทศมากการประมงของประเทศมีส่วนทำให้อุตสาหกรรมอื่น ๆ ขยายตัวกว้างขวาง เช่น การทำเค็ม การตากแห้ง การทำน้ำปลา การผลิตน้ำมันตับปลา การผลิตน้ำมันปลาสร้อย การผลิตปุ๋ยจากปลา การทำอวน ฯลฯ

ปลาสวยงามหากเลี้ยงไว้ดูเล่นในบ้านช่วยทำให้เราได้รับความสุข ความเพลิดเพลิน และความสงบทางจิตใจ ประเทศสิงคโปร์มีรายได้จากปลาประเภทสวยงามต่าง ๆ เป็นอันมาก เพราะเป็นประเทศที่ผลิตปลาสวยงามส่งขายไปต่างประเทศเป็นอุตสาหกรรมใหญ่โตเป็นล่ำเป็นสัน

นักวิทยาศาสตร์ใช้ปลาเป็นสัตว์ทดลองเพื่อนำความรู้ใหม่ ๆ มาทำให้เกิดประโยชน์แก่มนุษย์ เช่น ใช้ปลาในการทดลองหาวงจรชีวิตของพยาธิบางจำพวกที่เป็นอันตรายต่อมนุษย์ ตลอดจนใช้ปลาในการทดลองประดิษฐ์รูปเรือที่เหมาะสมและวิ่งเร็วในระดับคลื่น ๆ ต่าง ๆ กันรวมทั้งการใช้ปลาในการศึกษาเสียงใต้น้ำ ฯลฯ นอกจากนี้ปลายังมีส่วนช่วยทำให้สวัสดิภาพความเป็นอยู่ของมนุษย์ดีขึ้น

ได้แก่ ช่วยทำลายแมลง เช่น ยุงในแหล่งน้ำให้ลดน้อยลง เป็นการช่วยป้องกันโรคระบาดของมนุษย์ได้เป็นอย่างดี

จากเรื่อง "ปลา" ใน "สารานุกรมไทยสำหรับเยาวชน" เล่ม 1
โดยพระราชประสงค์ในพระบาทสมเด็จพระเจ้าอยู่หัว

๑๓

กินดี มีสุข

พัฒน์และพิมพ์เป็นพี่น้องกัน พัฒน์เป็นพี่ชายเรียนอยู่ชั้นประถมศึกษาปีที่ 3 สูงกว่าพิมพ์ 1 ชั้น

โรงเรียนของพวกเขาอยู่ใกล้บ้าน จึงเดินไปโรงเรียนทุกวัน พัฒน์กับพิมพ์อยู่กับพ่อแม่และตายาย ตาชอบปลูกต้นไม้หลายชนิดไว้มากมายทั้งไม้ดอกและไม้ผลที่ให้ทั้งร่มเงาและเป็นอาหารได้ พ่อปลูกพืชผัก สวนครัวไว้หลังบ้าน มีมากมายหลายชนิด ทำให้บ้านนี้มีผักผลไม้กินไปตลอดปีและช่วยประหยัดค่าอาหารได้ ตาปลูกต้นกล้วยน้ำว้าไว้หลายต้นเพราะกล้วยน้ำว้ามีประโยชน์หลายอย่าง ทั้งลำต้น ใบ ดอก (หัวปลี) ผล ผลกล้วยมีรสอร่อยและมีประโยชน์แก่ร่างกาย ผลสุกนั้นกินได้สด ๆ และนำมาทำขนมต่าง ๆ ยายชอบทำกับข้าวและขนม ยายเล่าว่าคนไทยนั้นฉลาดที่จะปรุงอาหารให้น่ากินและยังสามารถถนอมอาหารไว้กินได้นานๆ เช่น ในฤดูที่มีผักผลไม้มากจนกินไม่ทันก็จะนำมาดอง กวน ตาก หรือฉาบ เป็นต้น แม่บอกว่าอาหารสำเร็จรูปที่ขายในตลาดไม่สะอาด แม่จึงไม่ซื้อ มักทำเองเสมอ ยายทำน้ำพริกซึ่งมีประโยชน์หลายอย่างจากกะปิ กระเทียม พริกขี้หนู มะนาว ฯลฯ น้ำพริกจะกินกับปลาทูทอดและผักต่าง ๆ ทั้งผักสด ผักต้ม

หรือนำมาชุบไข่ทอด เช่น ชะอม มะเขือยาว พัฒน์และพิมพ์ภูมิใจ ที่ได้ช่วยผู้ใหญ่ปลูกผักและรดน้ำต้นไม้ ทำให้ทุกคนในครอบครัวได้กิน อาหารดี มีประโยชน์ สะอาด อร่อย ทุกคนจึงมีสุขภาพแข็ง แรงและมีความสุขจากการทำงาน เช่น ตาได้ออกกำลังกายด้วย การรดน้ำ พรวนดิน ตลอดจนช่วยประหยัดค่าใช้จ่ายในบ้านได้มาก

14
เด็กกรุงเก่า

ครูอำไพซึ่งเป็นครูประจำชั้นของเกื้อได้นำแผนที่ประเทศไทยและแผนที่จังหวัด พระนครศรีอยุธยามาให้นักเรียนดู ทั้งยังสอนให้นักเรียนรู้จักเครื่องหมายต่าง ๆ ในแผนที่ พร้อมทั้งย้ำว่านักเรียนควรรู้จักจังหวัด ซึ่งเป็นท้องถิ่นของตนและต้องช่วยกันพัฒนาจังหวัดของตนให้เจริญขึ้น

วันหนึ่งครูอำไพสอนเรื่องโบราณสถานในจังหวัดพระนครศรีอยุธยาและเล่าให้นักเรียนฟังว่าจังหวัดนี้เป็นเมืองหลวงเก่าของไทย มีโบราณสถานมากมาย เช่น เจดีย์พระปรางค์ จึงเป็นเมืองสำคัญทางประวัติศาสตร์ คนทั่วไปเรียกจังหวัดนี้ว่า กรุงเก่า มีอุทยานประวัติศาสตร์สำหรับศึกษาเกี่ยวกับประวัติศาสตร์ชาติไทย ครูให้นักเรียนศึกษาและทำรายงานเกี่ยวกับโบราณสถานในจังหวัดพระนครศรีอยุธยา เกื้อและเพื่อนอีก 4 คน เลือกศึกษาเรื่องพระราชวังโบราณ โดยศึกษาทั้งจากหนังสือและวางแผนจะไปศึกษาจากสถานที่ในวันรุ่งขึ้น

เช้าวันรุ่งขึ้นซึ่งเป็นวันเสาร์ เกื้อและเพื่อน ๆ ขออนุญาตพ่อและแม่ไปพระราชวังโบราณเพื่อทำรายงาน เด็ก ๆ พบลุงหวนที่พระราชวัง

โบราณ ลุงหวนเป็นคนเก่าแก่ มีความรู้เกี่ยวกับพระราชวังโบราณเป็นอย่างดี เคยได้รับเชิญไปบรรยายเรื่องโบราณสถานที่โรงเรียนของเกื้อ ลุงหวนพาเด็ก ๆ ไปอ่านป้ายประกาศบอกประวัติความเป็นมาของพระราชวังโบราณ และอธิบายเพิ่มเติมว่า สมเด็จพระเจ้าอู่ทอง หรือสมเด็จพระรามาธิบดีที่ 1 เป็นกษัตริย์องค์แรกของกรุงศรีอยุธยา เป็นผู้สร้างกรุงศรีอยุธยาและพระราชวังแห่งนี้พร้อมทั้งอธิบายความสำคัญของโบราณสถานว่า เป็นสถานที่บรรพบุรุษสร้างไว้ โบสถ์ วิหาร เจดีย์ พระปรางค์ ฯลฯ ล้วนมีอายุกว่าหนึ่งร้อยปี มีคุณค่าทางประวัติศาสตร์ที่คนรุ่นหลังจะได้ศึกษา พระราชวังแห่งนี้เคยเป็นสถานที่ประทับของพระมหากษัตริย์แห่งกรุงศรีอยุธยา จึงเป็นศูนย์กลางการปกครอง วัฒนธรรม ศิลปกรรม แต่น่าเสียดายที่ต้องเสียหายเพราะข้าศึกได้เข้ามาทำลายวัดและปราสาทราชวังจนหมดสิ้น ทั้งนี้เพราะคนไทยแตกความสามัคคี

แม้พระราชวังและโบราณสถานต่าง ๆ จะถูกทำลายไป ทุกคนก็ควรเคารพ ไม่ปีนป่ายขีดเขียนเล่น ไม่นำสิ่งใด แม้แต่อิฐหรือกระเบื้องออกจากโบราณสถาน เพราะถือว่าโบราณสถานเป็นสมบัติล้ำค่าของประเทศชาติที่ทุกคนต้องช่วยกันรักษาไว้

15

สัญญาของเอก

เอกเป็นเด็กที่มีมารยาทเรียบร้อย เพราะย่าคอยอบรมกิริยา การพูดจา การแสดงความเคารพ ที่เหมาะสมตามวัฒนธรรมไทยที่ต้องช่วยกันรักษาไว้เอกจึงไหว้ปู่และย่าเมื่อจะไปโรงเรียนและกลับจากโรงเรียนทุกครั้ง เอกชอบอ่านหนังสือต่าง ๆ เพราะครูสอนว่าการอ่าน

หนังสือช่วยให้เป็นคนฉลาด รอบรู้ และทันสมัย เอกอ่านหนังสือเกี่ยวกับวัฒนธรรมและประเพณีไทย ไม่เข้าใจเอกก็จะถามความหมายของคำสองคำนี้กับปู่

ปู่อธิบายว่า วัฒนธรรม เป็นการประพฤติปฏิบัติที่แสดงถึงความเจริญงอกงาม ความเป็นระเบียบเรียบร้อย ความมีศีลธรรมอันดีงาม เช่น การใช้ภาษาไทยอย่างถูกต้องชัดเจน การยืนตรงเมื่อได้ยินเพลงชาติและเพลงสรรเสริญพระบารมี ฯลฯ ส่วนคำว่า ประเพณี หมายถึงสิ่งที่นิยมประพฤติปฏิบัติสืบต่อกันมาจนเป็นแบบแผน เช่น ประเพณีสงกรานต์ มีการทำบุญรดน้ำขอพรผู้ใหญ่ ประเพณีการทอดกฐิน ฯลฯ

วัฒนธรรมช่วยให้คนกินดี อยู่ดี มีสุข สังคมเป็นระเบียบเรียบร้อย ตลอดจนความขยันหมั่นเพียร การมีระเบียบวินัย การรู้จักประหยัด ความซื่อสัตย์ ความกตัญญูรู้คุณต่อผู้มีพระคุณความรับผิดชอบต่อหน้าที่ ความมีน้ำใจเอื้อเฟื้อเผื่อแผ่ การเคารพเชื่อฟังผู้ใหญ่ ฯลฯ ล้วนเป็นวัฒนธรรมของไทยที่ควรจะคงไว้หรือรักษาไว้ให้ดีต่อไป

การทำบุญ การฟังเทศน์ และการปฏิบัติธรรม ทำให้จิตใจมีความสงบสุข ถือเป็นวัฒนธรรมและประเพณีที่ดีงามและมีมานานปฏิบัติสืบต่อกันมาจนเป็นแบบแผน เอกสัญญากับปู่และย่าว่า ต่อไปจะเชื่อฟังคำแนะนำและคำสั่งสอนของปู่และย่า ไม่ดื้อดึงเพื่อจะได้เป็นคนไทยที่มีวัฒนธรรมที่ดีงามคนหนึ่ง

๑๖

พืชไมตรี

จันทรกลับมาแล้วและเดินได้เป็นปกติทุกคนต่างก็ดีใจมาก ระยะนี้เป็นเวลาโรงเรียนปิดภาคต้น มานะได้กลับมาเยี่ยมบ้าน กลางวันวันเสาร์วีระชวนมานะและเพื่อนทุกคนไปรับประทานอาหารกลางวันที่บ้าน หลังจากที่ทุกคนรับประทานอาหารและทำความสะอาดสถานที่เรียบร้อยแล้ว มานะก็ได้เล่าชีวิตในกรุงเทพฯ ให้ฟังว่ากิจวัตรประจำวันต้องตื่นนอนเวลา 05.30 น. ช่วยลุงรดน้ำกล้วยไม้ และตัดดอกไว้ให้แม่ค้าได้เงินเฉลี่ยวันละ 200-300 บาท เสร็จแล้วต้องรีบแต่งตัวไปโรงเรียนเวลาประมาณ 06.30 น. ถ้าออกจากบ้านสายกว่านี้รถจะติดทำให้ไปโรงเรียนสาย การเรียนที่กรุงเทพฯ คล้าย ๆ กับโรงเรียนเดิม เพียงแต่โรงเรียนใหญ่กว่ามีนักเรียนมากกว่า และอุปกรณ์สมบูรณ์กว่าตอนเย็นกลับถึงบ้านประมาณ 17.00 น. ช่วยลุงกับป้าทำงานบ้าน ดูโทรทัศน์ประมาณ 1 ชั่วโมง จึงทำการบ้านอ่านหนังสือแล้วเข้านอน วันหยุดเสาร์ อาทิตย์ไปเรียนพิเศษหรือไปทำกิจกรรมที่โรงเรียนบางครั้งลุงกับป้าก็พาไปเที่ยว หลังจากนั้นเพื่อน ๆ ก็ช่วยกันเล่าเหตุการณ์ต่าง ๆ ระหว่างที่มานะไม่อยู่ให้ฟังเกี่ยวกับเรื่องของเพชรที่ถูกล่อลวง มานะได้ชมทุกคนที่ช่วยกันแปลปริศนาตัวเลขจนสามารถช่วยเพชรให้พ้นอันตรายได้

เมื่อคุยกันเป็นที่พอใจแล้ว เพชรชวนเพื่อน ๆ ไปเที่ยวที่ภูเขาโดยมุ่งหน้าไปทางน้ำตก เมื่อไปถึงทุกคนต่างก็เล่นน้ำชมธรรมชาติกันอย่างสนุกสนาน ก่อนจะกลับก็พากันรับประทานอาหาร เมื่อรับประทานอาหารเสร็จแล้วช่วยกันทำความสะอาด แล้วพากันเดินลงมาถึงตีนเขาก็พบเด็กชายคนหนึ่งบังคับวัวให้กินน้ำ ทุกคนต่างพากันสงสัยว่าเขาบังคับวัวให้กินน้ำทำไม จึงเข้าไปถามได้ความว่าชื่อ วัฒนา อยู่

กับพ่อและวัว 22 ตัวในไร่ เหตุที่บังคับวัวให้กินน้ำทั้ง ๆ ที่ลำธารแห่งนี้ผ่านเข้าไปในไร่ เพราะมีเศรษฐีคนหนึ่งมีไร่อยู่เหนือที่ของวัฒนาได้ขุดร่องน้ำต่อจาก ลำธารให้ไหลทวนเข้าไปที่ของเขา ทำให้น้ำไม่ไหลลงมา ที่ดินของพ่อและวัฒนาจึงแห้งแล้ง พ่อของวัฒนาไม่มีโอกาสได้ขอร้องเศรษฐี เพราะคนงานไม่ยอมให้พบและ กลับถูกกลั่นแกล้งต่าง ๆ นานา จนล้มป่วยลง เมื่อทุกคนได้ฟังเสร็จต่างก็คิดหาทางช่วยเหลือวัฒนา โดยจะใช้ขี้วัวของวัฒนาให้เกิดประโยชน์

เย็นวันอาทิตย์ เด็ก ๆ ได้เตรียมกระบุงขนาดใหญ่ 8 หาบไปพบวัฒนาที่ไร่ แล้วส่งตัวแทนคือ มานะกับมานี ไปเจรจากับเศรษฐี โดยทำเป็นดูต้นลำใย และเสนอจะเอามูลโคที่บ้านเพื่อนมาให้ แล้วถือโอกาสเล่าความเดือดร้อน และเศรษฐี เศรษฐีกล่าวขอบใจและตกลงจะซื้อมูลโคของวัฒนาเป็นประจำ และจะเป็นเพื่อนบ้านที่ดีกันตลอดไป พ่อของวัฒนาทราบเรื่องก็ดีใจมาก

วีระได้บอกกับเพื่อนๆ ว่าวันนี้ทุกคนได้ช่วยกันปลูกพืชไมตรีสำเร็จ ซึ่งพืชไมตรีนี้ต่างจาก พืชชนิดอื่นตรงที่ต้องใช้น้ำใจรดจึงจะงาม

12

ชีวิตยุคใหม่

ธนาตื่นนอนตั้งแต่เช้า ช่วยแม่ทำงานบ้าน พ่อและแม่ของธนาซื้อเครื่องไฟฟ้าหลายอย่างมาใช้เพื่อทุ่นเวลาและทุ่นแรงในการทำงาน เช่น หม้อหุงข้าว กระทะไฟ ฟ้า เตาไฟฟ้า ตู้อบไฟฟ้า ฯลฯ ในวันหยุดธนาช่วยแม่ซักผ้าด้วยเครื่องซักผ้าไฟฟ้า โดยแยกประเภทของผ้าที่ซักด้วยมือและใช้เครื่องซักให้เหมาะสมและถูกวิธีในการซัก เครื่องซักผ้า

ช่วยทำงานให้เสร็จได้ในเวลาที่ไม่นานนักระหว่างรอเครื่องซักผ้าทำงานอยู่นั้นเขาใช้เครื่องดูดฝุ่นทำความสะอาดบ้าน ดูดฝุ่นตามที่ต่าง ๆ ภายในเวลาไม่นานเช่นกัน เครื่องใช้ไฟฟ้าต่าง ๆ แม้จะมีราคาแพงและทำให้เสียค่าไฟฟ้าเพิ่มขึ้นแต่ก็ช่วยประหยัดเวลาและแรงในการทำงานได้มาก ซึ่งเราต้องศึกษาวิธีใช้ให้ถูกต้อง หมั่นตรวจตราดูแลมิให้ชำรุด จะได้ไม่เกิดอันตรายแก่ผู้ใช้เอง

ธนาได้ดูรายการสารคดีในโทรทัศน์ที่กล่าวถึงการทำงานสมัยก่อนใช้แรงงานของคนและสัตว์แต่ปัจจุบัน

มนุษย์คิดค้นประดิษฐ์เครื่องทุ่นแรงมาช่วยอย่างง่าย ๆ เช่น การทำหม้อน้ำซึมที่มีรูพรุนบรรจุน้ำไปฝังดินใต้โคนต้นไม่ให้น้ำในหม้อซึมออกมาทำให้ดินรอบต้น ไม้ชุ่มชื้น เป็นการประหยัดน้ำ ประหยัดเวลาและแรงงานในการให้น้ำต้นไม้ การทำแก๊สมูลสัตว์จากมูลสัตว์ต่าง ๆ เช่น มูลสุกร มาหมักในหลุม ต่อท่อนำแก๊สจากหลุมหมักไปใช้ตามบ้านเรือนได้พืชบางชนิดใช้แทนดินปลูกพืชผักได้เพราะมีอาหารพืช เช่น ผักตบชวา ส่วนในโรงงานอุตสาหกรรมสมัยใหม่มีการนำความรู้ทางคอมพิวเตอร์มาพัฒนาใช้กับเครื่องจักรกล ช่วยในการเพิ่มผลิตภัณฑ์ เพิ่มคุณภาพ และสะดวกสบายขึ้น

พ่อและแม่พาธนาไปซื้อของที่ห้างสรรพสินค้า แม่ให้พ่อจอดรถที่ธนาคารเพื่อ เบิกเงิน แม้ เป็นวันหยุดก็มีเครื่องเบิกเงินอัตโนมัตไว้บริการแก่ลูกค้า โดยใช้บัตรที่ธนาคารออกให้สอด เข้าไปในเครื่องเบิกเงินอัตโนมัติ กดหมายเลขรหัสและจำนวนเงินที่ต้องการภายใน 2-3 นาที เครื่องเบิกเงินนี้จะให้เงินตามที่ลูกค้าต้องการพร้อมกับคืนบัตรที่ธนาคารออกให้ออกมาด้วย ที่ห้างสรรพสินค้าอันกว้างขวางแต่ละแผนกจะมีเครื่องคิดเลขขนาดใหญ่ ทำให้การคำนวณราคาสินค้าไม่ผิดพลาด

ปัจจุบันเทคโนโลยีและคอมพิวเตอร์มีบทบาทสำคัญต่อการดำรงชีวิตของมนุษย์ ช่วยให้การทำงานต่าง ๆ สะดวกสบายขึ้น แต่มนุษย์ไม่

ควรนำความเจริญก้าวหน้าทางวิทยาการเหล่านี้ไปใช้ในการเอาเปรียบ ผู้อื่น ควรจะเรียนรู้วิธีใช้ความเจริญก้าวหน้าต่าง ๆ นี้มาพัฒนาความ เป็นอยู่และใช้เพื่อประโยชน์ของตนและส่วนรวม

๑๘
บทบาทของคอมพิวเตอร์

นับวันคอมพิวเตอร์ก็จะเข้ามามีบทบาทต่อชีวิตประจำวันของ มนุษย์มากยิ่งขึ้น ด้วยการอุบัติขึ้นของคอมพิวเตอร์ ทุกสิ่งทุกอย่าง ดูจะยิ่งง่าย ขึ้น เนื่องจากการทำงานอันดีเลิศของมันคอมพิวเตอร์จึง กลายเป็น เครื่องมือที่ดีที่สุด ที่ช่วยตอบสนองความต้องการของ มนุษย์ ดังนั้นมันจึงถูกติดตั้งไว้เกือบจะทุกที่นับจากสถานที่ทำงานที่ทัน สมัยที่สุดในตึกสูงระฟ้า จนกระทั่งร้านเล็ก ๆ บนมุมถนน ด้วย เหตุนี้มันจึงกลายเป็นส่วนสำคัญในการประกอบการงานแต่ละวันของเรา ไปแล้ว เดี๋ยวนี้หลักสูตรวิชาคอมพิวเตอร์จึงเป็นที่นิยมกันมากในหมู่นัก ศึกษาไทย ผู้ซึ่งต้องการได้ทำงานดี ๆ หลังจากเรียนจบแล้ว

แน่นอนที่สุด คอมพิวเตอร์ช่วยประหยัดเวลาและพลังงานตัวอย่างเช่น ในอดีตขบวนการผลิตต้องอาศัยแรงคนเป็นจำนวนมาก เพื่อทำงานซ้ำๆ ซากๆ แต่ตอนนี้ด้วยเครื่องคอมพิวเตอร์เพียงเครื่องเดียว คนคนเดียว สามารถควบคุมขบวนการผลิตในโรงงานได้เกือบทั้งหมด ไม่มีมนุษย์คน ใดในโลกที่จะมีความสามารถเป็นเลิศเทียบเท่าคอมพิวเตอร์ เพราะว่ามัน สามารถที่จะนำไปประยุกต์ใช้ได้กับงานเกือบทุกชนิด นับจากงานง่าย ๆ จนถึงกระบวนการทำงานที่ยากสลับซับซ้อนมาก เช่น การผ่าตัดภายใน เป็นต้น

อย่างไรก็ตาม เป็นที่เกรงกันว่า เนื่องจากบทบาทที่เพิ่มขึ้นของมัน ในเกือบทุกสาขาอาชีพนี้แรงงานมนุษย์ก็อาจจะถูกแทนด้วยเครื่องจักรชั้น เลิศนี้ในที่สุด และเมื่อเวลานั้นมาถึงอัตราการว่างงานก็จะเพิ่มขึ้น โดยไม่มีทางหลีกเลี่ยง แม้แต่อาชีพในอนาคตของเราก็ยังถูกชี้ขาดโดย การวัดกันด้วยความรู้ด้านคอมพิวเตอร์ ซึ่งถูกจัดไว้เป็นคุณสมบัติที่สำคัญ ในใบสมัครงานไปแล้ว

เป็นที่แน่ชัดแล้วว่า นับจากนี้ไปจะเป็นยุคของคอมพิวเตอร์ ชีวิต มนุษย์ส่วนใหญ่จะถูกครอบครองโดยคอมพิวเตอร์ บางทีในอนาคต ถ้าหากว่าเครื่องจักรชั้นเลิศนี้หยุดทำงานลงด้วยเหตุใดก็แล้วแต่ เราอาจจะต้องกลายเป็นผู้ที่สิ้นหวังไปเลยก็ได้ เมื่อเห็นบทบาทอันสำคัญ ของคอมพิวเตอร์เช่นนี้แล้ว เราอาจจะต้องตัดสินใจแล้วว่า เราจะเป็น นายของคอมพิวเตอร์ หรือว่าอยู่เฉย ๆ โดยปล่อย ให้คอมพิวเตอร์มา ชี้ชะตาชีวิตของเราแทน

๑๙
ชีวิตตามลำน้ำ

ในสมัยที่คนไทยยังไม่มีรถยนต์ใช้ การเที่ยว การค้าขายและการ คมนาคมของคนไทยได้ อาศัยแม่น้ำลำคลองเป็นส่วนมาก คนในสมัย นั้นจึงชอบปลูกบ้านใกล้หรือริมแม่น้ำ วัดก็มักสร้างริมน้ำ ตลาดก็ต้องอยู่ใกล้หรืออยู่ริมแม่น้ำ ที่ไหนที่อยู่ไกล แม่น้ำออกไปมาก ๆ คนไทยก็ขุดคลอง ในสมัยก่อนเมืองไทยจึงมีคลองมากกว่าถนน

สมัยนี้คนไทยมีรถยนต์ รถไฟ และเครื่องบินใช้ การเที่ยว การ ค้าขายและการคมนาคมของคนไทยจึงอาศัยถนน ทางรถไฟ และ

อากาศเป็นส่วนมาก เพราะเร็วกว่าทางน้ำ ถึงกระนั้นก็ดีความสำคัญของแม่น้ำลำคลองในสมัยนี้ก็ไม่ได้น้อยลงไปกว่าสมัยก่อน ถ้าไปดูแม่น้ำเช่นแม่น้ำเจ้าพระยาแล้ว จะเห็นว่ายังมีเรือแล่นขึ้นล่องอยู่เสมอทั้งเรือโดยสารและเรือบรรทุกของ แม่น้ำเจ้าพระยายังเป็นทางคมนาคมทางน้ำที่สำคัญที่สุด เพราะเป็นทางเชื่อม เมืองทางเหนือกับทะเล สำหรับพระนครและธนบุรีนอกจากจะมีแม่น้ำเจ้าพระยาแล้วยังมีคลองใหญ่น้อยอีกมากมายทั้งที่ขุดขึ้นและที่เป็นเอง เช่นคลองบางหลวงและคลองบางกอกน้อย คลองบางสายยาวและอยู่ไกลจากแม่น้ำมากแต่ทุกคลองมักขุดมาออกแม่น้ำหรือติดต่อกับคลองอื่นซึ่งมาออกแม่น้ำคลองเหล่านี้จึงเป็นทางเชื่อมหมู่บ้านที่อยู่ไกล ๆ กับแม่น้ำช่วยให้คนในหมู่บ้านเหล่านั้นซึ่งโดยมากเป็นชาวนา ชาวสวน ได้มีทางติดต่อกับคนในเมือง หรือตลาดข้าว ตลาดผักและผลไม้ใหญ่ ๆ ที่อยู่ริมแม่น้ำ ถึงแม้ว่าในสมัยนี้พระนครและธนบุรีจะมีถนนมากมายก็ยังมีหมู่บ้านบางแห่งที่ไม่มีทางไปถึงได้สะดวกนอกจากไปทางเรือ นอกจากความสำคัญดังกล่าวแล้ว แม่น้ำลำคลองยังมีความสำคัญต่อความเป็นอยู่ของคนที่ตั้งบ้านเรือนอยู่ตามริมน้ำมาก คนเหล่านี้ได้อาศัยน้ำสำหรับกิน อาบ และซักผ้า และได้อาศัยลำน้ำเป็นตลาดซื้อของขายของทุกวัน มีเรือบรรทุกสินค้าเครื่องอุปโภคบริโภคแล่นขึ้นล่องเสมอเครื่องบริโภคมีทั้งอาหารแห้งและอาหารสด เรือขายกาแฟ และเรือขายอาหารที่ทำสำเร็จแล้วก็มี การซื้อสินค้าจากเรือก็เหมือนซื้อสินค้าจากร้านบนบก มีการต่อราคาเช่น เดียวกัน โดยเหตุที่เรือบรรทุกสินค้ามาขายให้ถึงที่ คนที่อยู่ริมน้ำจึงได้รับความสะดวกเหมือนมีตลาดอยู่แค่คืบ

20

ชนต่าง ๆ ในประเทศไทย

ถ้าเดินไปตามถนนในกรุงเทพฯ จะเห็นชนชาติต่าง ๆ แต่งตัวต่าง ๆ ที่เห็นได้ชัดก็คือ จีน แขก ฝรั่ง จีนและแขกนั้นเข้ามานานแล้ว ฝรั่งเข้ามาทีหลัง แต่ในปัจจุบันจำนวนฝรั่งในประเทศไทยมีนับหมื่น เพราะนอกจากพวกที่มาทางการทูตและค้าขายตามปกติแล้ว ยังมีผู้ทัศนาจร อาสาสมัครหน่วยสันติภาพ ผู้เชี่ยวชาญทางเศรษฐกิจและวิชาการ และทหารด้วย

คนจีนเกี่ยวข้องกับไทยมาตั้งแต่สมัยโบราณแล้ว อย่างน้อยเราก็ทราบว่ามีจีนอยู่ในประเทศไทยในสมัยสุโขทัย เพราะพระเจ้าขุนรามคำแหงทรงจ้างชาวจีนเข้ามาสอนวิธีทำเครื่องสังคโลก ชาวจีนชอบอยู่ในประเทศไทยเพราะเมืองไทยอุดมสมบูรณ์ด้วยข้าวปลาอาหาร มีทางหากินง่ายกว่าประเทศจีน นอกจากนั้นในสมัยก่อนประเทศไทยปกครองคนจีน อย่างเดียวกับปกครองคนไทย มีคนจีนหลายคนได้เป็นขุนนางมีตำแหน่งสูง ในกรุงเทพฯ ที่ที่คนจีนอยู่กันอย่างหนาแน่นเหมือนเมืองจีนในประเทศไทย คือ สำเพ็ง คนจีนอยู่ที่สำเพ็งมานานเท่า ๆ กับอายุของกรุงเทพฯ

คนจีนที่อยู่ในกรุงเทพฯโดยมากค้าขาย พวกที่ไม่ถนัดค้าขายก็เป็นกรรมกร จีนที่อยู่ต่างจังหวัด ถ้าไม่ค้าขายก็ตั้งโรงแรม หรือมิฉะนั้นก็ทำนา ทำไร่ ทำสวน ด้วยเหตุที่จีนเป็น คนขยัน อดทน และทำงานทุกอย่างไม่เลือก เศรษฐกิจของไทยจึงตกอยู่ในมือคนจีนมาในสมัยหนึ่ง และเวลานั้นจำนวนคนจีนที่เข้ามาในประเทศไทยก็เพิ่มขึ้นทุกที หลังเปลี่ยนการปกครองแล้ว รัฐบาลจึงได้จำกัดจำนวนคนจีน เข้าเมืองไทยและจำกัดสิทธิในการหากินบางอย่างด้วย

ประเพณีที่พวกจีนนำเข้ามาด้วยก็มี การฉลองตรุษจีน การไหว้เจ้า

และบรรพบุรุษ การนับถือผีเป็นต้น ถึงแม้ตามปกติพวกจีนจะใช้ภาษาของตนเอง แต่ชาวจีนในเมืองไทยส่วนมากพูดภาษาไทยได้และคนจีนที่แต่งงานกับคนไทยและมีลูกหลานที่กลายเป็นคนไทยแล้วก็มีไม่น้อย

๒๑
ชาวเขาในไทย

ในจังหวัดบางแห่งจะเห็นกลุ่มชนบางพวกมีรูปร่างหน้าตาและการแต่งตัวผิดกับคนพื้นเมืองอื่น ๆ กลุ่มชนเหล่านี้มีหลายพวกด้วยกัน แต่รวมเรียกว่าชาวเขา เพราะชอบอยู่ตามป่าตามเขา ชาวเขาที่มีอยู่ในประเทศไทยมากที่สุดเห็นจะเป็นพวกกะเหรี่ยงพวกนี้มีวัฒนธรรมของตนเองและตั้งบ้านเรือนอยู่ตามลำพังในจังหวัดที่ติดกับชายแดนด้านตะวันตกตั้งแต่เชียงรายเรื่อยลงไปถึงเพชรบุรี กะเหรี่ยงบางพวกมาจากพม่า บางพวกมาจากจีนใต้พวกที่อยู่ในป่าลึก นาน ๆ จะเอาของป่าหรือเครื่องจักสานมาแลกหรือขายในเมือง แล้วซื้อเกลือหรือเครื่องใช้บางอย่างเช่นมีด เดิมทีเดียวพวกกะเหรี่ยงนับถือผี แต่บัดนี้มีกะเหรี่ยงบางคน นับถือศาสนาคริสต์ ศาสนาพุทธ และศาสนาพราหมณ์ด้วย

ทางใต้มีชาวเขาเรียกว่าพวกเงาะ ที่เรียกเช่นนี้เพราะคนพวกนี้มีผมหยิกคล้ายเปลือกเงาะรูปร่างหน้าตาคล้ายพวกนิโกรในอาฟริกา พวกนี้ชอบอยู่ในป่าลึก และไม่ใคร่จะออกมาติดต่อกับคนพื้นเมืองนัก ความเป็นอยู่ทั่ว ๆ ไปดูจะต่ำกว่าพวกกะเหรี่ยง ชนกลุ่มใหญ่ที่อยู่ทางภาคเหนือและอีสานเรียกว่าลาว แม้ว่าพวกนี้จะมีภาษาถิ่นและขนบธรรมเนียมต่างกับพวกไทยกลางบ้าง ก็ไม่จัดว่าเป็นชนต่างชาติ เพราะ

ลาวกับไทยมีความเกี่ยวข้องกันอย่างใกล้ชิดมานานแล้ว และดินแดนลาวก็อยู่ในความปกครองของไทยมาตั้ง แต่สมัยพระเจ้าพรหม ซึ่งครั้งนั้นเรียกว่าอาณาจักรโยนกตามชื่อเดิมของพวกลาว

22
ศัพท์ไทย

ในภาษาไทยมีคำหลายคำที่ชาวต่างประเทศรู้สึกว่าเข้าใจยากและใช้ไม่ถูก แม้ว่าจะหาคำนิยามได้จากปทานุกรม แต่ความแตกต่างของภาษาทำให้หาคำแปลที่มีความหมายเท่ากันลำบาก เช่นคำว่า "เฉย" แปลว่านิ่ง "เฉยๆ" แปลว่าไม่เอะอะ ไม่วู่วาม ไม่เอาเรื่องเอาราวกับใคร ไม่ยุ่งเรื่องของคนอื่น ซึ่งดูก็ไม่แตกต่างไปกว่าคำว่านิ่งเท่าไร แต่ผู้ที่คัดเลือกคนเข้าทำงาน จะเลือกคนเฉย ๆ ก่อนคนเฉย "เขาเป็นคนเฉย" หมายความว่าเขา เป็นคนนิ่ง เงียบจนดูเกือบไม่มีชีวิต "เขาเป็นคนเฉย ๆ" หมายความว่า เขาไม่ชอบ "ยุ่งกับคนอื่น ไม่เป็นคนวู่วาม ไม่เอะอะ

"ถ้าเขาพูดด้วย ก็เฉยเสีย" หมายความว่า ถ้าเขาพูดด้วย ก็นิ่งเสียไม่ต้องพูด อะไร "ถ้าเขาพูดด้วย ก็เฉย ๆ เสีย" หมายความว่า ถ้าเขาพูดด้วย ก็อย่าเอาเรื่อง เอาราวกับเขาเลย ทำเหมือนไม่มีอะไรเกิดขึ้น

บางครั้งคำ "เฉย" ยังมีที่ใช้ต่างออกไปอีก เช่น "นั่งเฉย" หมายความว่า นั่งเงียบ ไม่พูดกับใคร

"นั่งเฉย ๆ" หมายความว่า นั่งโดยไม่ทำอะไร

"เฉยกับเขา" หมายความว่า ไม่พูดกับเขา ไม่ทักทายเขา "เฉย ๆ

กับเขา" หมายความว่า ไม่ชอบ ไม่รัก และไม่เกลียดเขา

คำว่า "เกรงใจ" หมายความว่า ไม่อยากให้คนอื่นลำบาก คนที่ไม่ชอบ ขอความช่วยเหลือคนอื่น เพราะกลัวว่าจะทำให้คนอื่นลำบาก เรียกว่า "คนขี้ เกรงใจ"

ในประเทศไทย คนที่ได้รับความเกรงใจเสมอคือผู้ใหญ่ เด็กจะทำอะไร ต้องนึกถึงความรู้สึกของผู้ใหญ่ หมายความว่าต้องรู้จักที่จะไม่ทำให้ผู้ใหญ่เดือดร้อนด้วยประการใดประการหนึ่ง

เวลาได้รับเชิญไปรับประทานอาหารที่บ้านคนไทยจะได้ยินเจ้าของบ้านออกปากเชิญบ่อย ๆ ว่ารับประทานมาก ๆ ไม่ต้องเกรงใจ หมายความว่า ไม่ต้องกลัวว่าถ้ารับประทานมากๆ แล้ว จะทำให้เจ้าของบ้านเดือดร้อนในการเตรียมอาหารเพิ่มหรือเดือดร้อนเพราะ เป็นการสิ้นเปลือง บางครั้งเจ้าของบ้านคะยั้นคะยอให้ รับประทานสิ่งที่ไม่ชอบหรือไม่เคยรับประทานมาก่อน แขกหลีกเลี่ยงไม่ได้ ก็ต้องรับประทานด้วยความ "เกรงใจ" เกรงใจ ในที่นี้ หมายความว่าไม่อยากให้เจ้าของบ้านเสียใจ

23

กรุงเทพ ฯ สมัยเก่า - สมัยใหม่

กรุงเทพฯ มีอายุราว 215 ปี นับว่ายังใหม่มาก แต่ในระยะเวลา 215 ปีนี้ กรุงเทพฯ เปลี่ยนไปมาก ในสมัยก่อนกรุงเทพฯ เป็นเมืองเล็ก ๆ ผู้คนก็มีน้อย บ้านจึงปลูก ห่างๆกัน พื้นที่บางแห่งยังเป็นสวนเป็นนาอยู่ เวลานั้นกรุงเทพฯ มีคลองมากกว่าถนน เวลาจะไปไหนมักใช้เรือ ถ้าไปทางบกก็เดิน ถ้าเป็นคนรวยก็อาจ

มีม้าขี่หรือมีรถม้านั่ง ถ้าไม่มีรถม้า ของตัวเองก็เช่าจากที่อื่นได้ ต่อมามีคนมากขึ้น กรุงเทพฯ ก็ขยายออกไป รถที่วิ่งตามถนนมีมากขึ้น จึงต้องสร้างถนนเพิ่มถนนสายสำคัญคือถนนเจริญกรุง ถนนที่สร้างเวลานั้นไม่ใช่ถนนลาดยางหรือถนนคอนกรีตอย่างเดี๋ยวนี้ เป็นถนนดินปูอิฐ รถวิ่งได้ไม่นานก็เป็นหลุมเป็นบ่อ หน้าฝนเต็มไปด้วยโคลน หน้าแล้งเต็มไปด้วยฝุ่น

สองข้างถนนมีร้านต่างๆ ส่วนมากเป็นของชาวจีน ร้านของไทยโดยมากเป็นร้านขาย อาหารและขนม ที่เป็นหาบเช่นหาบข้าวแกงและก๋วยเตี๋ยวก็มี บ้านและร้าน ที่ปลูกเวลานั้น ส่วนมากทำด้วยไม้ไผ่หรือไม้กระดาน สถานที่หย่อนใจสำหรับคนในสมัยนั้นก็มีโรงงิ้วหรือโรงละคร อีกอย่างหนึ่งที่เห็นได้ทั่วไปในกรุงเทพฯ คือวัด คนในสมัยก่อนชอบสร้างวัดเพราะถือว่าได้บุญ วัดในสมัยก่อนสำคัญมาก เพราะนอกจากจะเป็นที่ทำการเกี่ยวกับศาสนาแล้ว ยังเป็นโรงเรียนสำหรับผู้ชายไทยอีกด้วย ส่วนผู้หญิงมักถูกเก็บไว้ในบ้านและเรียนการเรือนอยู่กับบ้าน

โรงเรียนจริงๆ เพิ่งมีราว ๆ 80 กว่าปีมานี่เอง ทั้งผู้หญิงผู้ชายไปโรงเรียน บางคนเดินไปโรงเรียน บางคนขึ้นรถ คนที่อยู่ริมน้ำก็ยังคงใช้เรืออยู่ ตามถนนจะเห็นรถเจ๊กและรถรางวิ่งปนไปกับรถม้า ต่อมามีจักรยานวิ่งปนด้วย เมื่อรถจักรยานเข้ามาใหม่ ๆ คนไทย นิยมถีบรถจักรยานมาก เวลานั้นถ้าใครเจ็บป่วยไปหาหมอ หมอมักจะบอกให้ไปถีบจักรยานเป็น การออกกำลัง รถยนต์มามีใช้ ทีหลัง รถม้าค่อย ๆ หายไป เหลือรถม้าที่แขกเลี้ยงวัว ใช้บรรทุกหญ้าเท่านั้น

กรุงเทพฯ เริ่มสร้างบ้านและตึกแบบฝรั่ง สองข้างถนนมีร้านค้าใหญ่ ๆ โดยมากเป็นของชาวต่างประเทศ ส่วนสถานที่หย่อนใจนอกจากโรงงิ้วและโรงละครแล้วก็เริ่มมีโรงหนังอีกด้วย แต่หนังที่มีเวลานั้นเป็นหนังเงียบทั้งนั้น

ตั้งแต่ผู้หญิงได้ไปโรงเรียนเหมือนผู้ชาย ทำให้ผู้หญิงได้มีโอกาส

ออกจากบ้านครั้นมีมหาวิทยาลัย ผู้หญิงก็ได้เรียนในมหาวิทยาลัย และได้มีโอกาสทำงานเหมือนผู้ชายด้วย เดี๋ยวนี้ผู้หญิงที่เรียนการเรือนมีน้อย

24
เที่ยวกรุงเทพฯ

"คุณมีธุระอะไรหรือเปล่าวันนี้" แสวงถามทิมและทอมเพื่อนฝรั่งของเขา "ถ้าไม่มี ผมจะขับรถพาคุณไปเที่ยว"

"แหม ดีจริง เรากำลังปรึกษากันว่าจะหาคนนำเที่ยวอยู่ทีเดียว" ทิมพูด

ทิมและทอมมีโอกาสได้ผ่านมาทางเอเชียอาคเนย์ จึงแวะเที่ยวกรุงเทพฯ และเยี่ยมแสวงด้วย

"งั้นก็ดีแล้ว ผมจะเป็นคนนำเที่ยวเอง" แสวงพูด "เอ้า พร้อมที่จะไปกันหรือยัง ผมจะได้ไปถอยรถมารับที่หน้าโรงแรม"

"เดี๋ยว ให้ผมไปหยิบกล้องถ่ายรูปก่อนนะ" ทอมพูดแล้วก็วิ่งกลับไปห้อง

"คุณไม่ต้องไปถอยรถหรอก เราเดินไปขึ้นรถได้ คุณจอดไม่ไกลไม่ใช่หรือ" ทิมถาม

"ไม่ไกลหรอก โน่นไงล่ะ เห็นไหม คันสีแดงนั่นน่ะ" แสวงชี้ให้ทิมดูรถของเขา

"ไปได้แล้ว" ทอมร้องบอกเพื่อนพร้อมกับถือกล้องถ่ายรูปออกมา แล้วทั้งสามก็เดินออกจากโรงแรมไปขึ้นรถคันสีแดงของแสวง

ขณะที่ขับรถไปตามถนนเจริญกรุง แสวงบอกเพื่อนว่า "ถนนนี้ฝรั่ง

เรียกว่า "นิวโร้ด" คนไทยเรียกว่า ถนนเจริญกรุง" แล้วแสวงก็อธิบายถึงถนนและร้านต่าง ๆ ที่อยู่สองฟากถนน

"ผมจำได้ว่าคุณเคยเล่าให้ฟังว่ามีรถเจ๊กและรถสามล้อ ผมไม่เห็นเลยสักคันหายไปไหนหมด" ทิมถาม "จริงซี ผมก็จำได้" ทอมต่อ "ยังนึกอยากนั่งรถสามล้อเลย"

"อ๋อ รถเจ๊กรถสามล้อน่ะ เลิกใช้แล้ว สามล้อเครื่องยังมีอยู่บ้างแต่โดยมาก เดี๋ยวนี้ใช้รถแท็กซี่หรือรถเมล์แทน" แสวงตอบ แล้วบอกให้เพื่อนดูสะพานใหญ่ข้างหน้า "สะพานนี้ชื่อสะพานพระพุทธยอดฟ้าแต่เราเรียกสั้น ๆ ว่าสะพา นพุทธ"

"นั่นแม่น้ำเจ้าพระยาใช่ไหม" ทิมถาม

"ใช่" แสวงตอบพลางชมเพื่อนว่า "คุณทิมนี่ จำเก่งจริง" แล้วอธิบายว่า "ข้า มไปฟากข้างโน้นเป็นธนบุรี ธนบุรีเคยเป็นเมืองหลวงของไทยก่อนกรุงเทพฯ เมื่อพระพุทธยอดฟ้าได้ เป็นพระเจ้าแผ่นดินก็สร้างกรุงเทพฯ ขึ้นเป็นเมืองหลวง กรุง เทพฯ เป็นเมืองหลวงมาได้ราว 185 ปีแล้ว"

"ถ้างั้น ผมเดาว่า นั่นต้องเป็นอนุสาวรีย์พระพุทธยอดฟ้า" ทอมพูดแล้วชี้ให้ทิมดูอนุสาวรีย์

"คุณเดาเก่งมาก ถูกเป๋งทีเดียว" แสวงชมเพื่อน "พระพุทธยอดฟ้าเป็นพระเจ้าแผ่นดินคนแรกของพระราชวงศ์จักรี ฝรั่งเรียกว่าจักรไดแนสตี ความจริงผมควรใช้คำว่า "องค์" "เพราะสำหรับพระเจ้าแผ่นดิน เราใช้คำว่า "คน" ไม่ได้ราชวงศ์จักรีมีพระเจ้าแผ่นดิน 9 องค์ เวลาที่องค์หนึ่งปกครองเรียกว่ารัชกาลหนึ่ง รัชกาลปัจจุบันคือพระเจ้าอยู่หัว ภูมิพลอดุลยเดช เรียกสั้น ๆ ว่า พระเจ้าอยู่หัวภูมิพลหรือรัชกาลที่ 9 แสวงอธิบาย แล้วขับรถต่อไป จนมาถึงวัดแห่งหนึ่ง

25

การแต่งกายของคนไทย

ปัจจุบันนี้คนไทยในกรุงเทพฯ ทั้งผู้หญิงผู้ชายนิยมแต่งกายแบบตะวันตก หรือคล้ายแบบตะวันตกกันเป็นส่วนมาก คือผู้หญิงสาวนุ่งกระโปรงสวมเสื้อแบบฝรั่ง ผู้ใหญ่สวมเสื้อนุ่งผ้าซิ่น ผู้ชายนุ่งกางเกงฝรั่ง สวมเสื้อมีผ้าผูกคอ หรือแต่งอย่างที่เรียกว่าแบบสากล การแต่งกายแบบตะวันตกนี้เพิ่งมานิยมใช้กันมากหลังเปลี่ยนการปกครองแล้ว ก่อนนั้นขึ้นไป การแต่งกายยังคงเป็นแบบไทยอยู่

ถ้าจะดูการแต่งกายของผู้ชายไทยตั้งแต่ต้นสมัยรัตนโกสินทร์เป็นต้นมา จะเห็นว่าได้เปลี่ยนไปอย่างหน้ามือเป็นหลังมือ การเปลี่ยนแปลงครั้งใหญ่เกิดขึ้นในสมัยรัชกาลที่ 4 ของราชวงศ์จักรี ก่อนสมัยนั้นผู้ชายไทยไม่ชอบใส่เสื้อ นุ่งแต่ผ้าโจงกระเบน มีผ้าพาดไหล่หรือคาดเอวเท่านั้น ทั้งนี้คงเป็นเพราะอากาศมากกว่าอย่างอื่น รัชกาลที่ 4 ทรงเห็นว่าเวลานั้น ไทยต้องติดต่อกับฝรั่งมาก การไม่สวมเสื้อดูไม่เรียบร้อย และเป็นเหตุให้ฝรั่งดูถูกคนไทยด้วย จึงทรงประกาศให้เจ้านายและข้าราชการสวมเสื้อ ส่วนผ้านุ่งยังคงใช้โจงกระเบนตามเดิม คนธรรมดาใช้ผ้า เจ้านายใช้ผ้าไหมเรียกว่าผ้าม่วง เมื่อราษฎรเห็นเจ้านายและข้าราชการสวมเสื้อก็เอาอย่าง จึงได้เริ่มสวมเสื้อกันแต่นั้นมา

การเปลี่ยนแปลงสำคัญอีกครั้งหนึ่งเกิดขึ้นในสมัยรัชกาลที่ 5 ก่อนสมัยนั้นคนไทยยังเดินเท้าเปล่าอยู่ รัชกาลที่ 5 ทรงเห็นว่าฝรั่งสวมถุงเท้ารองเท้าดูเรียบร้อยดี จึงทรงประกาศให้เจ้านายและข้าราชการสวมถุงเท้ารองเท้า ใส่เสื้อคอปิด นุ่งผ้าม่วง เวลามีการมีงานและให้เริ่มไว้ผมแบบฝรั่งด้วย เพราะผมแบบเดิมที่ไว้กันนั้นเวลาไปต่างประเทศ ชาวต่างประเทศเห็นเป็นของแปลกน่าหัวเราะ

ในสมัยรัชกาลที่ 6 มีการเปลี่ยนแปลงใหญ่อีกครั้งหนึ่ง คนหนุ่ม ๆ เริ่มนุ่งกางเกงแพรจีนสีต่าง ๆ แทนผ้าโจงกระเบน แต่การเปลี่ยนแปลงครั้งนี้ไม่ได้มาจากคำประกาศของในหลวงเป็นความนิยมของคนเหล่านั้นเอง ผู้ใหญ่ก็ยังคงนุ่งโจงกระเบนกันอยู่

เมื่อมองดูคนไทยในสมัยรัตนโกสินทร์แล้ว จะเห็นว่าในระยะเวลา 185 ปีนี้ การแต่งกายของคนไทยได้เปลี่ยนไปอย่างหน้ามือเป็นหลังมือ แต่ถึงแม้ว่าในปัจจุบัน หนุ่ม ๆ สาว ๆ จะเอาอย่างดาราภาพยนต์มากขึ้นทุกวัน คนไทยก็ยังมองเห็นความสำคัญของการแต่งกายแบบเดิมอยู่ โดยเหตุที่การแต่งกายเป็นวัฒนธรรมของชาติ เวลามีการมีงานจึงยังคงเห็นเจ้านายและผู้ใหญ่นุ่งผ้าม่วงใส่เสื้อคอปิด และผู้หญิงนุ่งผ้าจีบหรือผ้าซิ่นยาวใส่เสื้อแขนยาว แม้สมเด็จพระราชินีก็ทรงแต่งแบบนั้นบางครั้ง ทั้งนี้เพราะถือว่าการแต่งกายแบบนั้น เป็นวัฒนธรรมของไทยที่คนไทยควรภูมิใจและรักษา

๒๖
เด็กไทย

สมัยนี้เราได้ยินได้อ่านจากหนังสือพิมพ์และวิทยุโทรทัศน์ (เรียกสั้น ๆ ว่าโทรทัศน์หรือทีวี) บ่อย ๆ ว่า นักเรียนและคนหนุ่ม ๆ ในประเทศนั้นประเทศนี้เดินขบวนคัดค้านการกระทำของรัฐบาล และไม่ใช่เพียงแต่เดินขบวนเฉย ๆ เท่านั้น บางทีก็มีการชกต่อย ทำร้ายร่างกาย หรือทำลายข้าวของให้เสียหายด้วย เรื่องอย่างนี้ไม่ปรากฏว่ามีในเมืองไทย เพราะการกระทำเหล่านี้ไม่ใช่วิสัยเด็กไทย

ตามปกติเด็กไทยเป็นเด็กที่มีกิริยามารยาทเรียบร้อย นับถือบิดา

มารดา ครู อาจารย์ ลักษณะเหล่านี้จะเห็นได้ในเวลาพูด ถ้าเป็นเด็กผู้หญิง ก็ใช้คะ ขา จ๊ะ จ๋า ถ้าเป็นเด็กผู้ชายก็ใช้ครับ เวลาพูดกับคนธรรมดา ถ้าพูดกับเจ้านาย ก็ใช้คำพิเศษที่เรียกว่าราชาศัพท์ นอกจากนี้ยังเห็นได้จากกิริยาอาการ เช่น เวลาพบผู้ใหญ่ก็ไหว้ เดินผ่านผู้ใหญ่ก็ก้มตัวลง ผู้ใหญ่ สั่งสอนก็ฟัง ไม่โต้เถียงเป็นต้น ลักษณะเหล่านี้เป็นสมบัติประจำตัวเด็กไทยทุกคน เพราะถูกอบรมอย่างนี้มาแต่ไหนแต่ไรแล้ว

ถ้าจะหันกลับไปดูการอบรมเด็กไทยในสมัยอดีต จะเห็นว่าพ่อแม่ในสมัยนั้นพยายามให้การอบรมลูกไม่น้อยไปกว่าพ่อแม่ในสมัยนี้เลย ถึงแม้ว่าในเวลานั้นประเทศไทยจะยังไม่มีโรงเรียนอย่างที่เห็นอยู่ในปัจจุบันนี้ พ่อแม่ก็ยังรู้จักเลือกหาสถานที่อบรมที่ดีที่สุดสำหรับลูก สถานที่อบรมเด็กผู้ชายทั่ว ๆ ไปก็คือวัด ครูผู้อบรมเด็กคือพระในวัด นอกจากจะได้เรียนหนังสือและศาสนาแล้ว พระยังสอนให้เด็กเคารพบิดามารดาและผู้ใหญ่สอนให้รู้จักใช้กิริยาวาจาอย่างถูกต้อง ส่วนเด็กผู้หญิง ถ้าพ่อแม่ใกล้ชิดเจ้านาย หรือเป็นข้าราชการมีตำแหน่งก็มักส่งไปอบรมในวัง เพราะถือกันว่า กิริยามารยาทอันดีงามของชาวไทยนั้นอยู่ภายในวัง เด็กในวังต้องหัดกิริยาในการเดิน การนั่ง การหมอบคลานและการพูดให้ถูกต้อง โดยเหตุที่กิริยามารยาทในวังเป็นกิริยามารยาทอันดีงาม จึงมีผู้ที่อยู่นอกวังนิยมเอาอย่าง กิริยามารยาทในวังจึงเป็นแบบฉบับของกิริยามารยาทไทยมาจนทุกวันนี้

คำสั่งสอนที่คนในสมัยอดีตชอบใช้สอนเด็ก ๆ คือ "เดินตามผู้ใหญ่หมาไม่กัด" หมายความว่าถ้าประพฤติตามผู้ใหญ่จะไม่ได้รับความเดือดร้อน คำสั่งสอนอันนี้ฝังลึกในจิตใจเด็กไทยในสมัยนั้น ฉะนั้นถ้าผู้ใหญ่เห็นว่าอะไรดีงามเมื่อนำมาสั่งสอน เด็กก็เชื่อฟังและประพฤติตามโดยเหตุที่เด็กไทยได้รับการอบรมให้อยู่ในกรอบนี้มาตั้งแต่เล็ก ๆ จึงไม่ประหลาดเลยที่จะเห็นเด็กไทยในสมัยนั้นรักษาวัฒนธรรมทางมารยาทมาได้เป็นอย่างดี

21

จดหมายของจิตรา

โรงเรียนศึกษานารี เขตธนบุรี กท 10600

......มีนาคม 25 ......

กราบเท้า คุณพ่อคุณแม่ที่เคารพรักอย่างสูง

ลูกหวังว่าคุณพ่อคุณแม่พี่ ๆ น้อง ๆ และญาติทุกคนคงอยู่สบายดี ส่วนลูกอยู่สบายดี คุณพ่อคุณ แม่ไม่ต้องเป็นห่วง

เวลานี้ลูกกำลังเรียนชั้นมัธยมศึกษาปีที่ 6 สำหรับการศึกษาในชั้นต่อไปนั้น ลูกใคร่จะกราบเรียนให้คุณพ่อคุณแม่ทราบว่า ลูกพอใจที่จะเรียนวิชาแพทย์ การศึกษาวิชาแพทย์ในปัจจุบันจะต้องเรียนวิชาเตรียมแพทย์เสียก่อน 2 ปี และเรียนวิชาแพทย์โดยตรงอีก 4 ป วิชาแพทย์มีสอนในจุฬาลงกรณ์มหาวิทยาลัย มหาวิทยาลัยมหิดล มหาวิทยาลัยเชียงใหม่ มหาวิทยาลัยขอนแก่น และมหาวิทยาลัยสงขลานครินทร์

การที่จะเรียนวิชาแพทย์ใช่ว่าลูกจะตัดสินใจเด็ดขาด ลูกจำต้องกราบเรียนขอความเห็นจากคุณพ่อคุณแม่เสียก่อน ถ้าคุณพ่อคุณแม่ไม่เห็นดีด้วย และจะแนะนำให้ลูกเรียนวิชาใดลูกก็ยินดีปฏิบัติตาม แต่สำหรับลูกเห็นว่าวิชาแพทย์เป็นวิชาชีพชั้นสูง มีหลักสูตรการเรียนถึง 6 ปีจะต้องใช้สติปัญญาและความพากเพียรเป็นพิเศษ และมีผู้สอบแข่งขันเข้าเรียนกันมาก ลูกมั่นใจว่า สติปัญญาความพยายาม และสุขภาพของลูก พอที่จะเรียนวิชานี้ได้สำเร็จ ในปีหนึ่งๆมีผู้สำเร็จการศึกษาวิชาแพทย์น้อยมาก ไม่ได้อัตราส่วนกับจำนวนพลเมืองที่เพิ่มขึ้นทุกปี เพราะฉะนั้นอาชีพแพทย์จึงมีความจำเป็นสำหรับประเทศไทย และมีรายได้ค่อนข้างสูงเมื่อเทียบกับอาชีพอย่างอื่น อาชีพแพทย์เป็นอาชีพอิสระ

ไม่ต้องอยู่ใต้บังคับบัญชาของผู้อื่นมาก เช่นอาชีพบางชนิด ถึงแม้จะไม่ได้ทำงานรัฐบาล องค์การ หรือเอกชนใด ก็สามารถประกอบกิจการส่วนตัวได้และเป็นอาชีพที่มีเกียรติได้รับการยกย่องนับถือจากคนทั่วไป โดยเฉพาะอย่างยิ่ง การเป็นแพทย์ได้มีโอกาสบำเพ็ญประโยชน์โดยตรงแก่เพื่อนมนุษย์ สำหรับลูกได้ตั้งใจไว้ว่าเมื่อเรียนสำเร็จวิชานี้แล้วจะสมัครทำงานในโรงพยาบาลเพื่อหาความชำนาญประมาณ 2-3 ปี ต่อจากนั้นลูกจะมาเปิดสถานพยาบาลส่วนตัวในท้องถิ่นของเราซึ่งไม่เคยมีแพทย์ปริญญาเลย เพื่อลบล้างคำกล่าวที่ว่า ผู้ที่ไปเล่าเรียนต่อในกรุงเทพฯ มักไม่คิดที่จะสร้างความเจริญให้แก่ท้องถิ่นเดิมของตน โดยเฉพาะอย่างยิ่งลูกจะมีโอกาสมาอยู่ใกล้ และได้รับใช้รักษาพยาบาลคุณพ่อคุณแม่เมื่อยามเจ็บไข้ ถ้าลูกเลือกวิชาชีพอื่นก็คงไม่มีโอกาสได้ตอบแทนพระคุณของคุณพ่อคุณแม่โดยตรง เช่นเรียนวิชาแพทย์

เท่าที่กล่าวมาเป็นเพียงความคิดเห็นส่วนตัวของลูก ซึ่งอาจมีความบกพร่องผิดพลาดได้ การเป็นแพทย์มีข้อเสียอยู่บ้าง เช่น จะต้องใช้เวลาเรียนถึง 6 ปี คุณพ่อคุณแม่จะต้องรับภาระในการศึกษาของลูกมาก เมื่อเรียนจบแล้วถ้าจะประกอบอาชีพส่วนตัวก็ต้องมีทุนเปิดสถานพยาบาลของตนเอง ลูกจึงกราบเรียนขอความกรุณาจากคุณพ่อคุณแม่ให้คำแนะนำตักเตือนแก่ลูกด้วย

ลูกใคร่จะมากราบเท้าคุณพ่อคุณแม่ หลังจากสอบปลายภาคเสร็จแล้ว แต่เนื่องจากมหาวิทยาลัยต่าง ๆ จะเปิดรับสมัครและสอบคัดเลือกในเดือนเมษายนนี้ ลูกจำต้องตระเตรียมทบทวนวิชาเพื่อเข้าสอบคัดเลือกต่อไป เมื่อการสอบคัดเลือกเข้ามหาวิทยาลัยเสร็จสิ้นแล้ว ลูกจะมากราบเท้าคุณพ่อคุณแม่ตามที่ตั้งใจไว้

ด้วยความเคารพรักอย่างสูง
จิตรา

28

ชีวิตชาวนาไทย

โดยปกติเราจะได้ยินคำกล่าวว่า "ชาวนาคือกระดูกสันหลังของชาติ และในน้ำมีปลาในนามีข้าว" คำกล่าวเช่นนี้เป็นความจริง ก็เพราะว่าชาวนาปลูกข้าวเลี้ยงประชาชนทั้งประเทศ ข้าวไม่เพียงแต่เป็นอาหารหลักของประเทศเท่านั้น แต่ตอนนี้ข้าวได้กลายเป็นสินค้าส่งออกที่สำคัญอย่างหนึ่งด้วย ดังนั้นชาวนาจึงเป็นกำลังสำคัญที่สุดของประเทศด้วย

ชาวนาทำงานตั้งแต่เช้าจรดค่ำตลอดทั้งปี เพราะหลังจากฤดูกาลเก็บเกี่ยวประจำปีแล้วพวกเขาก็จะเริ่มปลูกข้าวนาปรัง หรือพืชเศรษฐกิจอื่น ๆ ต่ออีก หรือไม่ก็เลี้ยงปศุสัตว์หรือสัตว์อื่น ๆ เช่น ปลา และเป็ด เป็นต้น โดยปกติปลาจะอาศัยอยู่ตามธรรมชาติในนาข้าว ดังนั้นต้นกล้าและปลาจะเติบโตไปพร้อม ๆ กัน โดยธรรมชาติในที่เดียวกัน เมื่อเสร็จสิ้นฤดูกาลเก็บเกี่ยว ชาวนาก็จะมีทั้งปลาและข้าวไว้บริโภคในฤดูแล้ง ที่กำลังจะมาถึงอีกด้วย ถ้าเราท่องเที่ยวไปตามต่างจังหวัดก็จะพบชาวนากำลังตากปลาบนหลังคาบ้านของเขาตามริมถนน ดังนั้นจึงมีคำทักทายในหมู่คนไทยเมื่อพบปะกันก็จะเริ่มทักทายกันว่า "คุณจะไปไหน" แล้วก็จะตามด้วยประโยคคำพูดว่า "คุณกินข้าวกินปลา แล้วหรือยัง" ที่จริงแล้วข้าวกับปลานี้เป็นอาหารหลักของคนไทยมานานแล้ว ส่วนใหญ่ข้าวจะปลูกกันมากในภาคกลาง ซึ่งจนถึงกับบางครั้งก็มีคำเรียกภาคกลางว่า "อู่ข้าวอู่น้ำ" ของเอเชีย ทั้งนี้ก็เพราะพื้นที่อันอุดมสมบูรณ์กว้างใหญ่ไพศาล และมีน้ำเพียงพอต่อการทำเกษตรกรรมอาชีพทำนาเป็นอาชีพดั้งเดิมของไทย ที่สืบทอดมายังอนุชนรุ่นหลังโดยส่วนใหญ่แล้วชาวนาจะใช้ชีวิตอยู่โดยสงบเงียบในชนบท

แต่อนิจจา อาชีพนี้กำลังถูกคุกคามด้วยเหตุหลายสิ่งหลายอย่าง เป็นต้นว่า ข้าวเปลือกมีราคาตกต่ำ ขาดแคลนน้ำสำหรับการปลูกข้าวนาปรัง และการก่อสร้างบ้านจัดสรรหรือแหล่งพาณิชย์ ซึ่งบ่อยครั้งที่นำมาซึ่งมลพิษยังบริเวณใกล้เคียง ยิ่งไปกว่านั้นคนรุ่นใหม่ก็มีท่าที่ว่าจะละทิ้งอาชีพดั้งเดิมที่สืบทอดมาหลายศตวรรษนี้ เพื่อไปทำงานในโรงงานในเมือง หรือไม่ก็หาอาชีพอื่นที่มีรายได้ดีกว่านี้

ตอนนี้ถึงเวลาที่จะต้องช่วยกระดูกสันหลังของชาติของเราให้ดำเนินอาชีพต่อ ไปได้แล้ว มิฉะนั้นพวกเขาก็คงจะยังชีพอยู่ไม่ได้ เมื่อต้องเผชิญกับอุปสรรคเหล่านี้ เมื่อใดก็ตามที่ชาวนาถูกสถานการณ์บังคับให้ต้องเลิกอาชีพนี้ พวกเราก็เห็นจะต้องนำข้าวเข้ามาเพื่อบริโภคเป็นแน่ และถ้าหากว่าเหตุการณ์เป็นอย่างนั้น อาชีพของบรรพบุรุษของเราก็คงจะสูญไปและ ประเทศไทยก็คงจะไม่ได้ชื่อว่าเป็น “อู่ข้าวอู่น้ำ” ของโลกอีกต่อไป

29

วันขึ้นปีใหม่

ประเทศไทยได้ชื่อว่าเป็นประเทศที่มีการจัดฉลองเทศกาลตลอดทั้งปี เทศกาลเหล่านี้ได้รับอิทธิพลมาจากทั้งศาสนาพุทธและศาสนาพราหมณ์ อย่างไรก็ตาม เมื่อกาลเวลาผ่านไปเทศกาลต่าง ๆ เหล่านี้ก็ถูกดัดแปลงเพื่อให้สอดคล้องกับสาก ลนิยมบ้าง

ที่จริงแล้ว วันขึ้นปีใหม่ของไทยอย่างเป็นทางการนี้ได้รับการเปลี่ยนแปลงมาหลายครั้งหลายคราว ครั้งหนึ่งเคยถือเอาปลายเดือนพฤศจิกายนเป็นวันขึ้นปีใหม่ ต่อมาในรัชกาลของพระบาทสมเด็จพระจุลจอมเกล้าเจ้าอยู่หัว (พ.ศ.2411 ถึง 2453) วันขึ้นปีใหม่กำหนดให้อยู่ในช่วงเดือนเมษายนจนกระทั่งเปลี่ยนมาถือเอาวันที่ 1 เมษายนเป็นวันขึ้นปีใหม่ การถือเอาวันที่ 1 มกราคม เป็นวัน

ขึ้นปีใหม่ตามหลักสากลนิยมนั้นเพิ่งจะได้นำมาประยุกต์ใช้ในปี พ.ศ. 2484 เพื่อให้สอดคล้องกับปฏิทินตะวันตกและนี่ก็เป็นส่วนหนึ่งในหลาย ๆ สิ่งที่ได้รับการเปลี่ยนแปลงเพื่อให้ประเทศก้าวไปสู่สมัยใหม่

ถึงแม้ว่า วันที่ 1 มกราคม จะถือปฏิบัติเป็นวันขึ้นปีใหม่อย่างเป็นทางการแล้วก็ตาม แต่คนไทยส่วนใหญ่ก็ยังคงถือเอากลางเดือนเมษายน (วันสงกรานต์) เป็นวันขึ้นปีใหม่และในโอกาสอันเป็นมงคลนี้นั้นการเฉลิมฉลองเป็นเวลานานนับสัปดาห์ก็จะจัดให้มีขึ้นทั่วราชอาณาจักร ส่วนใหญ่กิจกรรมในวันสงกรานต์นี้จะเกี่ยวกับการสาดน้ำใส่กัน สร้างเจดีย์ทราย และรดน้ำหอมให้กับผู้สูงอายุเพื่อความเป็นสิริมงคล ความจริงแล้ว การฉลองวันขึ้นปีใหม่ในวันที่ 1 มกราคมนั้น จะได้รับความนิยมน้อยกว่าวันสงกรานต์มาก โดยปกติก่อนวันที่ 1 มกราคม ผู้คนก็จะแลกบัตรอวยพรและของขวัญแก่กันและกัน เนื่องจากในวันนี้การเฉลิมฉลองอย่างมโหฬารจะจัดให้มีขึ้นเพียงไม่กี่แห่ง ผู้คนก็เลยถือโอกาสนี้ไปเที่ยวต่างจังหวัดเพื่อเยี่ยมญาติ ๆ หรือไม่ก็ไปใช้วันหยุดในสถานที่ท่องเที่ยวต่าง ๆ ในขณะที่ผู้ที่อยู่บ้านก็จะเตรียมอาหารและเครื่องไทยธรรมอื่น ๆ เพื่อทำบุญตักบาตรในเช้าตรู่ของวันที่ 1 มกราคม และยังเข้าร่วมกิจกรรมการกุศลต่าง ๆ ที่จัดให้มีขึ้นตามสถานที่ต่าง ๆ

ในขณะเดียวกัน หลายบริษัทก็จะถือเอาโอกาสนี้แจกเงินโบนัสและประกาศเลื่อนขั้นพนักงานผู้ซึ่งหลังจากนี้ก็จะรีบถอนเงินซื้อของขวัญเพื่อแจกญาติ ๆ และเพื่อนฝูงก่อนที่จะบ่ายหน้าไปยังบ้านเกิดเพื่อใช้วันหยุดอันยาวนาน

จะเห็นได้ชัดว่า คนไทยจะฉลองวันขึ้นปีใหม่ 3 ครั้งต่อปีเลยก็ว่าได้ กล่าวคือ วันขึ้นปีใหม่ ตามประเพณีหรือวันสงกรานต์ วันที่ 1 มกราคม และวันตรุษจีน ใน 3 วันนี้ วันสงกรานต์ เป็นโอกาสที่สนุกสนานที่สุด เพราะว่าประชาชนจากทุกสาขาอาชีพต่างพร้อมใจกัน

เข้าร่วมฉลองเป็นเวลานับสัปดาห์ในขณะที่วันตรุษจีนก็มีความสำคัญเท่า ๆ กัน โดยเฉพาะอย่างยิ่งสำหรับคนไทยเชื้อสายจีน ถึงแม้ว่าจะไม่ใช่วันหยุดของทางราชการ บริษัทเอกชนส่วนใหญ่ก็จะหยุดดำเนินธุรกิจเป็นเวลาหลายวัน เพื่อให้ทั้งนายจ้างและพนักงานได้เข้าร่วมฉลองโอกาสอันเป็นมงคลนี้ร่วมกับญาติ ๆ ที่บ้านหรือไม่ก็ใช้วันหยุดตามสถานที่ที่ตนพอใจ

30
เทศกาลสงกรานต์

"สงกรานต์" คือวันขึ้นปีใหม่ตามประเพณีไทยและเป็นโอกาสที่สมาชิกในครอบครัวจะได้พบกันพร้อมหน้าพร้อมตา ในช่วงเวลานี้ประชาชนผู้ซึ่งเป็นคนต่างจังหวัดที่มาทำงานในกรุงเทพมหานครส่วนใหญ่ก็จะเดินทางไปฉลองเทศกาลนี้ที่บ้านเกิดของตน ดังนั้นเมื่อเทศกาลนี้มาถึงกรุงเทพมหานครก็จะกลายเป็นเมืองร้างไปชั่วคราว

เทศกาลสงกรานต์ตรงกับวันที่ 13 เมษายนและการฉลองประจำปีก็จะจัดให้มีขึ้นทั่วทั้งราชอาณาจักร ที่จริงแล้ว "สงกรานต์" นี้เป็นภาษาไทยซึ่งหมายถึง "เคลื่อนย้าย" หรือ "เปลี่ยน" เพราะว่าเป็นประชาชนเชื่อว่าน้ำจะพัดพาเอาสิ่งที่เป็นอัปมงคลออกไป วันขึ้นปีใหม่ ตามประเพณีของไทยนี้เริ่มต้นแต่เช้าตรู่ด้วยการทำบุญตักบาตรแก่พระสงฆ์และปล่อยนกที่ขังไว้ให้เป็นอิสระ ในช่วงวาระโอกาสอันเป็นมงคลนี้ สัตว์ต่าง ๆ ที่ถูกขังไว้ก็จะได้รับการปล่อยให้เป็นอิสระ พร้อมกันนี้การไหว้บรรพบุรุษก็เป็นส่วนสำคัญของวันนี้ด้วยประชาชนจะแสดงความเคารพต่อผู้สูงอายุ และในทางกลับกันผู้สูงอายุก็จะ

อวยพรให้ผู้น้อยประสบโชคดีและเจริญรุ่งเรือง ในตอนบ่าย หลังจาก
พิธีสรงน้ำพระพุทธรูปและพระสงฆ์แล้ว ผู้ร่วมฉลองทั้งหนุ่มและ
แก่ต่างสาดน้ำใส่กันอย่างสนุกสนาน การฉลองที่มีคนกล่าวขานกันมาก
ที่สุดเห็นจะเป็นที่จังหวัดทางภาคเหนือคือ เชียงใหม่ ซึ่งการฉลอง
ที่นี่จะมีขึ้นระหว่างวันที่ 13-15 เมษายน ช่วงเวลานี้ประชาชนจาก
ทั่วทุกภาคของประเทศจะแห่กันไปที่นั่นเพื่อร่วมสนุกสนานในเทศ
กาลน้ำนี้ เพื่อชมการประกวดนางงามสงกรานต์และขบวนพาเหรด
ที่สวยงาม ในกรุงเทพมหานคร พระพุทธรูป "พระพุทธสิหิงค์"
จะถูกอัญเชิญจากพิพิธภัณฑสถานแห่งชาติมาประดิษฐานไว้ที่ท้องสนาม
หลวง (ตรงข้ามพระบรมมหาราชวัง) เพื่อให้ประชาชนให้สรงน้ำด้วย

31
สินค้าส่งออกของไทย

จากประเทศเกษตรกรรม ทุกวันนี้ประเทศไทยกำลังจะก้าวไปติดอัน
ดับประเทศอุตสาหกรรมใหม่ ปัจจุบันนี้ภาคการผลิตได้กลายเป็นผู้นำ
ของเศรษฐกิจไทยไปแล้ว และเนื่องจากความอุดมสมบูรณ์และสภาพอัน
เหมาะแก่การเจริญเติบโตนี้เอง ที่ทำให้สินค้าส่งออกของไทยเจริญเติบ
โตอย่างน่าประทับใจในช่วงเวลาไม่นานมานี้

เป็นที่แน่ชัดแล้วว่า ในช่วง 10-20 ปี ที่ผ่านมานั้นประเทศไทย
เป็นประเทศผู้ส่งออกสินค้าด้านการเกษตร แต่ปัจจุบันนี้ได้เปลี่ยนจาก
การเป็นประเทศผู้ส่งออกรายใหญ่ทางด้านสินค้าเกษตร และผลิตภัณฑ์
ที่ต้องใช้แรงคนมาเป็นผู้ส่งออกรายใหญ่ด้านสินค้า ที่ต้องอาศัยความ
ชำนาญและเครื่องมือที่ทันสมัยในการผลิตโดยเกี่ยวข้องกับการพัฒนา
ทางด้านเทคโนโลยีชั้นสูง ความจริงแล้วการเปลี่ยนสถานภาพที่สำเร็จ

ได้นี้นั้น ส่วนหนึ่งก็เนื่องมาจากการหลั่งไหลของการลงทุนจากต่างประเทศ โดยเฉพาะอย่างยิ่งจากประเทศญี่ปุ่น และมีแนวโน้มว่าคลื่นของนักลงทุนต่างชาติลูกใหม่ ๆ จะยังคงหลั่งไหลมายังประเทศไทยอย่างท่วมท้นอยู่ต่อไป

ปัจจุบันนี้ สินค้าส่งออกที่ติดอันดับของประเทศได้แก่ สิ่งทอและเสื้อผ้า เพชรพลอยและอัญมณี เครื่องหนังและรองเท้า คอมพิวเตอร์และส่วนประกอบ แผงวงจรรวม ผลิตภัณฑ์พลาสติก ของเล่นเด็ก อุปกรณ์อิเล็กทรอนิกส์และเครื่องไฟฟ้า และรถยนต์ ดังนั้น ฐานะของสินค้าส่งออกของประเทศไทยในตลาดโลกตอนนี้ก็คือ

(1) ผู้ส่งออกสับปะรดกระป๋องและปลาทูน่ากระป๋อง รายใหญ่ที่สุดของโลก
(2) ผู้ส่งออก ข้าว ยางพารา ปลาและกุ้งแช่เย็น อันดับหนึ่งของโลก
(3) ผู้ส่งออกอัญมณีรายใหญ่ที่สุดของโลก
(4) ผู้ส่งออกน้ำตาลทรายและผลิตภัณฑ์มันสำปะหลัง อันดับสองของโลก
(5) ผู้ส่งออกจานแข็ง (จานบันทึกชนิดแข็ง) และแผงวงจรรวม (ไอซี) อันดับสามของโลก
(6) ผู้ส่งออกไก่แช่แข็ง ข้าวโพด และดอกไม้ อันดับสี่ของโลก

ความจริงแล้ว ความสำเร็จอันน่าทึ่งในการส่งสินค้าออกของไทยนี้ก็เนื่องมาจากสินค้าของไทยมีราคาถูก คุณภาพดี พร้อมทั้งมีแรงงานที่มีความชำนาญ ปรับตัวได้ง่ายและมีประสิทธิภาพนอกจากนี้ถึงแม้ว่าประเทศญี่ปุ่น สหรัฐฯ และกลุ่มประเทศประชาคมยุโรปจะยังคงเป็นตลาดส่งออกที่สำคัญของไทยอยู่ก็ตาม แต่ประเทศไทยก็ยังคงหาโอกาสเจาะตลาดใหม่ ๆ เช่น ตะวันออกกลางอเมริกาใต้และ ยุโรปตะวันออก เพราะว่าการส่งออกได้กลายเป็นสิ่งสำคัญต่อเศรษฐกิจไทยทั้งประเทศมากขึ้นเรื่อย ๆ

32
สถานที่ท่องเที่ยวที่มีชื่อเสียงของเรา

ประเทศไทยมีสถานที่ท่องเที่ยวอันงดงามทางธรรมชาติ และทางวัฒนธรรมที่จะทำให้นักท่องเที่ยวจากทั่วโลกตื่นเต้น และซาบซึ้งอยู่มากมายหลายแห่ง ทางภาคเหนือเป็นพื้นที่ราบสูง มีลักษณะเป็นภูเขาที่ปกคลุมไปด้วยป่าไม้ อันเป็นที่อยู่อาศัยของชาวเขาเผ่าต่าง ๆ ในขณะที่ภาคอีสานเคยเป็นดินแดนที่เคยรุ่งเรืองมาแล้วในอดีต ส่วนทางภาคใต้ก็มีเกาะที่สวยงามที่สุดของโลกแห่งหนึ่ง ซึ่งมีแสงอาทิตย์ส่องตลอดปี ในขณะที่ภาคกลางปกคลุมไปด้วยพื้นที่อันอุดมสมบูรณ์กว้างใหญ่ไพศาล เหมาะสมกับการเกษตรกรรม (เป็นอู่ข้าวอู่น้ำ ของประเทศไทย)

แต่ก่อนที่จะท่องเที่ยวไปยังภาคหนึ่งภาคใดของประเทศ นักท่องเที่ยวควรจะเยี่ยมชมสถานที่น่าสนใจต่างๆ ในกรุงเทพมหานครเสียก่อน แน่นอนที่สุดกรุงเทพฯ เป็นเมืองหลวงที่สวยงามโดดเด่นทางด้านวัฒนธรรม และธรรมชาติซึ่งไม่สามารถที่จะบรรยายให้หมดภายใน 2-3 หน้ากระดาษได้ สถานที่ควรจะไปเยี่ยมชมได้แก่ สถานที่ดังต่อไปนี้ พระบรมมหาราชวัง หรือวัดพระแก้ว ซึ่งได้รับการบรรยายว่าเป็นสิ่งอัศจรรย์ทางด้านสถาปัตยกรรมที่สวยงามที่สุดในเอเชียแห่งหนึ่งในด้านสีสัน รูปทรงการออกแบบและศิลปกรรม ทางด้านฝั่งตะวันตกของท้องสนามหลวงก็เป็น พิพิธภัณฑสถานแห่งชาติ ซึ่งกล่าวกันว่าเป็นพิพิธภัณฑ์ที่ใหญ่ที่สุดและรวบรวมวัตถุโบราณไว้มากที่สุดแห่งหนึ่งในเอเชียตะวันออกเฉียงใต้ และตั้ง อยู่ข้าง ๆ พระบรมมหาราชวัง ก็คือ วัดโพธิ์หรือวัดพระเชตุพนฯ ซึ่งเป็นวัดที่เก่าแก่ที่สุดและใหญ่ที่สุด นอกจากนี้วัดแห่งนี้ยังจัดว่าเป็นศูนย์กลางแห่งการศึกษาของประชาชนแห่งแรกอีกด้วย และด้วยเหตุนี้บางครั้งก็เรียกว่าเป็น "มหาวิทยาลัย

แห่งแรกของประเทศไทย”

ตั้งอยู่ทางฝั่งตะวันตกของแม่น้ำเจ้าพระยาฝั่งธนบุรีก็คือ วัดอรุณราชวราราม ซึ่งเป็นจุดเด่นที่ไม่อาจจะลืมได้แห่งหนึ่งของกรุงเทพฯ และมักจะมีปรากฏให้เห็นในหนังสือคู่มือนักท่องเที่ยวเสมอ สิ่งปลูกสร้างที่น่าดึงดูดใจมากที่สุดของวัดนี้ก็คือ พระปรางค์ที่มีความสูง 82 เมตร

และตั้งอยู่ไม่ไกลจากพระตำหนักจิตรลดารโหฐาน บนถนนศรีอยุธยาก็คือ วัดเบญจมบพิตรวัดนี้มีชื่อเสียงก็เพราะว่า พระอุโบสถของวัดเป็นตัวอย่างที่ดีเลิศของสถาปัตยกรรมไทยยุคใหม่ บริเวณลานหลังพระอุโบสถมีพระพุทธรูป 53 องค์ ซึ่งส่วนใหญ่ลอกเลียนแบบมาจากพระพุทธรูปที่มีชื่อเสียงและรูปทรงแบบต่างๆ จากทั่วประเทศและจากประเทศที่นับถือพุทธศาสนาอื่นๆ

ออกจากถนนอู่ทองในถัดจากรัฐสภาข้ามฝั่งตะวันตกของสวนสัตว์ดุสิตไป ก็คือ พระที่นั่งวิมานเมฆ ซึ่งเป็นคฤหาสน์ 3 ชั้น สร้างด้วยไม้สักทองล้วน รูปอักษร L (ตัวแอล) สวยงามและใหญ่ที่สุดในโลกแต่ก่อนนี้เป็นวังของรัชกาลที่ 5 ภายในคฤหาสน์ประดับประดาด้วยสิ่งของส่วนพระองค์และวัตถุทางศิลปกรรมอีกบาง ส่วน ตั้งอยู่สุดซอยเกษมสันต์ 2 ตรงข้ามสนามกีฬาแห่งชาติ บนถนนพระราม 1 ก็คือ บ้านทรงไทย จิม ทอมสัน บ้านทรงไทยอันงามสง่าแห่งนี้เป็นผลงานของ นายจิม ทอมสัน ชาวอเมริกันผู้ซึ่งเข้ามาเมืองไทยในช่วงปลายสงครามโลกครั้งที่ 2 และทำการฟื้นฟูอุตสาหกรรมผ้าไหมไทยขึ้นใหม่ สิ่งที่แสดงในบ้านหลังใหญ่ก็คือของสะสมทางด้านศิลปะเอเชียเล็กๆ น้อยๆและสิ่งของอันงดงามส่วนตัวของเขา

ท้ายที่สุดนี้ สถานที่อื่น ๆ ที่ไม่ควรจะพลาดก็คือ เวทีมวยไทย ความจริงแล้ว เวทีมวยไทยนี้มีให้ชมอยู่ 2 แห่งคือ สนามมวยลุมพินีและสนามมวยราชดำเนิน มวยไทยนี้เป็นการกีฬาและศิลปะป้องกันตัวเพราะว่านักมวยจะได้รับอนุญาตให้ใช้อวัยวะเกือบทุกส่วนของร่างกายนับ

เป็นการแสดงที่น่าตื่นเต้นมากจริงๆ

ที่กล่าวมานี้คือ สถานที่ท่องเที่ยวในกรุงเทพมหานคร สถานที่อื่น ๆ ที่ไม่ได้กล่าวถึงก็คือตลาดนัดสุดสัปดาห์ (สวนจตุจักร) สวนสัตว์ดุสิต และ ตลาดเยาวราช ถ้าเป็นไปได้นักท่องเที่ยวผู้มาเยือนราชอาณาจักรไทย ควรจะไปเยี่ยมชมสถานที่น่าสนใจอื่น ๆ นอกเขตกรุงเทพฯ ด้วย เช่น วัดไผ่ล้อม วัดนี้เป็นที่อยู่อาศัยของนกปากห่าง ตั้งอยู่บนฝั่งแม่น้ำเจ้า พระยาในเขตจังหวัดปทุมธานี ตั้งแต่เดือนธันวาคมถึงเดือนมิถุนายน นกปากห่างจำนวน หลายพันตัวจะมาวางไข่ในบริเวณวัดนี้

สถานที่แนะนำให้ไปเที่ยวอื่น ๆ ได้แก่ วังโบราณ ในเขตจังหวัดสมุทรปราการ ที่นี่เป็นพิพิธภัณฑ์กลางแจ้งที่ใหญ่ที่สุดในโลก และที่จังหวัดนี้ยังมีฟาร์มจระเข้อีกด้วย นับเป็นฟาร์มที่กว้างใหญ่มาก มีจระเข้อยู่ถึง 30,000 ตัว มีทั้งจระเข้น้ำจืดและน้ำเค็ม

ถ้าลงไปทางตะวันตกเฉียงใต้ของกรุงเทพฯ ประมาณ 80 กม. ก็จะเป็นตลาดน้ำดำเนินสะดวก ที่นี่มีเรือพายขนาดเล็กบรรทุกผลไม้เมืองร้อน และผักเกือบทุกชนิด พร้อมทั้งพืชผลจากสวน หรือจากชุมชนใกล้เคียงมารวมกัน เพื่อทำการค้าขายแลกเปลี่ยนสินค้ากันมากมาย และถ้าขึ้นไปทางเหนือของกรุงเทพฯ ประมาณ 76 กม. ก็จะเป็นจังหวัดพระนครศรีอยุธยา ที่นี่มีซากปรักหักพังอันตระการตาของเมืองเก่า ยังคงมีให้เห็นอยู่และบางส่วนก็ได้รับการบูรณะฟื้นฟูบ้างแล้ว

เนื่องจากความเจริญรุ่งเรืองทางด้านมรดกทางวัฒนธรรม และสิ่งดึงดูดใจทางธรรมชาติอันสวยงามนี่เอง ผู้มาเที่ยวเมืองไทยจะไม่ผิดหวังเลย เพราะว่าเป็นการท่องเที่ยวที่คุ้มค่าจริง ๆ พวกเขาจะได้รับการต้อนรับอย่างอบอุ่น และได้รับความเอื้ออารีย์จากคนท้องถิ่นเป็นอย่างดี พวกเขาจะมีความรู้สึกว่านี่คือบ้านที่สองของพวกเขา ประเทศไทยหรือสยามเมืองยิ้มนี้ ยินดีต้อนรับทุก ๆ คน และ พวก

เขาควรจะมาสัมผัสด้วยสายตาตนเองมากกว่าที่จะอ่านจากหนังสือคู่มือนักท่องเที่ยว

33

ประเทศเพื่อนบ้านของเรา

ประเทศไทยตั้งอยู่ตรงใจกลางผืนแผ่นดินใหญ่ของเอเชียตะวันออกเฉียงใต้ ครอบคลุมพื้นที่ 513,115 ตารางกิโลเมตร มีอาณาเขตติดต่อกับประเทศพม่า (สหภาพเมียนมาร์) และลาวทางทิศเหนือ ติดต่อกับพม่าทางทิศตะวันตก ส่วนทาง ทิศใต้ติดต่อกับประเทศมาเลเซีย และทางทิศตะวันออกติดต่อกับประเทศเขมร ความจริงแล้วประเทศเพื่อนบ้านของเราเป็นประเทศ ที่มีความเป็นมิตรมากและรักสันติภาพเพราะว่าทุกประเทศปฏิบัติตามกฎแห่งความร่วมมือ และการอยู่ร่วมกันอย่างสันติ ถึงแม้ว่าบางครั้งจะมีความขัดแย้งเรื่องพรมแดนบ้าง แต่ในที่สุดก็แก้ไขได้โดยวิถีทางการทูต แน่นอนที่สุดการค้าขายแดนกับประเทศเพื่อนบ้านของเราคึกคักมาก ประมาณว่าเงินจำนวนหลายร้อยล้านบาทเปลี่ยนมือกันที่นี่ในแต่ละปี เรานำเข้าไม้ซุงและอัญมณีจากพม่า ในขณะที่พม่าก็นำเข้าสินค้าอุปโภคบริโภค และชิ้นส่วนรถยนต์จากเราเช่นกัน ในขณะที่ประเทศลาวเป็นประเทศเพื่อนบ้านที่ใกล้ชิดของเรา เพราะว่าเราพูดภา ษาคล้ายกัน นับถือศาสนาเดียวกันและยังมีความเกี่ยวโยงทางด้านวัฒนธรรมที่คล้ายคลึงกันอีกด้วย ดังนั้น เราถือว่าเราทั้งสองเป็นประเทศบ้านพี่เมืองน้อง ปัจจุบันนี้ประเทศเพื่อนบ้านของเรากำลังกระชับ ความร่วมมือทางด้านต่าง ๆ ให้แน่นแฟ้นยิ่งขึ้น อย่างเช่น โครงการสี่เหลี่ยมเศรษฐกิจได้ถูกก่อตั้ง

ขึ้นโดยประเทศจีน ไทย พม่า และลาว เพราะต่างก็มุ่งที่จะร่วมมือกันพัฒนาทางด้านการค้า การลงทุนและการท่องเที่ยว โดยเน้นหนักไปทางโทรคมนาคมและการขนส่ง

ที่จะลืมเสียไม่ได้คือ ประเทศไทยได้มีบทบาทสำคัญในการนำมาซึ่งสันติภาพในประเทศเขมร ในขณะเกิดสงครามกลางเมืองประเทศไทยได้ให้ที่พักชั่วคราวแก่ผู้ลี้ภัยชาวเขมร ซึ่งหนีเข้ามายังประเทศไทยเพื่อหลบภัย หลังจากสันติภาพได้รับการฟื้นฟูขึ้นมาอีกครั้ง ประเทศไทยก็ไม่รีรอที่จะให้ความช่วยเหลือทางด้านการเงิน และทางเทคนิคเพื่อสร้างชาติ หลังจากสงครามกลางเมืองสงบลง ปัจจุบันมีนักธุรกิจไทยเป็นจำนวนมากไปลงทุนในประเทศเขมร ในขณะที่ประเทศไทยนำเข้าไม้ซุงและอัญมณีจากประเทศเขมร ในทางกลับกันเขมรก็นำเข้าสินค้าจากไทย ซึ่งก็ได้แก่สินค้าประเภทอุปโภคบริโภค น้ำมันเชื้อเพลิง ปูนซีเมนต์ และเสื้อผ้า การค้าระหว่างไทยและเขมรก็กำลังเพิ่มความสำคัญมากยิ่งขึ้น เพราะว่าตอนนี้ ประเทศเขมรจัดว่าเป็นพื้นที่ผลิตทับทิมที่สำคัญที่สุดของโลก และประเทศไทยเองก็ต้องการนำเข้าวัตถุดิบจากประเทศเพื่อนบ้าน เพราะว่าประเทศไทยเป็นศูนย์กลางของการเจียระไนและการค้าอัญมณีชั้นนำของโลกที่สำคัญ

นอกจากนี้ประเทศไทยก็ยังมีสัมพันธภาพที่ดีกับประเทศเพื่อนบ้านทางใต้ อันได้แก่ประเทศมาเลเซีย สืบเนื่องมาจากการที่ประเทศทั้งสองต่างก็เป็นสมาชิกของกลุ่มประเทศอาเซียน(ASEAN) ด้วยกัน จึงหลีกเลี่ยงไม่ได้ที่ประเทศทั้งสองจะอยู่ภายใต้หลังคาเดียวกันขององค์การ ซึ่งกลุ่มประเทศสมาชิกต่างก็อยู่ภายใต้กฎปฏิบัติเดียวกัน

แน่นอนที่สุด โชคดีที่ว่าประเทศไทยห้อมล้อมด้วยประเทศเพื่อนบ้านที่เป็นมิตรที่ดีทั้งหมดซึ่งก็เท่ากับเป็นการช่วยรักษาสันติภาพและความเจริญรุ่งเรืองในภูมิภาคส่วนนี้ของโลกอีกด้วย ทุกประเทศต่างก็เคารพในอธิปไตยและบูรณภาพแห่งดินแดนของกันและกัน ดังนั้นความขัดแย้งในกลุ่มประเทศเพื่อนบ้าน จึงเกิดขึ้นได้ยากมาก

34
อาหารไทย

อาหารไทยมีชื่อเป็นที่แพร่หลายว่าค่อนข้างจะมีรสเผ็ดและแก่เครื่องเทศ เพราะว่าอาหารไทยเกือบทั้งหมดจะปรุงโดยการใส่เครื่องปรุงหลัก ๆ เช่น กระเทียม พริก น้ำมะนาว ตะไคร้ และใบผักชีสด พร้อมทั้งน้ำปลาหรือกะปิเพื่อทำให้เกิดรสเค็ม

เนื่องจากข้าวเป็นอาหารหลักในประเทศไทย ดังนั้นอาหารทุก ๆ มื้อก็จะมีข้าวรับประทานไปพร้อมๆ กับซุป แกง ผักต้ม และน้ำพริก น้ำพริกก็คือเครื่องปรุงรสที่มีรสเผ็ดมีการปรุงที่แตกต่างกันออกไปในแต่ละภาค กล่าวคือ น้ำพริกปลาป่น ทำจากปลาแห้งบดและพริก น้ำพริกปลาร้า ทำจากปลาร้าและพริก น้ำพริกกะปิ ทำจากกะปิและพริก น้ำพริกอ่อง ทำจากหมูบด มะเขือเทศและพริกโดยทั่วไปเครื่องปรุงหลัก ๆ ของน้ำพริกก็มี กะปิ กระเทียม พริก น้ำปลา และน้ำมะนาว

เครื่องปรุงโดยทั่ว ๆ ไปของอาหารไทยก็มี ข่า พริกไทย ถั่วลิสง น้ำส้มมะขาม ขิง และ กะทิ ดังนั้นในการปรุงจึงต้องใช้เวลาหลายชั่วโมงเพื่อการปรุงอาหารไทยอย่างถูกต้องแบบดั้งเดิมเพราะว่าการปรุงอาหารไทยแบบดั้งเดิมต้องใช้เวลามากในการปอก สับ และบด ดังนั้นจึงต้องใช้เวลาเตรียมล่วงหน้า

ความจริงแล้ว อาหารไทยมีความแตกต่างกันออกไปในแต่ละภาค ตัวอย่าง เช่น ข้าวเหนียวนิยมรับประทานกันมากในทางภาคเหนือและภาคอีสานมากกว่าข้าวเจ้า ยิ่งไปกว่านั้นในชนบทบางแห่งก็ยังมีการบริโภคแมลงบางชนิด อย่างเช่น จิ้งหรีด ตัวอ่อนไหม และตัวอ่อนมดแดง เป็นต้น ในขณะเดียวกันขนมหวานของไทยโดยปกติก็นิยมทำจากข้าวเหนียวหรือไม่ ก็กะทิ แป้ง ไข่ และน้ำตาล

มะพร้าว (น้ำตาลปีบ) ในขณะที่ผลไม้ก็มีให้รับประทานกันตลอดทั้งปี

ในขณะเดียวกัน อาหารไทยก็ยังมีรสชาติที่แตกต่างกันออกไปในแต่ละภาค ซึ่งสามารถจะแยกแยะออกได้ดังนี้ ภาคกลาง อาหารจะมีรสเผ็ด เค็ม หวาน และเปรี้ยว ข้าวจะรับประทานกับน้ำพริกชนิดต่าง ๆ และ ซุป เช่น ต้มยำกุ้ง โดยปกติอาหารจะประกอบด้วยเครื่องปรุงและเครื่องเทศมาก ภาคเหนือ อาหารจะมีรสจืดหรือเผ็ด เค็ม และเปรี้ยวแต่ไม่นิยมหวาน ข้าวเหนียวจะทานกับ ผักต้ม น้ำพริกอ่อง และซุปหรือแกง ภาคเหนือนี้ยังมี ชื่อเสียงด้านการทำไส้กรอกที่เรียกว่า "แหนม" ซึ่งประกอบด้วยหมูสับหมัก จะมีรสเปรี้ยวและจะขายโดยการห่อในกระดาษแก้วและใบตอง

อาหารทางภาคอีสาน จะมีรสเผ็ด เค็ม และเปรี้ยว อาหารที่โปรดปรานกันมากในภาคนี้ก็คือ ส้มตำ ก้อย และลาบ ชาวอีสานจะใช้เครื่องปรุงมากแต่ไม่ใส่เครื่องเทศมาก อาหารหลักส่วนใหญ่ก็จะประกอบด้วยข้าวเหนียวและน้ำพริกปลาร้า พร้อมกับทานผักหลายชนิดรวมทั้งผักที่เกิดขึ้นเองตามธรรมชาติด้วย

ตรงกันข้ามกับภาคใต้ ซึ่งขึ้นชื่อว่าทานอาหารรสเผ็ดมาก เค็ม และรสเปรี้ยว นิยมทานแกงซึ่งปรุงด้วยเครื่องเทศและใส่เครื่องปรุงรสมาก ข้าวยำและน้ำบูดูเป็นอาหารที่นิยมรับประทานกันเป็นประจำ โดยปกติชาวใต้ทานอาหารประเภทเนื้อน้อย และไม่ค่อยนิยมทานน้ำพริกชนิดต่าง ๆ เท่าใดนักที่มีทานกันมากหน่อยก็คงจะเป็นน้ำพริกกะปิ

ถึงแม้ว่าอาหารไทยส่วนใหญ่จะได้รับการกล่าวขานว่าใส่เครื่องเทศมากและมีรสเผ็ดมากแต่ปัจจุบันอาหารไทยก็มีชื่อเสียงไปทั่วโลกโดยเฉพาะอย่างยิ่งต้มยำกุ้งอันเลิศรส ที่มีชื่อด้านการปรุงแบบง่าย ๆ สร้างสรรค์ มีศิลปะ และรสอร่อย เหนือสิ่งอื่นใดก็คือ รสอาหารไทยสามารถดัดแปลงให้เหมาะกับรสนิยมของแต่ละคนได้ เช่น ใส่พริกน้อย ๆ ถ้าไม่ต้องการให้อาหารมีรสเผ็ดเกินไป หรือไม่ก็เพิ่มน้ำมะนาวลงไปถ้าต้องการเพิ่มรสเปรี้ยว นักท่องเที่ยวผู้ที่เคยทดลองทานอาหาร

ไทยแล้วก็จะไม่ลืมที่จะสั่งมาทานอีกเมื่อใดก็ตามที่มีโอกาส

35

จดหมาย

โรงเรียนวัดเทพศิรินทร์
ถนนกรุงเกษม เขตป้องปราบศัตรูพ่าย
กท 10100
....ธันวาคม 25.....

เรื่อง ขอสมัครงาน
เรียน ผู้จัดการบริษัทสรรพกิจบริการแห่งประเทศไทย จำกัด
สิ่งที่ส่งมาด้วย หนังสือรับรอง 2 ฉบับ

ตามที่บริษัทสรรพกิจบริการแห่งประเทศไทย จำกัด ดำเนินการด้านรับเหมาก่อสร้าง เป็นตัวแทนสั่งและส่งสินค้าระหว่างประเทศและธุรกิจอื่น ๆ อีกหลายประเภทนั้น ข้าพเจ้ามีความประสงค์จะสมัครเข้าทำงานในตำแหน่งพนักงานบัญชีของบริษัทฯ

ข้าพเจ้าจะสำเร็จการศึกษา ชั้นมัธยมศึกษาตอนปลาย ในวันที่ 31 มีนาคม 25..ได้เลือกเรียนแผนกธุรกิจ สาขาวิชาการบัญชี คะแนนเฉลี่ยสะสม 3.20 ระหว่างเรียนชั้นมัธยมศึกษาตอนปลาย ข้าพเจ้าได้ฝึกงานบัญชีที่ห้างหุ้นส่วนจำกัดเกษมพาณิชย์ บางลำพู ซึ่งจำหน่ายวัสดุก่อสร้างในวันหยุดภาคเรียน เป็นโอกาสให้ข้าพเจ้ามีความชำนาญพร้อมที่จะปฏิบัติงานในหน้าที่พนักงานบัญชี ขององค์การธุรกิจขนาดใหญ่ได้ข้าพเจ้ามั่นใจว่า ถ้าได้มีโอกาสทำงานในบริษัทสรรพกิจ

บริการแห่งประเทศไทย จำกัด คงจะมีส่วนช่วยทำประโยชน์แก่บริษัทฯ ได้ตามสมควร

ข้าพเจ้าได้ส่งหนังสือรับรองการเป็นนักเรียน และการปฏิบัติงานมาด้วยแล้ว และพร้อมที่จะมาให้สัมภาษณ์ตามที่บริษัทฯ ต้องการ

ขอแสดงความนับถือ
ศักดิ์ เสริมวิทยา
(นายศักดิ์ เสริมวิทยา)

๓๖

กระแสพระราชดำรัสอำลาประชาชน เนื่องในโอกาสเสด็จพระราชดำเนินเยือนสหรัฐอเมริกาและยุโรป เมื่อวันที่ 13 มิถุนายน 2503

ประชาชนชาวไทยทั้งหลาย

เมื่อปีใหม่ข้าพเจ้าได้แจ้งให้ทราบแล้วว่า ประเทศต่าง ๆ ได้เชิญให้ไปเยี่ยมเป็นราชการ บัดนี้ถึงกำหนดที่ข้าพเจ้าและพระราชินีจะไปประเทศเหล่านี้ พรุ่งนี้จะออกเดินทางจากกรุงเทพฯ ไปยังสหรัฐอเมริกาก่อน แล้วจะไปประเทศอื่น ๆ ในยุโรปอีก 13 ประเทศด้วยกัน

การไปต่างประเทศคราวนี้ ก็ไปเป็นราชการแผ่นดิน เป็นการทำตามหน้าที่ของข้าพเจ้าในฐานะที่เป็นประมุขของประเทศ

เป็นที่ทราบกันดีอยู่แล้วว่า ในสมัยนี้ประเทศต่าง ๆ ไม่ว่าใหญ่หรือเล็กต่างต้องพึ่งพากันอยู่เสมอ จะว่าชนทุกชาติเป็นญาติพี่น้องกันก็ว่าได้ จึงควรพยายามให้รู้จักนิสัยใจคอกัน ทั้งต้องผูกน้ำใจกันไว้ให้ดีด้วย

การผูกน้ำใจกันไว้นั้น ธรรมดาญาติพี่น้องก็ไปเยี่ยมถามทุกข์สุขซึ่งกัน

และกัน แต่สำหรับประเทศนั้นประชาชนนับแสนนับล้าน จะไปเยี่ยมกันก็ยาก เขาจึงยกให้เป็นหน้าที่ของประมุขในการไปเยี่ยมประเทศต่าง ๆ ข้าพเจ้าจะแสดงต่อประชาชนของประเทศเหล่านั้นว่าประชาชนชาวไทยมีมิตรจิตมิตรใจต่อเขา และข้าพเจ้าจะพยายามเต็มที่เพื่อให้ฝ่ายเขารู้จักเมืองไทย และให้เกิดมีน้ำใจดีต่อชาวไทย

ข้าพเจ้าจะลาท่านไปเป็นเวลาราว 6 เดือน ก็เป็นธรรมดาที่นึกห่วงใยบ้านเมือง จึงใคร่จะตักเตือนท่านทั้งหลายว่า ขอให้ตั้งหน้าทำการงานของท่านให้เต็มที่ในทางที่ชอบที่ควร ตั้งตัวตั้งใจให้อยู่ในความสงบจะได้เกิดผลดีแก่ตัวท่านเอง และแก่บ้านเมืองซึ่งเป็นของเราด้วยกันทุกคน

ขออวยพรให้มีความสุขสวัสดีทั่วกัน

๓๗

คำกล่าว
อธิบดีกรมประชาสัมพันธ์กล่าวต้อนรับผู้แทนต่างประเทศ ในการประชุมเกี่ยวกับสื่อสารมวลชนระหว่างชาติ

ท่านผู้มีเกียรติที่เคารพทั้งหลาย

ในฐานะอธิบดีกรมประชาสัมพันธ์แห่งประเทศไทย ข้าพเจ้ามีความยินดีและรู้สึกเป็นเกียรติยิ่งที่ได้มาร่วมในพิธีต้อนรับท่านทั้งหลาย

ข้าพเจ้ามีความภาคภูมิใจที่ได้มาอยู่ท่ามกลางสโมสรสันนิบาตของผู้แทนจากมิตรประเทศถึง 33 ประเทศ ที่ประชุมอันมีบรรยากาศ

แห่งไมตรีจิตมิตรภาพนี้เป็นประจักษ์พยานยืนยันให้เห็นว่าความแตกต่างกันในเชื้อชาติ ศาสนา ขนบประเพณี สถานะทางภูมิศาสตร์ ลัทธิการปกครอง หาได้เป็นอุปสรรคขัดขวางความร่วมมือกันอย่างใกล้ชิดไม่ ความมีอุดมการณ์ร่วมกันและความเข้าใจกัน ย่อมเป็นพลังสำคัญที่จะผนึกมิตรประเทศทั้งหลาย ถึงแม้จะอยู่ห่างไกลกันเพียงใด ให้เข้ามาใกล้สนิทกันได้ ดังที่เป็นอยู่ในขณะนี้ ท่านทั้งหลายย่อมตระหนักแก่ตนเองแล้วว่า การประชุมเกี่ยวกับสื่อสารมวลชนซึ่งองค์การศึกษาวิทยาศาสตร์และวัฒนธรรมแห่งสหประชาชาติจัดขึ้นครั้งนี้มีความจำเป็นแก่โลกปัจจุบันเพียงไร เราทั้งหลายมีความเห็นร่วมกันว่า การขจัดความแตกร้าวและสร้างการอยู่ร่วมกันอย่างสันติในหมู่มวลมนุษย์ ไม่อาจใช้กรรมวิธีใด ๆ ได้ดีกว่าการสื่อสารมวลชน ข้าพเจ้ามั่นใจว่าการประชุมครั้งนี้ คงจะดำเนินไปโดยดีและก่อให้เกิดคุณประโยชน์ใหญ่หลวง

ไม่เพียงแต่แก่ประเทศที่เข้าร่วมประชุมเท่านั้น แต่รวมถึงประเทศอื่น ๆ ทั่วโลก

ข้าพเจ้าขอขอบคุณองค์การศึกษาวิทยาศาสตร์และวัฒนธรรมแห่งสหประชาชาติที่สนับสนุนให้มีการประชุมครั้งนี้ และขอบคุณประเทศต่าง ๆ ซึ่งเข้าประชุม ที่ให้เกียรติแก่ประเทศไทยได้เป็นเจ้าภาพในการประชุม ในนามของรัฐบาลและประชาชนชาวไทย ข้าพเจ้าขอแสดงความยินดีต้อนรับท่านทั้งหลายและใคร่ขอเรียนให้ทราบว่าตลอดเวลาที่ท่านพำนักอยู่ใน ประเทศไทย ข้าพเจ้าใคร่ได้เห็นท่านมีความสุขและได้รับความสะดวกสบายเต็มที่ ขอท่านอย่าได้เกรงใจ ข้าพเจ้าและเจ้าหน้าที่ต้อนรับฝ่ายไทยทุกคนมีความพอใจที่จะรับใช้ท่านตลอดเวลา

สวัสดี

๒๘

ครูวิชาอื่นมีหน้าที่สอนวิชาภาษาไทยร่วมกับครูภาษาไทย

ท่านอาจารย์ใหญ่และเพื่อนครูที่เคารพนับถือทั้งหลาย

ในฐานะที่ผมเป็นครูภาษาไทย เรื่องที่จะพูดก็คงหนีภาษาไทยไปไม่พ้น แต่ผมจะเลือกโอกาสที่จะพูดให้เหมาะ เวลานี้ผมเปรียบเหมือนพ่อค้ามะพร้าว จะอย่างไรก็ตาม ผมไม่อาจเปลี่ยนไปขายอย่างอื่นได้ เพราะขายสินค้าประเภทนี้มาหลายปี จนอายุปูนนี้แล้ว แต่ผมจะพยายามไม่ขายมะพร้าวที่สวน เลี่ยงไปขายตามร้านตลาดหรือไร่นาเสียก็คงขายมะพร้าวเลี้ยงชีวิตไปได้อีกนาน บางท่านอาจเห็นว่าเรื่องที่ผมจะพูดเป็นหญ้าปากคอกไปก็ได้เพราะเป็นเรื่องการสะกดการันต์ในการเขียนหนังสือไทย

การสะกดการันต์ในปัจจุบันมีแบบที่พึงยึดถือ 2 ทาง คือ พจนานุกรมฉบับราชบัณฑิตยสถานและศัพท์บัญญัติของหน่วยราชการต่างๆ เช่น กระทรวงศึกษาธิการ กระทรวงกลาโหม กระทรวงสาธารณสุข

การเขียนหนังสือไทยตามที่ถูกที่ควรจะต้องยึดพจนานุกรมเป็นหลักไว้ก่อน แต่พจนานุกรมทำได้ด้วยความยากไม่อาจปรับปรุงได้ทันท่วงทีต้องมีการประชุมลงมติกันหลายหน แต่บ้าน เมืองของเราพัฒนาไปรวดเร็ว จำเป็นต้องมีคำใหม่ ๆ ใช้อยู่ตลอดเวลา เพราะฉะนั้นการเขียนคำใหม่ ๆ ที่ยังไม่ปรากฏในพจนานุกรม จึงควรยึดถือศัพท์บัญญัติของหน่วยราชการโดยเฉพาะด้าน เช่น ศัพท์การศึกษาต้องใช้ศัพท์บัญญัติของกระทรวงศึกษาธิการ ศัพท์การค้าควรเดินตามแบบของกระทรวงพาณิชย์ แต่เวลานี้ปรากฏว่าการเขียนสะกดการันต์ของคนไทยทั่วไปยังลักลั่นไม่เป็นระเบียบแบบแผนเดียวกัน ไม่เพียง

แต่คำที่ไม่มีในพจนานุกรมเท่านั้น แม้แต่คำที่มีในพจนานุกรมก็ยังเขียนผิดพลาดกันมาก ผู้ที่เขียนผิดพลาดไม่เพียงแต่นักหนังสือพิมพ์ หรือคนเขียนป้ายโฆษณา แต่รวมถึงครูบาอาจารย์ในโรงเรียน คำที่เขียนผิดพลาดกันมากไม่ใช่คำลึกซึ้งอะไร เป็นคำพื้น ๆ หรือชนิดที่เรียกว่าหญ้าปากคอกนั่นเอง นับตั้งแต่การบอกศักราช คือ วันเดือน วันในรอบสัปดาห์ก็เริ่มเขียนผิดกันแล้ว เช่น พุธ เขียน พุทธ พฤหัสบดี เขียนพฤหัศบดี ศุกร์ เขียน ศุกร เดือน พฤษภาคม เขียน พฤศภาคม พฤศจิกายน เขียน พฤษจิกายน และกุมภาพันธ์ เขียนกุมภานพันธ์ เป็นต้น คำทั่ว ๆ ไปที่ใช้ ในวิชาคณิตศาสตร์ เช่น คำนวณ เฉพาะชนิด พิสูจน์ โจทย์เลข ปัญหา หมวดวิทยาศาสตร์ เช่น เกสร รังสี ผสม กระแส สถิต ก็เขียนผิดพลาดกันมาก

การเขียนสะกดการันต์ให้ถูกต้องเป็นเรื่องที่ครูวิชาภาษาไทย ถือเป็นสิ่งสำคัญ ทุ่มเทกำลัง กายกำลังใจเคี่ยวเข็ญนักเรียนอยู่ตลอดเวลา แต่ผลดีก็ยังไม่บังเกิดเท่าที่ควร ส่วนใหญ่นักเรียนเขียนได้ถูกต้องเพียงครู่ยาม นาน ๆ ไปก็เริ่มผิดอีก ครั้นซักไซ้ไล่เลียงก็ได้สาเหตุที่ผิดว่าเพราะเคยเห็นหนังสือพิมพ์เขียนอย่างนั้น หนังสือเรียนหรือคู่มือวิชาต่าง ๆ เขียนอย่างนี้ แต่ที่น่าคิดที่สุดคือนักเรียนเผยความจริงว่า ครูวิชาอื่น เช่น ครูวิทยาศาสตร์ก็ดี ครูคณิตศาสตร์ก็ดี ยังเขียนอย่างนั้นอย่างนี้ เมื่อข้อเท็จจริงมีดังกล่าว เรื่องการสะกดการันต์ก็คงเป็นปัญหาสำคัญที่ครูวิชาภาษาไทยไม่อาจแก้ไขได้มาจนทุกวันนี้ ปัญหาที่ว่านี้ตกเป็นภาระหนักของครูวิชาภาษาไทยที่จะต้องรับแต่ลำพังเท่านั้นหรือครูวิชาอื่นควรมีส่วนรับผิดชอบบ้างหรือไม่ ขอฝากไว้เป็นข้อคิดแก่ท่านอาจารย์และเพื่อนครูทุกคน

๓๙

คำปราศรัยของนายกรัฐมนตรี ในงานวันครู 16 มกราคม 2505

ข้าพเจ้ามีความยินดีอย่างยิ่ง ที่ได้มาร่วมงานในวันนี้ซึ่งเป็นวันครู และข้าพเจ้าได้มีโอกาสมาอยู่ท่ามกลางผู้มีส่วนสำคัญในการสร้างอนาคตของชาติ เพราะว่าในบรรดางานพัฒนาประเทศชาติในด้านต่าง ๆ นั้น ครูได้รับภาระอันสำคัญที่สุด คือการพัฒนาคน และเป็นงานที่ยากลำบากมาก เพราะว่าจะเห็นผลว่าเราทำถูกหรือผิดไป ก็ต้องใช้เวลานาน งานอื่นๆ อาจจะเห็นผลในระยะใกล้ ๆ ว่าที่เราทำไปนั้นถูกหรือผิด แต่งานของครู คือเรื่องให้การศึกษานั้น กว่าจะรู้กันก็ต้องใช้เวลานานตั้ง 20 ปี เพราะต้องรอจนกว่าการศึกษาอบรมจะได้ผลในชั่วอายุของคนที่รับการศึกษาและถ้าได้พบว่าเราเดินทางผิดไป การที่จะแก้ไขก็ต้องใช้เวลานานเหมือนกัน ปัญหาอย่างนี้ได้มีขึ้นในสถาบันการศึกษาบางแห่งซึ่งเราจะต้องพยายาม แก้ไขด้วยความยากลำบาก และเป็นตัวอย่างให้เราระมัดระวังในเรื่องแผนการศึกษา ทั้งในแผนส่วนกลางและแผนเฉพาะของโรงเรียนมหาวิทยาลัยและสำนักศึกษาต่าง ๆ ว่าเราจะต้องทำด้วยความพินิจพิเคราะห์อย่างรอบคอบเป็นพิเศษ

ในงานประเภทอื่น เราอาจจะรู้ขอบเขต รู้จุดจบว่าควรจะหยุดได้แค่ไหน คือเมื่อสร้างคุณภาพและปริมาณได้เท่านี้ก็อาจจะเป็นการเพียงพอ เช่น ถ้าเราสร้างทางคมนาคมอย่างดีขึ้นได้อีก 10,000 กิโลเมตรหรือสร้างท่าเรือได้อีก 2 แห่ง เราก็รู้ว่าเป็นการเพียงพอ ผลผลิตทางเษตรกรรม อุตสาหกรรมยัง มีขอบเขตของปริมาณว่าต้องทำเพียงไร ถ้าทำมากเกินขอบเขตอาจเป็นความเสียหาย เช่น

การผลิตน้ำตาลล้นตลาดซึ่งเป็นปัญหาลำบากอยู่ในเวลานี้ แต่ใน เรื่องครูนั้น ไม่มีจุดจบ ไม่มีขอบเขต เราจะต้องสร้างเพิ่มขึ้นเรื่อย ๆ ไป ทั้งในปริมาณและคุณภาพ ในทางปริมาณนั้นเราต้องมีครูอีกหลาย เท่าที่มีอยู่ใน เวลานี้ และความต้องการอันนี้ เพิ่มขึ้นเรื่อย ๆ ไปตามส่วนเพิ่มของพลเมือง ส่วนในทางคุณภาพยิ่งสำคัญกว่าปริมาณ เพราะโลกก้าวหน้าไปอย่างรวดเร็ว และความรู้ของเราจะต้องตามให้ทันเสมอ

เราร่ำร้องกันถึงเรื่องฐานะของครู พูดกันอย่างตรง ๆ ว่าอาชีพครู มีทางก้าวหน้าร่ำรวยน้อยกว่าอาชีพอื่น จึงเป็นเหตุให้ผู้มีความรู้เป็นอัน มากหลีกเลี่ยงอาชีพครูไปทำงานอื่น ข้าพเจ้ายอมรับว่า เรื่องนี้ มีความจริงอยู่บ้าง ในปัจจุบันที่เราเห็นกัน อาชีพครูอาจจะก้าวหน้าหรือ ร่ำรวยน้อยกว่าอาชีพอื่น แต่ก็ขอให้เราสังเกตว่าครูอาจารย์มีอภิสิทธิ์ หรือทางได้เปรียบเป็นพิเศษอย่างหนึ่งซึ่งไม่มีในอาชีพอย่างอื่น คือความ สุขสงบไม่ต้องมีเวรมีภัยกับใครมีแต่ทางที่สร้างพระคุณ สร้างความเคา รพรักใคร่และนิยมนับถือ โดยเฉพาะชาติไทยเราเป็นชาติที่ให้ความ เคารพแก่ครูอาจารย์มาก นี้เป็นวัฒนธรรมอันล้ำเลิศที่เราจะต้อง พยายามรักษาไว้ จารีตโบราณของไทย ซึ่งเราอาจจะได้พบในหนังสือ เก่า ๆ เช่น พงศาวดาร หลวงพระบาง อธิบายแก่เราว่าครูอาจารย์นั้น เป็นบุคคลที่สวรรค์ส่งมาให้ ชาติไทยจึงให้เกียรติอย่างยิ่ง แก่อาจารย์ตั้งแต่โบราณกาลมา เรื่องความรักความเคารพบูชาและความ นิยมนับถือเหล่านี้ ท่านอาจจะไม่เห็นผลในวันนี้ แต่ท่านจะเห็นผลในวัน หน้า ผู้ที่เป็นครูอาจารย์มาช้านาน มีศิษย์มาก ย่อม เป็นผู้มีอิทธิพล อันสูงสุด จะเห็นประโยชน์ในยามคับขันในเมื่อเกิดความจำเป็นที่จะต้อง ได้การร่วมมือร่วมใจของคนเป็นประโยชน์ตลอดไปถึงลูกหลาน ผู้สืบตระกูลของท่าน ซึ่งเมื่อใครรู้ว่าเป็นลูกครูอาจารย์ของเขาก็ ย่อมจะเกิดความรักใคร่ไมตรีขึ้นมาทันที เราได้ยินเรื่องบรรดา ศิษย์ที่พากันไปรดน้ำครูอาจารย์ที่สูงอายุ เรี่ยไรกันซื้อของเครื่อง

ใช้ให้เป็นสิ่งสักการะ เวลาเจ็บไข้ได้ป่วยพวกศิษย์ก็เข้ามาช่วยในการพยาบาลรักษา เราได้เห็นงานศพของบุคคลที่ไม่มีฐานะสูงอย่างไร แต่มีผู้คนคับคั่งมากมายเพราะเหตุที่เป็นครูอาจารย์มา ถ้าเผอิญครอบครัวของครูอยู่ในที่ลำบาก พวกศิษย์ก็มักพร้อมใจกันให้ความช่วยเหลือ ใครจะใหญ่โตขึ้นสักเพียงไร ก็ยังจะต้องเคารพครูอาจารย์ ตัวข้าพเจ้าเองในเวลานี้พบครูอาจารย์เก่าแก่เข้าที่ไหน ก็ยังให้ความเคารพนบนอบ ทางดีของครูมีอยู่อย่างนี้ ถ้าเราคิดกาลไกลไปข้างหน้าจะเห็นได้ว่าฐานะของครูมิได้ต่ำต้อยเลย

ข้าพเจ้าตั้งปณิธานให้ครูอาจารย์ทั้งหลายมีความสุขสวัสดีโดยทั่วกัน และขอตั้งปณิธานให้ชาติไทย เรารักษาวัฒนธรรมอันล้ำเลิศในการเคารพบูชาครูบาอาจารย์ และคงถือจารีตโบราณอยู่เสมอว่าครูบาอาจารย์นั้นเป็นผู้ที่สวรรค์ส่งมาให้ ขอให้นักเรียนนักศึกษาไม่ว่าจะเป็นเด็กหรือผู้ใหญ่เคารพยกย่องครูอาจารย์และข้าพเจ้ากล้าที่ยืนยันว่ามีความจริงอันหนึ่งอยู่ในโลกนี้ ผู้ที่ลบหลู่อาจารย์นั้น จะไม่มีความเจริญในชีวิต ข้าพเจ้าสนับสนุนพิธีการที่ทำกันในวันนี้ ซึ่งเป็นพิธีที่ระลึกถึงครูอาจารย์และตัวข้าพเจ้าเองก็มีส่วนแสดงความเคารพแก่ครูอาจารย์ทั้งหลายในที่นี้ด้วย

40

หนังสือพิมพ์มติชนรายวัน 15 ธ.ค. 2528 หน้า 3

เกาหลียกทีมเยือนไทยเตรียมเจรจาการค้า

รองนายกรัฐมนตรีเกาหลีใต้นำนักธุรกิจเอกชนคณะใหญ่มาไทยเจรจาร่วมมือหลายด้านทั้งการค้า การลงทุน "พิชัย" จี้ให้เกาหลีเปิดตลาดผลไม้ไทยซื้อข้าวโพด มัน ให้มากขึ้นด้วย เผยเกาหลีเองลงทุนการผลิตยาและผลิตหลอดภาพทีวี ฝ่ายเอกชนไทยเตรียมจับเข่า

ร่วมมือการค้าชุดใหญ่

นายอนุชา จินตกานนท์ ผู้ประสานที่ปรึกษาฝ่ายวิชาการของนายพิชัย รัตตกุล รองนายกรัฐมนตรี เปิดเผยว่าระหว่างวันที่ 15-19 ธันวาคมนี้นายชินเบียงเฮียนรองนายกรัฐมนตรีของประเทศเกาหลีใต้จะเดินทางมาเยือนประเทศไทยอย่างเป็นทางการโดยจะมีการเจรจาปรึกษาร่วมกันเกี่ยวกับความร่วมมือทางด้านเศรษฐกิจการค้าและการลงทุนของทั้งสองประเทศรวมทั้งการหารือเพื่อขจัดอุปสรรคด้านการค้าเพื่อความร่วมมือที่เป็นประโยชน์ระหว่างกันให้มากขึ้นด้วย นายอนุชากล่าวว่าที่ผ่านมาประเทศไทยขาดดุลเกาหลีใต้ประมาณ 167 ล้านเหรียญสหรัฐและมีแนวโน้มใน 2 ปีที่ผ่านมาการขาดดุลการค้ายิ่งเพิ่มขึ้นในอัตราร้อยละ 59 โดยในการนี้ทางการได้เตรียมเสนอให้เกาหลีใต้หันมาซื้อสินค้าทางการเกษตรมากขึ้น เช่นข้าวโพดและมันสำปะหลังและขอให้เกาหลีบรรจุสินค้าไทยไว้ในมาตรการเปิดตลาดของเกาหลีใต้ให้มากขึ้น โดยเฉพาะผลไม้ไทยอย่างลำไยเนื่องจากที่ผ่านมามาตรการเปิดตลาดดังกล่าวเอื้ออำนวยและเป็นประโยชน์ต่อประเทศอุตสาหกรรมเท่านั้น นายอนุชากล่าวต่อว่าทางด้านการลงทุนประเทศเกาหลีใต้สนใจที่จะเข้ามาลงทุนในไทยหลายอย่างเช่นการผลิตยาบางประเภทการผลิตหลอดภาพทีวีสีและการประกอบรถยนต์ในไทยรวมทั้งสนใจในการประมูล โครงการต่างๆ ของรัฐบาลไทยซึ่งไทยยินดีสนับสนุนโดยเฉพาะในโครงการร่วมทุนกัน "เราได้เตรียมเรื่องเจรจากับรองนายกรัฐมนตรีเกาหลีใต้ไว้ถึง 3 เดือนเพื่อการเจรจาครั้งนี้เพราะนายชินเบียงเฮียนมีบทบาทสำคัญยิ่งในการกำหนดนโยบายทางด้านเศรษฐกิจของเกาหลีใต้ เมื่อเราเคยได้ร่วมมือกับเกาหลีใต้ในยามสงครามมาแล้ว ในยามสงบเราก็สามารถร่วมมือกันได้โดยไทยก็สนใจซื้อสินค้าเกาหลีหลายประเภทเพราะสามารถสู้สินค้าของญี่ปุ่นได้ทั้งด้านคุณภาพและราคารวมทั้งแสดงน้ำใจตอบแทนที่เกาหลีใต้ลดภาษีมันอัดเม็ดให้ไทยจากร้อยละ 20 เป็นร้อยละ 7

เท่านั้น" นายอนุชากล่าวต่อว่านอกจากนั้นยังจะมีการเจรจาเรื่องการส่งนักธุรกิจระดับกลางของไทยไปศึกษาด้านการผลิตที่เกาหลีด้วยเพื่อช่วยในการตัดสินใจเลือกเทคโนโลยีในการผลิตและเครื่องจักรที่เหมาะสมกับประเทศไทยรวมทั้งเรื่องการบรรจุหีบห่อที่เหมาะสมต่อการส่งออกและความร่วมมือด้านมาตรวิทยา

คณะรองนายกรัฐมนตรีเกาหลีใต้จะเดินทางมาถึงประเทศไทยในบ่ายวันที่ 15 ธันวาคมเวลา 15.00 น. พร้อมคณะนักธุรกิจภาคเอกชนกว่า 20 คน และในวันที่ 16 ธันวาคมมีกำหนดการพบนายพิชัย รัตตกุล รองนายกรัฐมนตรีที่ทำเนียบรัฐบาลเพื่อเจรจาในเรื่องดังกล่าว นอกจากนั้นยังมีกำหนดการพบพลเอกเปรม ติณสูลานนท์ นายกรัฐมนตรีด้วยและในวันที่ 17 ธันวาคม รองนายกรัฐมนตรีเกาหลีใต้จะกล่าวสุนทรจน์ถึงความร่วมมือไทยเกาหลีใต้ที่โรงแรมฮิลตันและให้เอกชนของทั้งสองประเทศได้พบปะแลกเปลี่ยนกันถึงความร่วมมือต่างๆ.

41
นโยบายต่างประเทศของรัฐบาลใหม่

นายกรัฐมนตรี อานันท์ ปันยารชุน ได้แถลงหลังจากเข้ารับตำแหน่งใหม่ว่ารัฐบาลของท่านจะยังยึดถือนโยบายเศรษฐกิจและต่างประเทศในทิศทางเดิมที่เคยเป็นมาในสมัยรัฐบาล พลเอกชาติชาย ชุณหะวัณ โดยเฉพาะนโยบายที่ได้รับการวิพากษ์วิจารณ์อย่างมาก เช่น นโยบายต่ออินโดจีนที่เรียกกันว่านโยบายแปรสนามรบเป็นตลาดการค้า

ถ้อยแถลงดังกล่าวได้แสดงให้เห็นว่านายกฯ คนใหม่ทราบดีถึงฐานะและบท บาททางเศรษฐกิจและการเมืองไทยและฐานะความสัมพันธ์ของไทยกับประเทศเพื่อนบ้านในยุคสมัยหลังสงครามเย็นที่เน้นด้าน

ความร่วมมือซึ่งกันและกันทางเศรษฐกิจระหว่างประเทศต่าง ๆ เป็นอย่างดี

แต่กระนั้น ปมเงื่อนสำคัญที่จะแสดงให้เห็นถึงความเข้าใจอย่างถ่องแม้ของท่านจำเป็นจะต้องพิสูจน์กันในทางปฏิบัติ นั่นหมายความว่าการอำนวยและควบคุมนโยบายให้เกิดประโยชน์สูงสุดต่อเศรษฐกิจและสังคมของชาติยังเป็นสิ่งที่ต้องมีการกำหนดขั้นตอนและรูปธรรมที่แน่ชัด

แม้ว่าประเทศไทยจะสังกัดอยู่ในสมาคมอาเซียน และได้ใช้ประโยชน์จากกรอบความร่วมมือทั้งด้านความมั่นคงและเศรษฐกิจให้เป็นประโยชน์ ต่อประเทศได้อย่างมากท่ามกลางความขัดแย้งใน 2-3 ทศวรรษที่ผ่านมา แต่กระนั้นไทยก็มีลักษณะพิเศษที่ต่างจากชาติอาเซียนอื่น ๆ นั่นก็คือการเป็นด่านหน้าของความสัมพันธ์ของกลุ่มและโลกเสรีที่ติดต่อสัมพันธ์กับรัฐสังคมนิยมทั้งหลายในตอนเหนือ

ด้วยฐานะทางภูมิศาสตร์ดังกล่าวได้ทำให้ไทยกลายเป็นจุดยุทธศาสตรที่สำคัญจุดหนึ่งของโลกตะวันตกในภูมิภาคนี้ ไทยได้กลายเป็นจุดของการส่งผ่านอำนาจอิทธิพลและการกระทบกระทั่งกันระหว่างมหาอำนาจทั้งหลายการพัฒนาประชา ธิปไตยที่ต่อเนื่องมา 15 ปีเต็มก็ยิ่งทำให้ฐานะทางการเมืองของไทยโดดเด่นเหนือเพื่อนบ้านสังคมนิยมกระทั่งอาเซียนประเทศอื่น ๆ

บทฐานะทางยุทธศาสตร์เช่นนี้โครงสร้างความมั่นคงในภูมิภาคก็เริ่มเปลี่ยนแปลงไปอย่างมากมายในช่วงหลายปีหลังมานี้ ความขัดแย้งระหว่างสหรัฐกับโซเวียตลดลงไปในขณะที่โลกสังคมนิยมเสื่อมโทรมลง การถอนตัวของโซเวียตและสหรัฐทางการทหารได้ทำให้ "ลักษณะท้องถิ่น" ในโครงสร้างความมันคงของภูมิภาคเพิ่มความสำคัญและมีอิสระจากกรอบยุทธศาสตร์ของมหาอำนาจ

ความสัมพันธ์ดังกล่าวนี้ ความสัมพันธ์ของไทยกับมหาอำนาจในระดับภูมิภาคได้มีการพัฒนาขึ้นอย่างมากมาย โดยเฉพาะญี่ปุ่น

ออสเตรเลียและอินเดีย ทั้งนี้โดยไม่ต้องกล่าวถึงจีน ซึ่งถือว่าเป็นพี่เบิ้มของภูมิภาคอยู่แล้ว ประเทศเหล่านี้กำลังจะเป็นตัวจักรสำคัญในการกำหนดโครงสร้างความมั่นคงใหม่ของภูมิภาค ดังนั้นการมีความสัมพันธ์ที่เหมาะสมกับประเทศดังกล่าวจึงมีความสำคัญอย่างยิ่งต่อความเป็นอิสระของไทยในการดำเนินนโยบายต่างประเทศของตนในอนาคต

ความเจริญเติบโตทางเศรษฐกิจของไทยที่ดำเนินต่อเนื่องมาในช่วง 15 ปี และถึงขีดสูงสุดในประวัติการณ์ในช่วง 3 ปีมานี้ ก็ได้ทำให้ฐานะทางเศรษฐกิจของประเทศเมื่อเทียบกับประเทศเพื่อนบ้านเปลี่ยนแปลงไป

การเติบโตของอุตสาหกรรมส่งออกที่เติบโตขึ้นถึง 4-5 เท่าตัวในรอบ 5 ปี กำลังทำให้ไทยกลายเป็นศูนย์กลางการผลิตของผืนแผ่นดินใหญ่ในเอเชียอาคเนย์และกำลังจะกลายเป็นคู่แข่งที่น่ากลัวของสิงคโปร์ (ผู้นำอุตสาหกรรมการค้าของอาเซียน) ทั้งทางอุตสาหกรรมการเงินและการบริการในอนาคต

การเปลี่ยนแปลงฐานะทางเศรษฐกิจของไทยในภูมิภาคกำลังเรียกร้องต้องการนโยบายเศรษฐกิจที่ส่งเสริมฐานะด้านการแข่งขันของไทยอย่างยิ่งยวด โดยเฉพาะการใช้ประโยชน์อย่างสูงสุดต่อฐานะที่ตั้งและบทบาทการเป็นจุดเชื่อมโยงกับประเทศอินโดจีนและพม่า

ขณะเดียวกัน ประเทศไทยก็ก็จะต้องดำเนินนโยบายที่ลดความเสียดทานจากการที่ตนต้องแข่งขันทางเศรษฐกิจอื่นๆ กับประเทศอื่น ๆ ในอาเซียน เพื่อที่จะรักษาไว้ซึ่งกรอบความร่วมมือเดิมอันเป็นประโยชน์กับตนเอาไว้

กล่าวโดยสรุปแล้ว การบริหารนโยบายต่างประเทศและเศรษฐกิจระหว่างประเทศยังเป็นสิ่งท้าทายต่อรัฐบาลพลเรือนชุดใหม่ที่จะก้าวเข้ามาบริหารประเทศในระหว่างการรอคอยการเลือกตั้งทั่วไปที่จะมาถึง

42
ยังจะมีชวน 3 อีกหรือ

(สยามรัฐสัปดาห์วิจารณ์ 3-9 ก.ค. 2539)

มีข่าวหลายกระแสที่น่าเชื่อว่า จะมีการเปลี่ยนแปลงทางการเมืองหรือการปรับปรุงคณะรัฐมนตรีในอนาคตอันใกล้นี้ และบุคคลสำคัญในวงการเมืองต่างมีความคิดเห็นสอดคล้องกันว่า นายชวน หลีกภัย นายกรัฐมนตรีจะแก้ไขปัญหาหรือวิกฤติทางการเมืองด้วยการเปลี่ยนโครงสร้างคณะรัฐมนตรีหรือเปลี่ยนพรรคการเมืองร่วมรัฐบาลใหม่

พรรคการเมืองที่เชื่อกันว่าจะมีการเปลี่ยนแปลง หรือให้ออกจากพรรคร่วมรัฐบาลครั้งนี้คือพรรคพลังธรรม ซึ่งมีเสียงมากเป็นอันดับ 3 ในพรรคร่วมรัฐบาลด้วยกันเพราะในช่วงเวลาที่ผ่านมา พรรคพลังธรรมมีพฤติกรรมหลายอย่างที่แสดงว่าพยายามเดินสวนทางกับรัฐบาล ในการบริหารงานและแก้ไขปัญหาบางอย่าง ซึ่งครั้งล่าสุดได้พยายามเสนอญัตติด่วนให้สภาผู้แทนราษฎรตั้งคณะกรรมาธิการวิสามัญ รวบรวม เรียบเรียงยกร่างรัฐธรรมนูญใหม่ ตามข้อเสนอเรียกร้องของ ร.ต.ฉลาด วรฉัตร ซึ่งอดข้าวประท้วงรัฐบาลที่หน้ารัฐสภา และ นายชวน หลีกภัย นายกรัฐมนตรีได้ยืนยันอย่างหนักแน่น ไม่ยอมปฏิบัติตามข้อเรียกร้องดังกล่าว เพราะเป็นการกระทำที่ฝ่าฝืนหลักการและตัวบทกฎหมายของบ้านเมือง

เป็นที่เข้าใจกันว่า เหตุที่เกิดขึ้นในพรรคพลังธรรม สืบเนื่องมาจากเกิดความขัดแย้งและแก่งแย่งอำนาจในพรรค สมาชิกส่วนหนึ่งก่อเหตุเพื่อบีบบังคับให้มีการเปลี่ยนคณะกรรมการ บริหารพรรค โดยเฉพาะตัวหัวหน้าพรรคโดยขอให้พลตรีจำลอง ศรีเมืองผู้นำพิเศษของพรรคกลับมาดำรงตำแหน่งหัวหน้าพรรคใหม่ซึ่งสมาชิกพรรค

ประชาธิปัตย์ส่วนใหญ่เห็นว่า พฤติการณ์ของสมาชิกพรรคพลังธรรมไม่น่าไว้วางใจ หรือสมควรให้ร่วมรัฐบาลต่อไป แม้พรรคพลังธรรมจะยังมีมติยืนยันว่า ยังคงร่วมรัฐบาลต่อไปหรือไม่ถอนตัวออกจากพรรคร่วมรัฐบาลแต่ก็ไม่มีใครรับรองหรือมีหลักประกันว่าพรรคพลังธรรมจะก่อเหตุอะไรขึ้นในวันข้างหน้า ดังนั้นการจะปล่อยให้พรรคพลังธรรมทำตัวเป็นหอกข้างแคร่ของรัฐบาลต่อไป จึงเป็นการไม่สมควร และจะเป็นการทำลายศรัทธาหรือความเชื่อถือที่ประชาชนมีต่อพรรคประชาธิปัตย์นั้นเอง

แต่ปัญหาก็มีต่อไปว่า เมื่อนายชวน หลีกภัย นายกรัฐมนตรีประกาศไม่ยอม แก้ไขวิกฤติการณ์ทางการเมืองด้วยวิธียุบสภา หรือลาออกเพื่อให้รัฐมนตรีทั้งคณะสิ้นสภาพลง เพื่อให้สภาผู้แทนราษฎรจัดตั้งรัฐบาลใหม่ ก็เหลือทางออกเพียงทางเดียวคือ การเปลี่ยนแปลงพรรคการเมืองร่วมรัฐบาลใหม่ และพรรคการเมืองที่เข้าร่วมรัฐบาลใหม่จะต้องมีเสียงไม่น้อย กว่าพรรคพลังธรรม ทั้งนี้เพื่อรักษาเสถียรภาพในสภา หรือความเป็นเสียงข้างมากในสภาเอาไว้

พรรคการเมืองที่มีเสียงมากกว่าพรรคพลังธรรมในสภาขณะนี้ ปรากฏว่ามีอยู่ 2 พรรคด้วยกันคือ พรรคชาติไทยซึ่งมีเสียงอยู่ในสภา 76 เสียง และมีฐานะเป็นผู้นำฝ่ายค้านในสภากับพรรคชาติพัฒนาซึ่งมีเสียง 60 เสียง ซึ่งหากพรรคประชาธิปัตย์เลือกพรรคใดพรรคหนึ่งเข้าร่วมรัฐบาล ก็ย่อมจะสามารถรักษาเสถียรภาพในสภาเอาไว้ได้ โดยไม่ต้องอาศัยเสียงของพรรคพลังธรรม

แต่การจะดึงเอาพรรคฝ่ายค้านพรรคใดพรรคหนึ่งใน 2 พรรคข้างต้นเข้าร่วมรัฐบาลปรากฏว่ามีปัญหา คือทั้ง 2 พรรคเสนอเงื่อนไขว่าจะยอมเข้าร่วมรัฐบาลก็ต่อเมื่อ นายชวน หลีกภัย นายกรัฐมนตรีล้างไพ่ คือลาออกเสียจากตำแหน่งแล้วทำการจัดตั้งรัฐบาลใหม่โดยกำหนดให้ชัดเจนว่าจะประกอบด้วยพรรคการเมืองใดบ้าง และจัดสรรตำแหน่งรัฐมนตรีกันใหม่ ในพรรคฝ่ายค้านที่เข้ามาร่วมรัฐบาล

ใหม่มีเสียงในสภาร่องลงไป จากพรรคประชาธิปัตย์เพียงพรรคเดียว โควต้ารัฐมนตรีก็ย่อมต้องมากกว่าพรรคร่วมรัฐบาลอื่นๆ รวมจะต้องมีสิทธิเลือกเก้าอี้รัฐมนตรีสำคัญด้วย ซึ่งเราไม่เชื่อว่าพรรคการเมืองที่ร่วมรัฐบาลขณะนี้เช่นพรรคความหวังใหม่จะยอมรับความเปลี่ยนแปลงนั้นได้หรือไม่เพราะถ้าหากพรรคความหวังใหม่ไม่พอใจการจัดสรรโควต้าเก้าอี้รัฐมนตรีใหม่ ถอนตัวออกไปคะแนนเสียงที่เหลือก็ไม่เพียงพอจะเป็นเสียงข้างมากต่อไป

ในที่สุดก็จะต้องดึงพรรคฝ่ายค้านถึง 2 พรรค คือพรรคชาติไทยกับพรรคชาติพัฒนาเข้าร่วมรัฐบาลจึงจะเพียงพอเป็นเสียงข้างมากในสภาแต่ในเวลาเดียวกันพรรคฝ่ายค้านทั้งสองก็จะกลายเป็นพรรคการเมืองที่มีอิทธิพลและบทบาทสำคัญในการบริหารประเทศ ซึ่งพรรคประชาธิปัตย์ มีเสียงในคณะรัฐมนตรีน้อยกว่า

เราเข้าใจว่าพรรคประชาธิปัตย์ก็คงจะคำนึงถึงปัญหาดังกล่าว จึงยังลังเลไม่กล้าตัดสินใจอย่างใดอย่างหนึ่งให้เด็ดขาด ยอมให้พรรคพลังธรรมข่มขู่หรือทำตัวเป็นเบี้ยบนมาจนทุกวันนี้และบางทีชวน 3 อาจเป็นเพียงความเพ้อฝันเท่านั้น หรือบทบาทการดำรงตำแหน่งนายกรัฐมนตรีของนายชวน หลีกภัย อาจสิ้นสุดลงที่รัฐบาลชวน 2 นี้เองก็ได้

43

พิพิธภัณฑ์ธรรมชาติวิทยา ขอสักแห่งจะได้ไหม?

คนไทยเราบางทีไม่รู้สึกถึงความสำคัญของธรรมชาติ อาจจะเป็นเพราะเราได้มันเปล่า ๆ ไม่ต้องซื้อหาอะไร

เราจึงถือว่าเป็นสิ่งที่ไม่สำคัญ ไม่ต้องให้ความสนใจมากนัก เพราะ

มันจะไม่หมดไปจากตัวเราไปได้แม้แต่ประเทศที่เจริญทางวัตถุนิยมที่สุดประเทศหนึ่ง เช่นประเทศอังกฤษ ยังถือว่าธรรมชาติเป็นสิ่งที่สำคัญที่สุดสำหรับชีวิตมนุษย์ ทุกชุมชนในอังกฤษจะต้องมีสวนสาธารณะ เพื่อชาวบ้านจะได้ออกมาเดินเล่นบ้าง นั่งชมธรรมชาติ หรืออาบแดด หรือพักผ่อนบ้าง ฯลฯ

ทุกคนมีนิสัยรักธรรมชาติ ต้นไม้ทุกต้นเป็นของรัฐบาล รัฐบาลยอมเสียงบประมาณปีหนึ่ง ๆ มิใช่น้อย เพื่อทะนุบำรุงต้นไม้ดอกใบในสวนสาธารณะ หรือตามริมทางให้สวยงาม เป็นที่น่าชื่นชมของชาวเมืองอยู่ตลอดไป

แม้แต่สัตว์ เขาก็ยังเห็นความสำคัญของมันเท่า ๆ กับมนุษย์

ผู้เขียนจำได้ว่าเคยมีรายการข่าวทางสถานีโทรทัศน์ BBC ออกข่าวตำรวจจราจรห้ามรถ เพื่อให้แม่เป็ดและลูก ๆ เดินข้ามถนนจากสวนหลังวัง Buckingham มายัง St. Jame's Park สิ่งเล็ก ๆ น้อย ๆ เช่นนี้ คนไทยเรามักถือว่าเป็นเรื่องไร้สาระ ไม่สำคัญ

พิพิธภัณฑ์ธรรมชาติวิทยา เป็นสิ่งหนึ่งที่มีส่วนผลักดันหรือเสริมสร้างนิสัยรักธรรมชาติให้กับพลเมืองของชาติได้เป็นอย่างดีโดยเฉพาะเด็กเล็ก ๆ

พิพิธภัณฑ์ธรรมชาติวิทยาของอังกฤษ หรือที่เรียกเป็นภาษาอังกฤษว่า British Museum (National History) ถือว่าเป็นแม่บทของพิพิธภัณฑ์ประเภทนี้

ที่นั่นทุกวัน จะเห็นนักเรียนเล็ก ๆ ขนาดอนุบาลก็มีเดินเป็นแถวเรียงเดี่ยวหรือเรียงคู่มาชมพิพิธภัณฑ์ถือเป็นการศึกษานอกสถานที่ไปในตัว

เด็กโตหน่อยก็อาจจะนั่งวาดภาพ นก ปลา ผีเสื้อ ฯลฯ จากตัวอย่างของพิพิธภัณฑ์ที่ตั้งแสดงไว้เพื่อประกอบการศึกษาในห้องเรียน

นักเรียนเหล่านี้ ถูกสอนให้เรียนจากของจริงมากกว่าดูตำราแต่เยาว์วัย

ผู้เขียนเคยได้ข่าวว่า มีผู้ดำริถึงโครงการธรรมชาติวิทยานี้ขึ้นมาเมื่อประมาณ ๕ ปีที่แล้ว แต่ข่าวก็เงียบหายไป อาจจะไม่ผ่านร่างพระ

ราชบัญญัติจากสภา หรือว่าไม่มีผู้สนใจขึ้นมาอย่างจริงจังหรือว่าขาดผู้ใหญ่สนับสนุน ฯลฯ

แท้ที่จริง แต่ละหน่วยงานที่เกี่ยวข้องกับธรรมชาติวิทยา เช่น สภาวิจัย กรมประมง มหาวิทยาลัยเกษตรศาสตร์ สถาบันวิทยาศาสตร์ประยุกต์ กรมป่าไม้ จุฬาลงกรณ์มหาวิทยาลัย และมหาวิทยาลัยอื่น ๆ ซึ่งมีการเปิดสอนหลักสูตรที่เกี่ยวข้องกับธรรมชาติล้วนแต่มีห้องเก็บตัวอย่างสัตว์หรือพืชทั้งทางบกและทางน้ำของตนอยู่มากมาย

จะเป็นไปได้หรือไม่ ถ้าเราจะเอาแต่จะ Collection มารวมกันเพื่อทำให้เป็นพิพิธภัณฑ์ขึ้นแทนที่จะต่างคนต่างทำ และต่างคนต่างใช้โดยที่ไม่สามารถจะให้ประโยชน์อื่นใดนอกเหนือเพื่อพลเมืองของชาติให้คุ้มกับเงินงบประมาณแผ่นดิน ที่เสียไปนั้นได้เลย

ในสภาวะคับขันทางเศรษกิจเช่นปัจจุบันนี้ บางทีก็เป็นการลำบากสำหรับรัฐบาลที่หันมาให้ความสนใจในปัญหาการฝึกเด็กให้มีนิสัยรักธรรมชาติ เพราะปัญหาทางด้านอื่นที่สำคัญกว่ารออยู่อีกอย่างมากมาย

แต่ความรักในธรรมชาติที่เป็นนิสัยนั้นก็จะกำหนดให้เป็นไปได้ในช่วงสั้น ๆ ต้องมีการฝึกต้องมีการให้ความรู้สึกนึกคิดลงไปในตัวเยาวชนของชาติ เพื่อเมื่อเป็นผู้ใหญ่จะได้มีความสำนึก และรู้สึกถึงประโยชน์ความสวยงามของธรรมชาติรอบ ๆ ตัวเรา

ผู้เขียนหวังเป็นอย่างยิ่งว่า ในช่วงระยะ ๕ ถึง ๑๐ ปีนี้ เราคงจะมีสิ่งซึ่งจะให้เยาวชนของชาติมีความเข้าใจถึงความสวยงามของสภาพรอบ ๆ ตัวเราและเห็นความสำคัญ เพื่อเราจะไม่ต้องผจญกับปัญหา *“ทุ่งใหญ่”* หรือ *“สิ่งแวดล้อมเป็นพิษ”* ฯลฯ กันอีกต่อไป

“ผู้รักธรรมชาติ”

44

ไกลวัด

ฮอลันดา

เครื่องบินมาถึง แอมสเตอร์แดม อันเป็นสนามบินของฮอลันดา เป็นเวลา ๑๖.๓๐ น. ของท้องถิ่นตรงกับเวลาในเวลากรุงเทพฯ ๕ ทุ่ม เศษ เครื่องบินลงเรียบร้อย เห็นเขื่อนยักษ์กั้นทะเลเพื่อไม่ให้น้ำท่วมประเทศฮอลันดา เพราะประเทศนี้ตั้งอยู่ในระดับต่ำกว่าน้ำทะเลมาก เขาจึงสร้างเขื่อนกั้นน้ำไว้ ถ้าเขื่อนพังเมืองก็จมทะเลหมด

สถานีการบินนี้กว้างขวางมาก สะอาดตาเป็นที่สุด ควรชมว่าเป็นเอกในด้านความสะอาดตาสะอาดใจเมื่อเครื่องบินลงสนามเรียบร้อยแล้ว เขาทำท่อใหญ่ลักษณะเป็นประทุนเกวียนยื่นออกไปหาเครื่องบิน ปากช่องประทุนกับทางออกของเครื่องบินตรงกันพอดี ผู้โดยสารไม่ต้องลงบันไดสู่พื้นดิน หรือขึ้นบันไดสู่เครื่องบินเดินไปตามปล่องนี้เข้าท้องเครื่องบินสะดวกดี

การขึ้นลงเครื่องบินวิธีนี้ เขาว่าแม้ในประเทศอังกฤษก็ยังไม่มี ตัวสถานีการบินและที่ทำงานต่าง ๆ สะอาดมาก เจ้าหน้าที่ให้ความสะดวกดี เห็นจะเป็นเพราะหัวหน้ามาติดต่อไว้เรียบร้อยแล้ว ในสถานีไม่มีคนพลุกพล่านเหมือนดอนเมืองของเรา มีแต่เจ้าหน้าที่หญิงชายประจำขายของบ้าง หรือจะเป็นวันอาทิตย์เขาหยุดงานกัน

เพราะเครื่องบินลงสนามเร็วกว่ากำหนด ๑ ชั่วโมง พวกเราต้องรออยู่ที่สถานีการบิน รถบัสมาถึงตามกำหนด กว่าจะบรรทุกกระเป๋าเดินทางเรียบร้อยก็ต้องเสียเวลาหลายนาที เมื่อการเตรียมพร้อมเรียบร้อยแล้วคนขับรถก็อธิบายการใช้รถเวลาฉุกเฉิน คนไทยแปลให้ฟัง ในรถมีเครื่องทำความร้อน ความรู้สึกว่าหนาวจึงมีน้อย การขับ

รถของเขาสุภาพน่าชม ไม่กระโชกกระชากเหมือนในเมืองไทย เขาเร็วในที่ควรเร็ว และช้าในที่ควรช้า เราออกจากสถานีการบินย่ำค่ำพอดี จึงเห็นดวงไฟตามถนนและตามอาคารต่าง ๆ งดงามมากตลอดระยะทางอันไกล ตามอาคารไฟไม่จ้าเหมือนถนนเพชรบุรีและเยาวราชของเรามันจ้าจนร้อน ของเขาแม้เป็นประเทศหนาวแสงไฟก็ไม่จ้าเหมือนเมืองเรา

ไฟถนนส่วนมากเป็นหลอดสีเหลือง ได้ถามผู้รู้ได้ความว่าหลอดไฟสีเหลืองนี้มีประโยชน์เมื่อฤดูมีหิมะตก เพราะฤดูนั้นหิมะจะจับเป็นก้อนที่หลอดไฟฟ้า ถ้าเป็นโป๊ะขาวแสงไฟจะไม่ออก เพราะมันกลมกลืนกับหิมะ ส่วนโป๊ะเหลืองนั้หิมะจะพอกอย่างไร ๆ ก็แสดงให้เห็นว่านั่นดวงไฟประจำถนน เขาพูดกันอย่างนี้ประเทศเราก็มีไฟโป๊ะเหลืองเหมือนกัน จะอธิบายอย่างไหน คงจะไม่พูดว่าเมื่อเขามีเราก็มีกับเขาบ้าง

รถบัสพาพวกเราจากสถานีการบินสู่ตัวจังหวัดประมาณครึ่งชั่วโมง ถนนเรียบร้อยไม่ต่างอะไรกับถนนไปสู่สถานีการบินกรุงเทพฯ ถนนบางตอนใช้ไฟสีเหลืองมากดวง เช่น จากเสาหนึ่งถึงเสาหนึ่งใช้ไฟถึง ๕ ดวง เป็นราวไป ดวงไฟใหญ่ เท่าที่ติดตามเสา

รถพาไปถนนต่าง ๆ ถึงที่สำคัญคนรถก็บอกให้ทราบว่าอะไร เป็นอะไร แต่เราไม่ใคร่ใส่ใจเพราะเป็นภาษาอังกฤษ บอกชื่อก็จำไม่ได้ ในเมืองมีคลองเหมือนคลองหลอดของเรา เห็นหลายคลองมีเรือสวย ๆ จอดอยู่หลายลำ มีประทุนและข้างเรือปรุด้วยกระจกแผ่นโตพอสมควรแก่เรือ คงทำป้องกันความหนาวและหิมะด้วย ดูสะอาดตา ทั้งลำเรือเห็นแล้วก็ชวนให้นั่งเที่ยวทางเรือ การเที่ยวก็หมายถึงสตางค์

คลองในเมืองของฝรั่งทำไมจึงน่าดู คลองของเราทำไมไม่น่าดู จึงต้องถมทิ้งหมด เรื่องนี้คงเป็นรสนิยมและความคิดนึกรู้สึกของคนที่ครองอำนาจ เมื่อข้ามีอำนาจจะทำอย่างไรเป็นเรื่องของข้า คนอื่นไม่เกี่ยวเราก็มองดูสมบัติเหล่านี้ด้วยความเสียดาย แต่ก็ไม่ใช่เรื่องของเรา

บางคราวเราก็นึกว่า รัฐบาลรับคนทำงานต้องเสียเงินเลี้ยงเกินชีวิต

มิใช่เพียงตลอดชีวิต คือเมื่อตัวตายแล้วมรดกยังตกทอดไปยังลูกหลาน คนกินเงินรัฐบาลนี้แหละสร้างชาติพร้อมกับทำลายสมบัติของชาติ ก็มีเช่นกรณี ถมคลองเสียมาก ก็อ้างว่าเพื่อความสะอาดและคมนาคม ต้นไม้ตามถนนตัดหมด ทำให้กรุงเทพฯ ร้อนระอุ ที่ทำงานถึงกับต้องติดเครื่องทำความเย็น เราก็เห็นด้วยเพราะมันร้อนจริง ๆ

เมื่อรถแล่นไปตามถนนมีต้นไม้ ความรู้สึกเย็นทันที เพราะอากาศและลมที่ผ่านในถนนนั้น มันเย็นไม่ร้อนระอุ รถติดไฟแดงชั่วครู่ เหงื่อแตก พวกผู้หญิงใช้พัดพะเยิบพะยาบเพราะร้อน คนที่ไม่ร้อนคือคนเดินถนน คนทำงานตามถนน แสดงให้เห็นว่าคนมีทรัพย์ คนมีบุญนั้นเวลาร้อนมากแทบทนไม่ไหวเวลาหนาวก็หนาวจัดกว่าคนธรรมดา ใครจะเป็นคนมีบุญมีกรรม

พูดถึงต้นไม้ตามถนน เช่น ถนนราชดำเนิน เมื่อก่อนมีปลูกสองฟากถนน ฟากละ ๒ แถว ปลูกคู่กันไป ต้นไม้นั้นชื่อมะฮอกานีเขียน ตามคำพูดผิดถูกไม่รับรองเราชอบไปเดินเล่นเวลากลางคืนร่มรื่น อารมณ์ไฟฟ้าดวงใหญ่ประจำเสา เป็นดวงใหญ่ที่สุดในกรุงเทพฯ เสาก็งามตา กลางคืนแสงไฟส่องลอดตามช่องระหว่างใบไม้ก็งดงาม ตามโคนต้นไม้ มีม้านั่งพัก นั่งได้ตัวละ ๓-๔ คน บัดนี้สิ่งน่าเสียดายนั้นหายไปมีวัตถุเกิดขึ้นใหม่ก็งดงามอย่างปัจจุบัน แต่ไม่ได้อารมณ์เหมือนต้นไม้เพราะสิ่งที่เกิดใหม่มีแต่สวยงามอย่างเดียว ไม่มีความร่มเย็นของเก่าสวยงามตามธรรมชาติด้วย ร่มเย็นด้วย ถนนอื่นก็ตัดจนเหี้ยนเตียนทุกสาย ก็สบายสำหรับคนมีรถเป็นนรกของคนเดินดิน คืนนี้พักแกรนด์โฮเต็ล เลขที่ ๒๕๑ ชั้น ๒ เขาพูดว่าเป็นโฮเต็ลชั้น ๑ เหมือนโฮเต็ลเอราวัณ ดูก็สมรูปเพราะสะอาด และเรียบร้อยและสะดวกทุกอย่าง

부록

잘못 읽기 쉬운 말
두 종류로 발음되는 말
잘못 쓰기 쉬운 말
속담, 격언
왕실용어와 경어

잘못 읽기 쉬운 말

คำ	อ่านว่า
กรกฎาคม	กะ - ระ - กะ - ดา - คม
กรณี	กะ - ระ - นี
กรณียกิจ	กะ - ระ - นี - ยะ - กิด
กรมขุน	กรม - มะ - ขุน
กรมคลัง	กรม - มะ - คลัง
กรมท่า	กรม - มะ - ท่า
กรมธรรม์	กรม - มะ - ทัน
กรมนา	กรม - มะ - นา
กรมพระ	กรม - มะ - พระ
กรมพระยา	กรม - มะ - พระ - ยา
กรมวัง	กรม - มะ - วัง
กรมเวียง	กรม - มะ - เวียง
กรมหมื่น	กรม - มะ - หมื่น
กรมหลวง	กรม - มะ - หลวง
กรรมวาจาจารย์	กำ - มะ - วา - จา - จาน
กรรมวิธี	กำ - มะ - วิ - ที
กรรมาธิการ	กำ - มา - ทิ - กาน
กริยา	กริ - ยา
กลไก	กน - ไก
กลวิธี	กน - ละ - วิ - ที
กลอักษร	กน - อัก - สอน
กลอุบาย	กน - อุ - บาย
กามกรีฑา	กาม - มะ - กรี - ทา
กามคุณ	กาม - มะ - คุน
กามราคะ	กาม - มะ - รา - คะ
กามโรค	กาม - มะ - โรก
กายภาพ	กาย - ยะ - พาบ
กาลเวลา	กาน - เว - ลา

คำ	อ่านว่า
กาลสมัย	กา - ละ - สะ - ไหม
กิจกรรม	กิด - จะ - กำ
กิจการ	กิด - จะ - กาน
กุลสตรี	กุน - ละ - สัด - ตรี
กุศลกรรม	กุ - สน - ละ - กำ
เกียรติคุณ	เกียด - ติ - คุน
เกียรติภูมิ	เกียด - ติ - พูม
ขมุกขมัว	ขะ - หมุก - ขะ - หมัว
ขวนขวาย	ขวน - ขวาย
ขะมักเขม้น	ขะ - มัก - ขะ - เม่น
ขะมุกขะมอม	ขะ - มุก - ขะ - มอม
ขัดสมาธิ	ขัด - สะ - หมาด
เข้าสมาธิ	เข้า - สะ - มา - ทิ
คณิตศาสตร์	คะ - นิด - ตะ - สาด
คนธรรพ์	คน - ทัน
คมนาการ	คะ - มะ - นา - กาน
คมนาคม	คะ - มะ - นา - คม
ครรภธาตุ	คับ - พะ - ทาด
ครหา	คะ - ระ - หา
คหกรรมศาสตร์	คะ - หะ - กำ - มะ - สาด
คุณค่า	คุน - ค่า
คุณโทษ	คุน - โทด
คุณธรรม	คุน - นะ - ทำ
คุณภาพ	คุน - นะ - พาบ
คุณวิเศษ	คุน - นะ - วิ - เสด
คุณวุฒิ	คุน - นะ - วุด - ทิ
คุณสมบัติ	คุน - นะ - สม - บัด
โฆษณา	โคด - สะ - นา
จรด	จะ - หรด
จรดพระนังคัล	จะ - หรด - พระ - นัง - คัน
จรรยา	จัน - ยา
จักจั่น	จัก - กะ - จั่น

คำ	อ่านว่า
จันทรคติ	จัน - ทระ - คะ - ติ
จันทรุปราคา	จัน - ทรุ - ปะ - รา - คา
จิตนิยม	จิต - ตะ - นิ - ยม
จิตบำบัด	จิด - ตะ - บำ - บัด
จิตแพทย์	จิด - ตะ - แพด
จิตวิทยา	จิด - ตะ - วิด - ทะ - ยา
จิตวิสัย	จิด - ตะ - วิ - ไส
จุติ	จุ - ติ
จุลกฐิน	จุน - ละ - กะ - ถิน
เจตคติ	เจ - ตะ - คะ - ติ
เจรจา	เจน - จา, เจน - ระ - จา
โจรกรรม	โจน - ระ - กำ
ฉทานศาลา	ฉ้อ - ทาน - นะ - สา - ลา
ฉัตรมงคล	ฉั่ต - ตระ - มง - คน
เฉลิมพระชนมพรรษา	ฉะ - เหลิม - พระ - ชน - มะ - พัน - สา
ชลประทาน	ชน - ละ - ประ - ทาน
ชักเย่อ	ชัก - กะ - เย่อ
ชันษา	ชัน - นะ - สา
ชาตินิยม	ชาด - นิ - ยม
ชุกชี	ชุก - กะ - ชี
โชคลาภ	โชก - ลาบ
ซอมซ่อ	ซอม - มะ - ซ่อ
ญาณวิทยา	ยา - นะ - วิด - ทะ - ยา
ญาณศาสตร์	ยา - นะ - สาด
ญาติวงศ์	ยาด - ติ - วง
ฐานกรณ์	ถาน - กอน
ฐานันดรศักดิ์	ถา - นัน - ดอน - ระ - สัก
ดาษดา	ดาด - สะ - ดา
ดาษดื่น	ดาด - ดื่น
ดุลพินิจ	ดุน - ละ - พิ - นิด
ดุลยพินิจ	ดุน - ละ - พิ - นิด
ดุลยภาพ	ดุน - ละ - ยะ - พาบ

คำ	อ่านว่า
ตรัสรู้	ตรัด - สะ - รู้
ตรีโกณมิติ	ตรี - โกน - นะ - มิ - ติ
ตุ๊กตา	ตุ๊ก - กะ - ตา
ไตรสรณคมน์	ไตร - สะ - ระ - นะ - คม
ไตรสรณาคมน์	ไตร - สะ - ระ - นา - คม
ทรมาทรกรรม	ทอ - ระ - มา - ทอ - ระ - กำ
ทรัพยสิทธิ	ซับ - พะ - ยะ - สิด
ทัณฑกรรม	ทัน - ทะ - กำ
ทัณฑนิคม	ทัน - ทะ - นิ - คม
ทัณฑสถาน	ทัน - ทะ - สะ - ถาน
ทานบารมี	ทาน - นะ - บา - ระ - มี
ทานมัย	ทาน - นะ - ไม
ทารุณกรรม	ทา - รุน - นะ - กำ
ทาสกรรมกร	ทาด - สะ - กำ - มะ - กอน
ทานปัญญา	ทาด - สะ - ปัน - ยา
ทิฐิ	ทิด - ถิ
ทิวทัศน์	ทิว - ทัด
ทุกขเวทนา	ทุก - ขะ - เว - ทะ - นา
ทุกรกิริยา	ทุก - กะ - ระ - กิ - ริ - ยา
ทูลเกล้าฯ	ทูน - เกล้า - ทูน - กระ - หม่อม
เทวนาครี	เท - วะ - นา - คะ - รี
ธนบัตร	ทะ - นะ - บัด
ธรรมาสน์	ทำ - มาด
นรกภูมิ	นะ - รก - กะ - พูม
น้อมเกล้าฯ	น้อม - เกล้า - น้อม - กระ - หม่อม
นาฏกรรม	นาด - ตะ - กำ
นาฏดนตรี	นา - ตะ - ดน - ตรี
นามธรรม	นาม - มะ - ทำ
นามสงเคราะห์	นาม - มะ - สง - เคราะ
นิมมานรดี	นิม - มา - นะ - ระ - ดี
นิรโทษกรรม	นิ - ระ - โทด - สะ - กำ

คำ	อ่านว่า
นิโรธสมาบัติ	นิ - โรด - ทะ - สะ - มา - บัด
นิเวศวิทยา	นิ - เวด - สะ - วิด - ทะ - ยา
บทมาลย์	บด - ทะ - มาน
บรมบพิตร	บอ - รม - มะ - บอ - พิด
บรรณารักษศาสตร์	บัน - นา - รัก - สะ - สาด
บรรพกาล	บัน - พะ - กาน
บรรพชา	บัน - พะ - ชา
บรรยาย	บัน - ยาย
บรรษัท	บัน - สัด
บริเฉทกาล	บอ - ริ - เฉ - ทะ - กาน
บัตรพลี	บัด - พะ - ลี
บาทบงกช	บาด - บง - กด
บาทบงส์	บาด - ทะ - บง
บาทมูล	บาด - ทะ - มูน
บาทยุคล	บา - ทะ - ยุ - คน
บาปกรรม	บาบ - กำ
บาปเคราะห์	บาป - ปะ - เคราะ
บำราบ	บำ - หราบ
บำราศ	บำ - ราด
บุคคลสิทธิ์	บุก - คะ - ละ - สิด
บุณฑริก	บุน - ดะ - ริก
บุรุษโทษ	บุ - หรุด - สะ - โทด
บุรุษเพศ	บุ - หรุด - เพด
โบกขรณี	โบก - ขะ - ระ - นี
โบราณกาล	โบ - ราน - นะ - กาน
โบราณคดี	โบ - ราน - นะ - คะ - ดี
โบราณวัตถุ	โบ - ราน - นะ - วัด - ถุ
ปกติ	ปะ - กะ - ติ
ปฏิจจสมุปบาท	ปะ - ติด - จะ - สะ - หมุ - ปะ- บาด
ปฐมนิเทศ	ปะ - ถม - มะ - นิ - เทด
ปฐมยาม	ปะ - ถม - มะ - ยาม

คำ	อ่านว่า
ปฐมสมโพธิ	ปะ - ถม - สม - โพด
ปฐมเหตุ	ปะ - ถม - มะ - เหด
ปรกติ	ปรก - กะ - ติ
ปรนัย	ปะ - ระ - ไน
ปรมัตถ์	ปะ - ระ - มัด
ปรมาจารย์	ปะ - ระ - มา - จาน
ปรมาภิไธย	ปะ - ระ - มา - พิ - ไท
ปรมาภิเษก	ปะ - ระ - มา - พิ - เสก
ปรมินทร์	ปะ - ระ - มิน
ปรเมนทร์	ปะ - ระ - เมน
ปรวด	ปะ - หรวด
ปรสิตวิทยา	ปะ - ระ - สิด - ตะ - วิด - ทะ - ยา
ประกาศนียบัตร	ประ - กา - สะ - นี - ยะ - บัด
ประถมศึกษา	ประ - ถม - มะ - สึก - สา
ประทานบัตร	ประ - ทาน - นะ - บัด
ประวัติการ	ประ - หวัด - ติ - กาน
ประวัติการณ์	ประ - หวัด - ติ - กาน
ประวัติกาล	ประ - หวัด - ติ - กาน
ประวัติศาสตร์	ประ - หวัด - ติ - สาด
ประสบการณ์	ประ - สบ - กาน
ปรักหักพัง	ปะ - หรัก - หัก - พัง
ปรัชญา	ปรัด - ยา
ปรัมปรา	ปะ - รำ - ปะ - รา
ปรากฏการณ์	ปรา - กด - กาน
ปราชัย	ปะ - รา - ไช
ปริญญา	ปะ - ริน - ยา
ปริตร	ปะ - หริด
ปลก	ปะ - หลก
ปลัก	ปลัก
ปลาสนาการ	ปะ - ลาด - สะ - นา - กาน
ปักเป้า	(ปลา) ปัก - กะ - เป้า
ปักเป้า(ว่าว)	ปัก - เป้า

คำ	อ่านว่า
ปัจจุบันกาล	ปัด - จุ - บัน - นะ - กาน
ปัจจุสมัย	ปัด - จุ - สะ - ไหม
ปัจเจกบุคคล	ปัด - เจก - กะ - บุก - คน
ปัจเจกสมาทาน	ปัด - เจ - กะ - สะ - มา - ทาน
ปัจฉิมยาม	ปัด - ฉิม - มะ - ยาม
ปัจฉิมลิขิต	ปัด - ฉิม - มะ - ลิ - ขิด
ปัจฉิมวัย	ปัด - ฉิม - มะ - ไว
ปัจฉิมวาจา	ปัด - ฉิม - มะ - วา - จา
ปัจนึก	ปัด - จะ - หนึก
ปัญญาสชาดก	ปัน - ยา - สะ - ชา - ดก
ปุณฑริก	ปุน - ดะ - ริก
ปุนภพ	ปุ - นะ - พบ
โปรดเกล้าฯ	โปรด - เกล้า - โปรด - กระ - หม่อม
ไปรษณียบัตร	ไปร - สะ - นี - ยะ - บัด
ไปรษณียภัณฑ์	ไปร - สะ - นี - ยะ - พัน
ผรุสวาท	ผะ - รุ - สะ - วาด
ผลผลิต	ผน - ผะ - หลิด
ผลิต	ผะ - หลิด
ผลิตกรรม	ผะ - หลิด - ตะ - กำ
ผลิตผล	ผะ - หลิด - ตะ - ผน
ผลิตภัณฑ์	ผะ - หลิด - ตะ - พัน
ผลีผลาม	ผลี - ผลาม
ผลึก	ผะ - หลึก
พงศาวดาร	พง - สา - วะ - ดาน
พยาธิ (ความเจ็บไข้)	พะ - ยา - ทิ
พยาธิ (เชื้อโรค)	พะ - ยาด
พรรณนา	พัน - นะ - นา
พรรดึก	พัน - ระ - ดึก
พรหมลิขิต	พรม - มะ - ลิ - ขิด
พรหมโลก	พรม - มะ - โลก
พรหมวิหาร	พรม - มะ - วิ - หาร
พระบรมราชโองการ	พระ - บอ - รม - มะ - ราด - ชะ - โอง - กาน

คำ	อ่านว่า
พระบรมราชินี	พระ - บอ - รม - มะ - รา - ชิ - นี
พระราชกรณียกิจ	พระ - ราด - ชะ - กะ - ระ - นี - ยะ - กิด
พราหมี	พราม - มี
พฤหัสบดี	พรึ - หัด - สะ - บอ - ดี
พลกาย	พน - ละ - กาย
พลการ	พะ - ละ - กาน
พลขับ	พน - ละ - ขับ
พลความ	พน - ละ - ความ
พลรบ	พน - ละ - รบ
พลร่ม	พน - ร่ม
พลโลก	พน - ละ - โลก
พลีกรรม	พะ - ลี - กำ
พสกนิกร	พะ - สก - นิ - กอน
พันธกรณี	พัน - ทะ - กะ - ระ - นี
1001	พัน - เอ็ด
พิชิตมาร	พิ - ชิด - ตะ - มาน
พิษฐาน	พิด - สะ - ถาน
พืชมงคล	พืด - ชะ - มง - คน
พุทธศาสนิกชน	พุด - ทะ - สา - สะ - นิก - กะ - ชน
แพทยศาสตร์	แพด - ทะ - ยะ - สาด
ภัณฑาคาร	พัน - ทา - คาน
ภัณฑารักษ์	พัน - ทา - รัก
ภัทรบท	พัด - ทระ - บด
ภัทรบิฐ	พัด - ทระ - บิด
ภาคทัณฑ์	พาก - ทัน
ภาคนิพนธ์	พาก - คะ - นิ - พน
ภูมิฐาน	พูม - ถาน
ภูมิธรรม	พูม - ทำ
ภูมิประเทศ	พู - มิ - ประ - เทด
ภูมิภาค	พู - มิ - พาก
ภูมิลำเนา	พูม - ลำ - เนา
ภูมิศาสตร์	พู - มิ - สาด

คำ	อ่านว่า
เภสัชวิทยา	เพ – สัด – ชะ – วิด – ทะ – ยา
เภสัชศาสตร์	เพ – สัด – ชะ – สาด
โภชนากร	โพ – ชะ – นา – กอน
โภชนาการ	โพ – ชะ – นา – กาน
โภชนาหาร	โพ – ชะ – นา – หาน
มกราคม	มะ – กะ – รา – คม
มงคลนาม	มง – คน – ละ – นาม
มงคลฤกษ์	มง – คน – ละ – เริก
มงคลสูตร	มง – คน – ละ – สูด
มณฑป	มน – ดบ
มนัสวี	มะ – นัด – สะ – วี
มนุษยชาติ	มะ – นุด – สะ – ยะ – ชาด
มนุษยโลก	มะ – นุด – สะ – ยะ – โลก
มนุษยศาสตร์	มะ – นุด – สะ – ยะ – สาด
มนุษยสัมพันธ์	มะ – นุด – สะ – ยะ – สำ – พัน
มรณกรรม	มอ – ระ – นะ – กำ
มรณบัตร	มอ – ระ – นะ – บัด
มรณภาพ	มอ – ระ – นะ – พาบ
มรณา	มอ – ระ – นา
มรรยาท	มัน – ยาด
มฤคทายวัน	มะ – รึก – คะ – ทา – ยะ – วัน
มลโค	มอ – ละ – โค
มลพิษ	มน – ละ – พิด
มวลสาร	มวน – สาน
มหาตมะ	มะ – หาด – ตะ – มะ
มหาวิทยาลัย	มะ – หา – วิด – ทะ – ยา – ไล
มัชฌิมยาม	มัด – ชิ – มะ – ยาม
มัชฌิมวัย	มัด – ชิ – มะ – ไว
มัณฑนศิลป์	มัน – ทะ – นะ – สิน
มัธยมศึกษา	มัด – ทะ – ยม – มะ – สึก – สา
มาตรฐาน	มาด – ตระ – ถาน
มานุษยวิทยา	มา – นุด – สะ – ยะ – วิด – ทะ – ยา

คำ	อ่านว่า
มารยาท	มา - ระ - ยาด
มิคสัญญี	มิก - คะ - สัน - ยี
มุโซโลกนะ	มุ - โซ - โล - กะ - นะ
มูลโค	มูน - โค
มูลนาย	มูน - นาย
มูลนิธิ	มูน - ละ - นิ - ทิ
มูลภัณฑ์กันชน	มูน - ละ - พัน - กัน - ชน
มูลสารศึกษา	มูน - ละ - สาน - สึก - สา
เมรุมาศ	เม - รุ - มาด
ยมบาล	ยม - มะ - บาน
21	ยี่ - สิบ - เอ็ด
ยุคลบาท	ยุ - คน - ละ - บาด
ยุติ	ยุด - ติ
ยุติธรรม	ยุด - ติ - ทำ
รสชาติ	รด - ชาด
รสนิยม	รด - นิ - ยม
รอมร่อ	รอม - มะ - ร่อ
101	ร้อย - เอ็ด
รัฐธรรมนูญ	รัด - ถะ - ทำ - มะ - นูน
รัฐประหาร	รัด - ถะ - ประ - หาน
รัฐวิสาหกิจ	รัด - ถะ - วิ - สา - หะ - กิด
รัฐศาสตร์	รัด - ถะ - สาด
รัฐสภา	รัด - ถะ - สะ - พา
ราชทินนาม	ราด - ชะ - ทิน - นะ - นาม
ราชธิดา	ราด - ชะ - ทิ - ดา
ราชบัณฑิต	ราด - ชะ - บัน - ดิด
ราชสาสน์	ราด - ชะ - สาด
ราชหัตถเลขา	ราด - ชะ - หัด - ถะ - เล - ขา
ราชโอรส	ราด - ชะ - โอ - รด
รูปฌาน	รูบ - ปะ - ชาน
รูปธรรม	รูบ - ปะ - ทำ
รูปพรรณ	รูบ - ปะ - พัน

คำ	อ่านว่า
สวิญญาณกทรัพย์	สะ - วิน - ยา - นะ - กะ - ซับ
สสารนิยม	สะ - สาน - ระ - นิ - ยม
2501	สอง - พัน - ห้า - ร้อย - เอ็ด
สังคมนิยม	สัง - คม - มะ - นิ - ยม
สังคมวิทยา	สัง - คม - มะ - วิด - ทะ - ยา
สังคมศาสตร์	สัง - คม - มะ - สาด
สังคมศึกษา	สัง - คม - มะ - สึก - สา
สังคมสงเคราะห์	สัง - คม - สง - เคราะ-
สังคายนา	สัง - คา - ยะ - นา
สังหาริมทรัพย์	สัง - หา - ริ - มะ - ซับ
สัตบุรุษ	สัด - บุ - หรุด
สันทัดกรณี	สัน - ทัด - กะ - ระ - นี
สันนิษฐาน	สัน - นิด - ถาน
สัปคับ	สับ - ปะ - คับ
สัปดน	สับ - ปะ - ดน
สัปดาห์	สับ - ดา
สัมปทานบัตร	สำ - ปะ - ทาน - นะ - บัด
สัมปรายภพ	สำ - ปะ - รา - ยะ - พบ
สามยทรัพย์	สา - มะ - ยะ - ซับ
สามเวท	สา - มะ - เวด
สาสน์	สาด
11	สิบ - เอ็ด
สุขนาฏกรรม	สุก - ขะ - นาด - ตะ - กำ
สุขลักษณะ	สุก - ขะ - ลัก - สะ - หนะ
สุขศาลา	สุก - สา - ลา
สุคติ	สุก - คะ - ติ
สุญตา	สุน - ยะ - ตา
สุญนิยม	สุน - ยะ - นิ - ยม
สุตกวี	สุ - ตะ - กะ - วี
สุนทรพจน์	สุน - ทอน - ระ - พด
สุนทรียภาพ	สุน - ทะ - รี - ยะ - พาบ
สุนทรียศาสตร์	สุน - ทะ - รี - ยะ - สาด

คำ	อ่านว่า
สุริยุปราคา	สุ - ริ - ยุ - ปะ - รา - คา
สุลต่าน	สุน - ละ - ต่าน
เสกขบุคคล	เสก- ขะ - บุก - คน
เสถียรภาพ	สะ - เถียน - ระ - พาบ
เสวก	เส - วก
เสวกามาตย์	เส - วะ - กา - มาด
โสตทัศนอุปกรณ์	โส - ตะ - ทัด - สะ - นะ - อุ - ปะ - กอน
หมื่นพระบรมเดชานุภาพ	หมื่น - พระ - บอ - รม - มะ - เด - ชา - นุ - พาบ
หายนะ	หา - ยะ - นะ
หิริโอตตัปปะ	หิ - หริ - โอด - ตับ - ปะ
เหรา	เห - รา
อกรรมกริยา	อะ - กำ - มะ - กริ - ยา
อกุศลกรรม	อะ - กุ - สน - ละ - กำ
องคาพยพ	อง - คาบ - พะ - ยบ
อดิเรกลาภ	อะ - ดิ - เหรก - กะ - ลาบ
อดีตกาล	อะ - ดีด - ตะ - กาน
อดีตรัฐมนตรี	อะ - ดีด - รัด - ถะ - มน - ตรี
อถรรพเวท	อะ - ถับ - พะ - เวด
อธิบดี	อะ - ทิ - บอ - ดี
อธิปไตย	อะ - ธิ - ปะ - ไต
อธิษฐาน	อะ - ทิด - ถาน
อนุรักษนิยม	อะ - นุ - รัก - สะ - นิ - ยม
อนุศาสนาจารย์	อะ - นุ - สา - สะ - นา - จาน
อนุสติ	อะ - นุด - สะ - ติ
อนุสาวนาจารย์	อะ - นุ - สา - วะ - นา - จาน
อนุสาวรีย์	อะ - นุ - สา - วะ - รี
อภัยโทษ	อะ - ไพ - ยะ - โทด
อภิปรัชญา	อะ - พิ - ปรัด - ยา
อภิลักขิตสมัย	อะ - พิ - ลัก - ขิด - ตะ - สะ - ไหม
อรรถคดี	อัด - ถะ - คะ - ดี
อรรถรส	อัด - ถะ - รด
อรหันต์	ออ - ระ - หัน

คำ	อ่านว่า
อรหันต์	อะ - ระ - หัน
อวิญญาณกทรัพย์	อะ - วิน - ยา - นะ - กะ - ซับ
อสนีบาต	อะ - สะ - นี - บาด
อสังหาริมทรัพย์	อะ - สัง - หา - ริ - มะ - ซับ
อหิวาตกโรค	อะ - หิ - วา - ตะ - กะ - โรก
อักษรเลข	อัก - สอน - ระ - เลก
อักษรศาสตร์	อัก - สอน - ระ - สาด
อักษรสมัย	อัก - สอน - สะ - ไหม
อักษรสาสน์	อัก - สอน - ระ - สาด
อัครชายา	อัก - คระ - ชา - ยา
อัครมเหสี	อัก - คระ - มะ - เห - สี
อัครราชทูต	อัก - คระ - ราด - ชะ - ทูด
อัฐพล	อัด - ลด
อันตรธาน	อัน - ตะ - ระ - ทาน
อัปราชัย	อับ - ปะ - รา - ไช
อากาศธาตุ	อา - กาด - สะ - ทาด
อาชยาน	อา - ชะ - หยาน
อาชญา	อาด - ยา
อาชญากร	อาด - ยา - กอน
อาชญากรรม	อาด - ยา - กำ
อาสน์สงฆ์	อาด - สง
อาสาฬหบูชา	อา - สาน - หะ - บู - ชา
อินทรวิเชียรฉันท์	อิน - ทระ - วิ - เชียร - ฉัน
อิสตรี	อิด - สัด - ตรี
อุณหภูมิ	อุน - หะ - พูม
อุดมการณ์	อุ - ดม - มะ - กาน
อุดมคติ	อุ - ดม - มะ - คะ - ติ
อุดมโชค	อุ - ดม - มะ - โชก
อุดมลาภ	อุ - ดม - มะ - ลาบ
อุดมศึกษา	อุ - ดม - มะ - สึก - สา
อุตรกุรุ	อุด - ตะ - ระ - กุ - รุ
อุตราวัฎ	อุด - ตะ - รา - วัด

คำ	อ่านว่า
อุตสาหกรรม	อุด - สา - หะ - กำ
อุตสาหกรรมศิลป์	อุด - สา - หะ - กำ - มะ - สิน
อุทกภัย	อุ - ทก - กะ - ไพ
อุทกวิทยา	อุ - ทก - กะ - วิด - ทะ - ยา
อุทกศาสตร์	อุ - ทก - กะ - สาด
อุทธรณ์	อุด - ทอน
อุบัติภัย	อุ - บัด - ติ - ไพ
อุบัติเหตุ	อุ - บัด - ติ - เหด
อุโบสถกรรม	อุ - โบ - สด - ถะ - กำ
อุปกรณ์	อุ - ปะ -กอน
อุปการะ	อุ - ปะ - กา - ระ
อุปการี	อุ - ปะ - กา - รี
อุปถัมภ์	อุ - ปะ - ถำ
อุปถัมภก	อุ - ปะ - ถำ - พก
อุปทูต	อุ - ปะ - ทูด
อุปนิสัย	อุ - ปะ - นิ - ไส
อุปมา	อุ - ปะ - มา
อุปไมย	อุ - ปะ - ไม
อุปราช	อุ - ปะ - หราด
อุปโลกน์	อุ - ปะ - โหลก
อุปสมบท	อุ - ปะ - สม - บด
อุปสมบทกรรม	อุ - ปะ - สม - บด - ทะ - กำ
อุปสรรค	อุ - ปะ - สัก
เอกบุคคล	เอก - กะ - บุก - คน
เอกบุรุษ	เอก - กะ - บุ - หรุด
เอกภริยา	เอก - กะ - พะ - ริ - ยา
เอกภาคี	เอ - กะ - พา - คี
เอิกเกริก	เอิก - กะ - เหริก
โอปปาติกะ	โอ - ปะ - ปา - ติ - กะ
โอสถกรรม	โอ - สด - ถะ - กำ

คำที่อ่านได้ 2 อย่าง
두 종류로 발음되는 말

คำ	อ่านว่า
คุณประโยชน์	1. คุน - นะ - ประ - โหยด
	2. คุน - ประ - โหยด
ฉกษัตริย์	1. ฉอ - กะ - สัด
	2. ฉ้อ - กะ - สัด
ชนนี	1. ชน - นะ - นี
	2. ชะ - นะ - นี
ชาติพันธุ์	1. ชา - ติ - พัน
	2. ชาด - ติ - พัน
ชาติวุฒิ	1. ชา - ติ - วุด - ทิ
	2. ชาด - ติ - วุด - ทิ
ด้วยประการฉะนี้	1. ด้วย - ประ - กาน - ฉะ - นี้
	2. ด้วย - ประ - กา - ระ - ฉะ - นี้
	(เฉพาะ-ในการแสดงธรรมเทศนา)
ถาวรวัตถุ	1. ถา - วอ - ระ - วัด - ถุ
	2. ถา - วะ - ระ - วัด - ถุ
ทุนทรัพย์	1. ทุน - ซับ
	2. ทุน - นะ - ซับ
เทศนา	1. เทด - สะ - หนา
	2. เท - สะ - นา (เฉพาะเมื่อนำหน้าศัพท์สมาส)
บุรพทิศ	1. บุบ - พะ - บด
	2. บุ - ระ - พะ - ทิด
บุรพบท	1. บุบ - พะ - บด
	2. บุ - ระ - พะ - บด
ปรปักษ์	1. ปอ - ระ - ปัก
	2. ปะ - ระ - ปัก
ปรโลก	1. ปอ - ระ - โลก
	2. ปะ - ระ - โลก

คำ	อ่านว่า
ปรัก	1. ปรัก (เงิน)
	2. ปะ - หรัก (หัก)
ภรรยา	1. พัน - ยา
	2. พัน - ระ - ยา
ภาชนะ	1. พา - ชะ - นะ
	2. พาด - ชะ - นะ
มารวิชัย	1. มาน - ระ - วิ - ไช
	2. มา - ระ - วิ - ไช
มูลค่า	1. มูน - ค่า
	2. มูน - ละ - ค่า
มูลเหตุ	1. มูน - เหด
	2. มูน - ละ - เหด
ศีลธรรม	1. สีน - ทำ
	2. สีน - ละ - ทำ
โศกนาฏกรรม	1. โสก - กะ - นาด - ตะ - กำ
	2. โส - กะ - นาด - ตะ - กำ
สรรเสริญ	1. สัน - เสิน
	2. สัน - ระ - เสิน

คำวิสามานยนามทั่วไป

คำ	อ่านว่า
เกษตรศาสตร์	กะ - เสด - สาด (ชื่อมหาวิทยาลัย)
จันทรเกษม	จัน - กะ - เสม
จิตรลดารโหฐาน	จิด - ละ - ดา - ระ - โห - ถาน
ทักษิณราชนิเวศน์	ทัก - สิน - ราด - ชะ - นิ - เวด
เทพทอง	เทบ - ทอง
นิทราชาคริต	นิด - ทรา - ชา - คริด
เนติบัณฑิตยสภา	เน - ติ - บัน - ดิด - ตะ - ยะ - สะ - พา
พรหมบุตร	พรม - มะ - บุด
พิพิธภัณฑสถาน	พิ - พิด - ทะ - พัน - ทะ - สะ - ถาน
ภูพิงค์ราชนิเวศน์	พู - พิง - ราด - ชะ - นิ - เวด
รัตนโกสินทร์ศก	รัด - ตะ - นะ - โก - สิน - สก
ราชบัณฑิตยสถาน	ราด - ชะ - บัน - ดิด - ตะ - ยะ - สะ - ถาน
โลกนิติ	โลก - กะ - นิด
ศรีนครินทรวิโรฒ	สี - นะ - คะ - ริน - วิ - โรด
ศรีสมรรถชัย	สี - สะ - หมัด - ถะ - ไช
ศิวโมกขพิมาน	สิ - วะ - โมก - ขะ - พิ - มาน
สมเด็จพระเทพรัตนราชสุดา ฯ	สม - เด็ด - พระ - เทบ - รัด - ตะ - นะ - ราด - ชะ - สุดา - สะ - หยาม - บอ - รม - มะ - ราด - ชะ - กุ - มา - รี
สมเด็จพระบรมโอรสาธิราชฯ	สม - เด็ด พระ - บอ - รม - มะ - โอ - ระ - สา - ทิ - ราด - สะ - หยาม - มะ - กุด - ราด - ชะ - กุ - มาน
สยามรัฐ	สะ - หยาม - รัด (ชื่อหนังสือพิมพ์)
สยามรัฐสีมา	สะ - หยาม - มะ - รัด - ถะ - สี - มา
สยามานุสสติ	สะ - หยาม - มา - นุด - สะ - ติ
สรรพสามิต	สับ - พะ - สา - มิด
อมรินทรวินิจฉัย	อะ - มะ - ริน - วิ - นิด - ไฉ

ประมวลคำในภาษาไทยที่นักเรียนมักจะเขียนผิด
잘못 쓰기 쉬운 말

	คำที่ถูก	มักเขียนเป็น	คำที่ถูก	มักเขียนเป็น
ก.	กระตือรือร้น	กระตือรือล้น, กะติอรือร้น	กระสัน	กระสันต์
	กระทะ	กะทะ	กระแสน้ำ	กระแสร์น้ำ
	กระเพาะ	กะเพาะ	กะทัดรัด	กระทัดรัด
	กะทันหัน	กระทันหัน	กะทิ	กระทิ
	กะเทาะ	กระเทาะ	กะโหลก	กระโหลก
	กามารมณ์	กามารมย์	การบูร	การะบูร
	กาลเทศะ	กาละเทศะ	กิตติมศักดิ์	กิติมศักดิ์
	เกร็ดความรู้	เกล็ดความรู้	เกร็ดพงศาวดาร	เกล็ดพงศาวดาร
	เกล็ดปลา	เกร็ดปลา	เกศา	เกษา
	เกษียณอายุ	เกษียนอายุ	เกษียรสมุทร	เกษียณสมุทร
	เกษียรสมุทร	เกษียนสมุทร		
	เกสร	เกษร		
ข.	ขบวน	ขะบวน	ขโมย	ขะโมย, โขมย
	ขะมักเขม้น	ขมักเขม้น,		
		ขะมักขะเม่น		
		คะมักคะเม่น	เขิญใจ	เข็นใจ
	ไข่มุก	ไข่มุกข์, ไข่มุกด์		
ค.	ครรลอง	คันลอง, คัลลอง	ครองราชย์	ครองราช
	ค้อน	ฆ้อน	คะนึง	คนึง
	(เครื่องมือ)			
	คะนึง	คนึง	คนอง	คะนอง
			คะยั้นคะยอ	ขยั้นขะยอ
				ขะยั้นขะยอ
	คั่นกลาง	ขั้นกลาง	คัมภีร์	คำภีร์
	คำนวณ	คำนวน	เคี่ยวเข็ญ	เคี่ยวเข็น
	โครงการ	โครงการณ์		

	คำที่ถูก	มักเขียนเป็น	คำที่ถูก	มักเขียนเป็น
ง.	โง่เง่า งุ่นง่าน	โง่เหง้า งุ่นง้าน	เง้างอด	เง่างอด
จ.	จลาจล จัดสรร เจตจำนง เจียระไน โจทย์เลข	จราจล จัดสรรค์ เจตจำนงค์ เจียรไน, เจียระนัย โจทเลข	จักร จาระไน เจตนารมณ์ โจทก์จำเลย	จักร์ จาระนัย เจตนารมย์ โจทย์จำเลย
ฉ.	ฉบับ ฉันญาติ	ฉะบับ ฉันท์ญาติ	ฉะนั้น เฉพาะ	ฉนั้น ฉะเพาะ
ซ.	ชนวน ชบา ชม้าย ซ้อนส้อม ชะนี ชะรอย ชัชวาล ชวดเช เซนติเมตร	ชะนวน ชะบา ชะม้าย ซ้อนซ่อม ชนี ชรอย ชัชวาลย์ ทรวดเช เซ็นติเมตร	ชนัก ชะมดชม้อย ชโลม ชอุ่ม ชะรอย ชะลอ โชคชะตา ช่าหริ่ม	ชะนัก ชะมดชะม้อย ชะมดชะม้อย ชะโลม ชะอุ่ม ชรอย ชลอ โชคชตา ซาหลิ่ม
ด.	ดำรง ดุลอำนาจ	ดำรงค์ ดุลย์อำนาจ	ดุลการค้า เดินเหิน	ดุลย์การค้า เดินเหิร
ต.	ตลบตะแลง	ตลบแตลง ตะหลบตะแลง	ตาลโตนด	ตาลตะโหนด
ถ.	ถ่วงดุล	ถ่วงดุลย์	แถลงการณ์	แถลงการ
ท.	ทโมน ทแยง	ทะโมน ทะแยง	ทยอย ทรวดทรง	ทะยอย ซวดทรง

	คำที่ถูก	มักเขียนเป็น	คำที่ถูก	มักเขียนเป็น
ท.	ทะเลสาบ	ทะเลสาป	ทาส	ทาษ
	ทีฆายุโก	ทีฆายุโก	ทูต	ฑูต
	ทูนหัว	ทูลหัว	ทูลกระหม่อม	ทูนกระหม่อม
	ทูลเกล้าฯ	ทูนเกล้าฯ	เทเวศร์	เทเวศน์
	เทิดทูน	เทอดทูน, เทิดทูล	แทรกแซง	แซกแซง
ธ.	ธำรง	ทำรงค์, ธำรงค์	ธุรการ	ธุระการ
	ธุรกิจ	ธุระกิจ		
น.	นาที	นาที	น้ำมันก๊าด	น้ำมันก๊าซ
บ.	บรรทัด	บันทัด	บรรทุก	บันทุก
	บรรลุ	บันลุ	บรรเลง	บันเลง
	บังสุกุล	บังสกุล	บังเอิญ	บังเอิน
	บันดาล	บรรดาล	บันได	บรรได
	บันทึก	บรรทึก	บันเทิง	บรรเทิง
	บันลือ	บรรลือ	บาดทะยัก	บาดทยัก
	บาตร	บาต	บาทบงสุ์	บาทบงส์
	บาทหลวง	บาดหลวง	บำเหน็จ	บำเน็จ, บำเหน็ด
	บิณฑบาต	บิณฑบาตร	บิดพลิ้ว	บิดพริ้ว
	บุคลากร	บุคคลากร	บูรณปฏิสังขรณ์	บูรณะปฏิสังขรณ์
	เบญจเพส	เบญจเพศ		
ป.	ปฐมนิเทศ	ปฐมนิเทศก์	ประกายพรึก	ประกายพฤกษ์
	ประกาศิต	ประกาสิต	ปณิธาน	ประนิธาน
	ประจัญบาน	ประจันบาน	ประณีต	ปราณีต
	ประจันหน้า	ประจัญหน้า	ประดิดประดอย	ประดิษฐ์ประดอย
	ประณต	ประนต	ประนีประนอม	ปราณีปรานอม
			ประณาม (กล่าวร้าย)	ประนาม
	ประสบการณ์	ประสพการณ์	ประสูติ	ประสูต
	ปลั้นสะดม	ปล้นสะดมภ์	เปอร์เซ็นต์	เปอร์เซนต์
	ปรานี	ปราณี		

	คำที่ถูก	มักเขียนเป็น	คำที่ถูก	มักเขียนเป็น
ผ.	ผดุง	ผะดุง	ผลัดเปลี่ยน	ผัดเปลี่ยน
	ผลัดผ้า	ผัดผ้า	ผลัดเวร	ผัดเวร
	ผอบ	ผะอบ	ผัดผ่อน	ผลัดผ่อน
	ผัดวันประกันพรุ่ง	ผลัดวันประกันพรุ่ง	ผัดเวลา	ผลัดเวลา
	ผัดหนี้	ผลัดหนี้	ผาสุก	ผาสุข
	ผุดลุกผุดนั่ง	ผลุดลุกผลุดนั่ง	ผูกพัน	ผูกพันธ์
	เผอเรอ	เผลอเรอ	เผอิญ	ผะเอิญ, เผอิน
	แผ่ซ่าน	แผ่สร้าน	แผนการ	แผนการณ์
พ.	พยัก	พะยัก	พยักพเยิด	พะยักพะเยิด
	พยาน	พะยาน	พรรณนา	พรรนา
	พร่ำพรอด	พร่ำพลอด	พละกำลัง	พลกำลัง
	พหูสูต	พหูสูตร	พังทลาย	พังทะลาย
	พันทาง	พันธุ์ทาง	พัสดุ	พัศดุ
	พิศวาส	พิศวาท, พิษสวาท	พิสดาร	พิศดาร
	พิสมัย	พิศมัย	เพริศพริ้ง	เพริดพริ้ง
	เพิ่มพูน	เพิ่มพูล	เพียบพร้อม	เพรียบพร้อม
ภ.	ภาคภูมิ	พากพูม, พากภูมิ,ภาคพูม	ภาวการณ์	ภาวะการณ์
	ภูมิใจ	พูมใจ		
ม.	มเหสี	มเหษี	มัสมั่น	มัสหมั่น
	มาตรการ	มาตราการ	มืดมน	มืดมนธ์
ย.	ย่อมเยา	ย่อมเยาว์	เยาว์วัย	เยาวัย
ร.	รสชาติ	รสชาด	รหัส	ระหัส
	รหัส	ระหัส	ระเห็จ	ระเห็ด
	รักษาการ (ในตำแหน่ง)	รักษาการณ์	รักษาการณ์ (เหตุการณ์)	รักษาการ
	รังสี	รังษี	รากเหง้า	รากเง่า
	ราดหน้า	ลาดหน้า		

	คำที่ถูก	มักเขียนเป็น	คำที่ถูก	มักเขียนเป็น
ล.	ละคร	ลคร, ละคอน, ละคอน	ลายเซ็น	ลายเซ็นต์
	ละเอียดลออ	ละเอียดละออ	ลุกลี้ลุกลน	ลุกลี้ลุกรน
	ลาดตระเวน	ลาดตระเวณ	ลูกเกด	ลูกเกต
	เลือกสรร	เลือกสรรค์	โล่	โล่ห์
ว.	วารดิถี	วาระดิถี	วิ่งเปี้ยว	วิ่งเปรี้ยว
	วิ่งผลัด	วิ่งผัด	วินาที	วินาที
	เวนคืน	เวรคืน		
ศ.	ศิลปะ	ศิลป	ศิลปกรรม	ศิลปะกรรม
	ศิลปวัฒนธรรม	ศิลปะวัฒนธรรม	ศิลปวัตถุ	ศิลปะวัตถุ
	ศิลปะและวัฒนธรรม	ศิลปและวัฒนธรรม	ศึกษานิเทศก์	ศึกษานิเทศ
ส.	สักการบูชา	สักการะบูชา	สังเกต	สังเกตุ
	สังวร	สังวรณ์	สังวาล	สังวาลย์
	สังสรรค์	สังสรร, สังสันทน์	สัญลักษณ์	สัญญลักขณ์, สัญญลักษณ์, สัญลักขณ์
	สับปะรด	สับปะรส, สัปรส	สัมมนา	สัมนา
	สาปแช่ง	สาบแช่ง	สาร	สาส์น
	สารประโยชน์	สาระประโยชน์	สาระสำคัญ	สารสำคัญ
	สาส์น	สาส์น	สำอาง	สำอางค์
	สกัด	สะกัด	สิงโต	สิงห์โต
	สกาว	สะกาว	สีสัน	สีสรร, สีสรรค์, สีสรรพ์
	สดับ	สะดับ	เสบียง	สะเบียง
	สถิต	สถิตย์	สบง	สะบง
	สไบ	สะไบ	สบู่	สะบู่
	สะกด	สกด	สะดวก	สดวก
	สะพาน	สพาน	สะอาด	สอาด
	สบาย	สะบาย		

	คำที่ถูก	มักเขียนเป็น	คำที่ถูก	มักเขียนเป็น
ห.	หน้าปัด	หน้าปัทม์	หยักศก	หยักโศก
	หลักการ	หลักการณ์	หวนคะนึง	หวลคนึง, หวลคะนึง
	หอมหวน	หอมหวล	สมดุล	สมดุลย์
	เหม็นสาบ	เหม็นสาป	สร้างสรรค์	สร้างสรร
	แหลกลาญ	แหลกราญ	สอบเชาวน์	สอบเชาว์
	โหยหวน	โหยหวล		
อ.	อนุญาต	อนุญาติ	อเนจอนาถ	อเน็จอนาถ, เอนจอนาถ
	อภิเษก	อภิเศก, อภิเสก	อวสาน	อวสานต์
	อัตคัด	อัตตะคัด, อัตคัต	อะลุ่มอล่วย	อลุ่มอล่วย, อลุ่มอะหล่วย อะลุ้มอล่วย
	อานิสงส์	อานิสงฆ์		
	อาเพศ	อาเพท	อะไหล่	อาหลั่ย
	อารมณ์	อารมย์	อิริยาบถ	อิริยาบท
	อาวรณ์	อาวร	อิสรภาพ	อิสระภาพ
	อาสน์สงฆ์	อาสนสงฆ์	อิสรเสรี	อิสระเสรี
	อำนาจบาตรใหญ่	อำนาจบาทใหญ่	อุดมการณ์	อุดมการ
	อำมหิต	อำมะหิต	อุปการคุณ	อุปการะคุณ
	โอกาส	โอกาศ	ไอศกรีม	ไอสครีม, ไอศครีม

คำพังเพย

속 담

คำพังเพย	ความหมาย
กระต่ายตื่นตูม	ตกใจกลัวในเรื่องเล็ก ๆ โดยยังไม่ได้พิจารณา
กิ้งก่าได้ทอง	ได้ดีแล้วหยิ่ง
ไก่ได้พลอย	ได้ของที่ไม่เป็นประโยชน์แก่ตัวเอง
เกลือเป็นหนอน	คนที่เคยไว้ใจทรยศ
กินปูนร้อนท้อง	ไม่มีใครรู้ว่าตัวผิด แต่ทำพิรุธขึ้นเองจนคนอื่นรู้
กัดก้อนเกลือกิน	ทุกข์ยาก
กระเฌอก้นรั่ว	หญิงสุรุ่ยสุร่าย
กระโถนท้องพระโรง	เป็นคนยอมรับผิดทุกอย่าง
กว่าถั่วจะสุกงาก็ไหม้	ได้อย่างเสียอย่าง
ไก่เห็นตีนงู งูเห็นนมไก่	ต่างฝ่ายต่างรู้เล่ห์เหลี่ยมของกันและกัน
ใกล้เกลือกินด่าง	ไม่เห็นคุณค่าของสิ่งที่อยู่ใกล้
ไกลปืนเที่ยง	ห่างไกลความเจริญ
ขิงก็ราข่าก็แรง	ต่างฝ่ายต่างไม่ยอมซึ่งกันและกัน
ขนมผสมน้ำยา	ดีเลวพอ ๆ กัน
เขียนเสือให้วัวกลัว	พยายามทำให้คนอื่นกลัว
เข็นครกขึ้นภูเขา	ทำงานที่เหลือกำลัง
ขี่ช้างจับตั๊กแตน	ลงทุนมากในเรื่องเล็ก ๆ
ไขสือ	รู้แต่ทำเป็นไม่รู้
ไขหู	ทำเป็นไม่ได้ยิน
เข้าฝัก	ชำนาญขึ้น
เข้าเมืองตาหลิ่วต้องหลิ่วตาตาม	อยู่ในสังคมใดต้องปฏิบัติตามแบบแผนของสังคมนั้น
ขมิ้นกับปูน	ไม่ถูกกัน
แข็งข้อ	ตั้งตัวเป็นศัตรู
เข้าด้ายเข้าเข็ม	เวลาสำคัญใกล้จะสำเร็จ

คำพังเพย	*ความหมาย*
คว่ำบาตร	ไม่คบค้าสมาคมด้วย
คร่ำหวอด	ทำมานาน
คมในฝัก	เก่งแต่ไม่โอ้อวด
คลุมถุงชน	จับบ่าวสาวแต่งงานโดยไม่รู้จักกัน
คอเป็นเอ็น	เถียงไม่ยอมลดละ
คดในข้องอในกระดูก	คนไม่ซื่อ
คบคนให้ดูหน้า ซื้อผ้าให้ดูเนื้อ	จะคบใครควรดูนิสัยเขาก่อน
คางคกขึ้นวอ	คนต่ำต้อยได้ดีแล้วลืมตัว
คางเหลือง	เกือบตาย
คู่หู	เพื่อนร่วมใจ
คิดบัญชี	แก้แค้น
ฆ้องปากแตก	คนปากเสีย ชอบพูดให้ผลร้ายแก่ตนและผู้อื่น
ฆ่าควายเสียดายพริก	จะทำงานใหญ่แต่ไม่ยอมลงทุน
โงหัวไม่ขึ้น	ถูกเคี่ยวเข็ญเสียจนไม่กล้าเอ่ยปาก
งมเข็มในมหาสมุทร	การทำงานที่พ้นวิสัยซึ่งยากที่จะสำเร็จ
งอมพระราม	ตกทุกข์ได้ยาก
ใจดีสู้เสือ	ทำใจให้ปกติเมื่อต่อสู้กับศัตรู
จนตรอก	หมดทางสู้ ไม่มีทางไป
จับเสือมือเปล่า	ทำงานใหญ่ได้โดยไม่ลงทุน
จับงูข้างหาง	ทำอะไรไม่รอบคอบจะลำบากภายหลัง
จับแพะชนแกะ	นำสิ่งที่ไม่เหมือนกันรวมกันจนสับสน
จับปลาสองมือ	ทำงานทีละ 2 อย่าง เผื่อเลือก
แฉโพย	เปิดเผยความลับ
ชักธงขาว	ยอมแพ้
ชักใบให้เรือเสีย	พูดให้เขวออกนอกเรื่อง
ชักแม่น้ำทั้งห้า	พูดหว่านล้อมให้ตายใจ

คำพังเพย	*ความหมาย*
ชนักติดหลัง	คนที่มีความผิดติดตัว
ชิงสุกก่อนห่าม	ทำในสิ่งไม่สมควรก่อนวัย
ช้า ๆ ได้พร้าสองเล่มงาม	ค่อย ๆ คิด ค่อย ๆ ทำด้วยความรอบคอบ
ชี้โพรงให้กระรอก	แนะแนวทางให้ทำชั่ว
เชื้อไม่ทิ้งแถว	บุคคลย่อมเป็นไปตามเผ่าพันธุ์
ซื่อเหมือนแมวนอนหวด	แกล้งทำเป็นซื่อ
ซื้อควายหน้านา ซื้อผ้าหน้าหนาว	ทำหรือซื้อของไม่เหมาะสมกับกาลเวลา
ดินพอกหางหมู	ปล่อยปละเลยในสิ่งเล็กน้อยจนเป็นเรื่องใหญ่
ตำข้าวสารกรอกหม้อ	แก้ปัญหาเฉพาะหน้าไปวัน ๆ
ตัดไฟต้นลม	ทำลายต้นเหตุเสียแต่แรก
ตีตนไปก่อนไข้	แสดงความกังวลล่วงหน้า
ตุกติก	ชั้นเชิง
เต่าใหญ่ไข่กลบ	พยายามปิดบังความผิดของตน
ตัดหางปล่อยวัด	ไม่ยุ่งเกี่ยวด้วย
แตกทัพ	แพ้
เต็มเต็ง	ไม่บ้า
เตี้ยอุ้มค่อม	ช่วยตนเองไม่ได้ยังไปช่วยคนอื่นอีก
ตำน้ำพริกละลายแม่น้ำ	ลงทุนมากในสิ่งที่ได้ประโยชน์น้อย
ถอยหลังเข้าคลอง	เลิกแบบใหม่กลับไปทำแบบเก่า
ถี่ลอดตาช้าง ห่างลอดตาเล็น	ละเอียดถี่ถ้วนในเรื่องเล็กแต่ละเลยในเรื่องใหญ่
ทำนาบนหลังคน	หาผลประโยชน์จากแรงงานผู้อื่น
ทิ้งทวน	ทำอย่างสุดฝีมือเป็นครั้งสุดท้าย
น้ำผึ้งหยดเดียว	เรื่องเล็กกลายเป็นเรื่องใหญ่
น้ำลดตอผุด	เมื่อหมดอำนาจความชั่วที่ปิดบังไว้ก็ถูกเปิดเผย
น้ำขุ่นอยู่ในน้ำใสอยู่นอก	เมื่อไม่พอใจก็ไม่แสดงให้ผู้อื่น
บอกหนังสือสังฆราช	สอนในสิ่งที่เขารู้ดีอยู่แล้ว
โบแดง	มีความสามารถเด่นเป็นพิเศษจนได้รับยกย่อง

คำพังเพย	*ความหมาย*
บัวไม่ให้ช้ำน้ำไม่ให้ขุ่น	ทำแบบนุ่มนวลไม่ให้กระเทือนใจทุกฝ่าย
ปากหนัก	ไม่ค่อยพูด
ปลาหมอตายเพราะปาก	เดือดร้อนเพราะปากไม่ดี
ปากหวานก้นเปรี้ยว	พูดจาอ่อนหวาน แต่จิตใจมุ่งร้าย
ผักชีโรยหน้า	ทำดีแต่เพียงผิวเผิน
ผ้าขี้ริ้วห่อทอง	คนมั่งมีแต่ทำตัวซอมซ่อ
พายเรือในอ่าง	พูดวกวน
เพชรตัดเพชร	เก่งต่อเก่งเผชิญหน้ากัน
ฟังไม่ได้ศัพท์จับไปกระเดียด	รู้เรื่องไม่ถี่ถ้วนก็ถือเป็นเรื่องจริง
มะกอกสามตะกร้าปาไม่ถูก	คนปลิ้นปล้อนจับไม่ได้ไล่ไม่ทัน
ไม้ซีกงัดไม้ซุง	กำลังน้อยย่อมสู้ผู้มีกำลังมากไม่ได้
มือไม่พายเอาเท้าราน้ำ	ตัวเองไม่ทำแล้วยังขวางผู้อื่น
ยกเมฆ	พูดสมมุติขึ้นมาเอง
รักยาวให้บั่นรักสั้นให้ต่อ	ถ้ารักก็จงอย่าทะเลาะกัน ถ้าไม่รักก็จงทะเลาะกัน
ละเลงขนมเบื้องด้วยปาก	ดีแต่พูดแต่ทำไม่ได้
ลิ้นทอง	พูดเก่งน่าเชื่อถือ
วัดรอยเท้า	ลบเหลี่ยมผู้มีอำนาจ
วัวลืมตีน	คนอกตัญญู, ทำตนทัดเทียมผู้ใหญ่
วานรได้แก้ว	ได้ในสิ่งที่ไม่รู้ค่า
วัวหายล้อมคอก	เมื่อเกิดความเสียหายขึ้นแล้วจึงคิดหาทางป้องกัน
สาวไส้ให้กากิน	เปิดเผยความลับให้คนอื่นรู้
เสือซ่อนเล็บ	คนเก่งแต่ไม่โอ้อวด
สุกเอาเผากิน	ไม่พิถีพิถัน
หอกข้างแคร่	สิ่งที่เป็นภัยอยู่ใกล้ตัว

คำพังเพย	*ความหมาย*
หมองูตายเพราะงู	ผู้เชี่ยวชาญด้านใดมักเดือดร้อนด้วยเรื่องนั้นด้วยความประมาท
หักด้ามพร้าด้วยเข่า	แก้ปัญหาด้วยวิธีรุนแรง
หัวเรือใหญ่	ออกรับแทนผู้อื่น
เห็นกงจักรเป็นดอกบัว	เห็นผิดเป็นชอบ
เหยียบขี้ไก่ไม่ฝ่อ	คนหยิบหย่ง ไม่เอาการเอางาน
อ้อยเข้าปากช้าง	สิ่งที่เสียไปแล้วเอาคืนยาก
เอาทองไปรู่กระเบื้อง	โต้เถียงกับคนพาล
เอามือซุกหีบ	หาความเดือดร้อนใส่ตนเองโดยไร้เหตุผล
เอาช้างเข้าถู	โต้แย้งอย่างไม่มีเหตุผล

คำราชาศัพท์และคำสุภาพ
왕실용어와 경어

คำราชาศัพท์ทั่วไปที่ควรทราบ

1. หมวดราชตระกูล (เครือญาติ)

คำราชาศัพท์	*ความหมาย*
พระอัยกา	ปู่, ตา
พระอัยยิกา, พระอัยกี	ย่า, ยาย
พระปิตุลา	ลุง (พี่ชายของพ่อ)
พระมาตุลา, พระชนก	ลุง (พี่ชายของแม่)
พระบรมชนกนาถ, พระปิตุราช พระราชบิดร, พระราชบิดา	บิดา พ่อ
พระบรมราชชนนี, พระราชชนนี พระมาตุราช, พระชนนี พระมารดา, พระราชมารดา	แม่
พระเชษฐา, พระเชษฐภาดา	พี่ชาย
พระเชษฐภคินี	พี่สาว
พระอนุชา	น้องชาย
พระขนิษฐา	น้องสาว
พระปิตุจฉา, พระปิตุลานี	อา
พระมาตุจฉา, พระมาตุลา	น้า
พระโอรส, พระเจ้าลูกยาเธอ	ลูกชาย
พระธิดา, พระเจ้าลูกเธอ	ลูกสาว
พระนัดดา พระเจ้าหลานเธอ	หลาน
พระปนัดดา	เหลน
พระสวามี พระภัสดา	ผัว
พระชายา มเหสี	เมีย
พระสัสสุระ	แม่ยาย แม่ผัว
พระชามาดา	ลูกเขย
พระสุณิสา	ลูกสะใภ้

2. หมวดร่างกาย

คำราชาศัพท์	*ความหมาย*
พระเกล้า, พระเศียร	ศีรษะ
พระนลาฏ	หน้าผาก
พระเกศา, พระศก, พระเกศ	ผม
พระโมลี, พระเมาลี	จุก
พระเวณี	ผมเปีย
พระพักตร์	หน้า
พระราศี	ผิวหน้า
พระจุฑามาศ	ผมมวย
พระขนง, พระภมุ	คิ้ว
พระอุณาโลม	ขนระหว่างคิ้ว
พระจักษุ	ดวงตา
ดวงพระเนตรดำ	ตาดำ
ดวงพระเนตรขาว	ตาขาว
หน้าพระเนตร	หน้าตา
ขอบพระเนตร	ขอบตา
หลังพระเนตร	หลังตา
ขนพระเนตร	ขนตา
ต่อมพระเนตร	ต่อมน้ำตา
พระนาสิก	จมูก
ช่องพระนาสิก	ช่องจมูก
ขนพระนาสิก, พระโลมะนาสิก	ขนจมูก
สันพระนาสิก	สันจมูก
พระปราง	แก้ม
กระพุ้งพระปราง	กระพุ้งแก้ม
พระมัสสุ	หนวด
พระทาฐกะ, พระทาฒิกะ	เครา
พระโอษฐ์	ปาก
พระทนต์	ฟัน
ไรพระทนต์	ไรฟัน

คำราชาศัพท์	*ความหมาย*
พระชิวหา	ลิ้น
พระทาฐะ, พระทาฒะ	เขี้ยว
ต้นพระชิวหา	ลิ้นไก่
พระหนุ	ขากรรไกร
พระกรรณ	หู, ใบหู
ช่องพระกรรณ	ช่องหู
พระศอ	คอ
ลำพระศอ	ลำคอ
พระรากขวัญ	ไหปลาร้า
พระอังสา	ไหล่, บ่า
พระพาหา	แขน (ตั้งแต่ไหล่ถึงข้อศอก)
ข้อพระพาหา	ข้อศอก
พระกร	ปลายแขน (ตั้งแต่ข้อศอกถึงข้อมือ)
ช่องพระพาหา	รักแร้
พระโลมะกัจฉะ	ขนรักแร้
พระหัตถ์	มือ
ข้อพระหัตถ์	ข้อมือ
ฝ่าพระหัตถ์	ฝ่ามือ
หลังพระหัตถ์	หลังมือ
นิ้วพระหัตถ์, พระองคุลี	นิ้วมือ
พระอังคุฐ	นิ้วหัวแม่มือ
พระดัชนี	นิ้วชี้
พระมัชฌิมา	นิ้วกลาง
พระอนามิกา	นิ้วนาง
พระกนิษฐา	นิ้วก้อย
ข้อนิ้วพระหัตถ์	ข้อนิ้วมือ
กำพระหัตถ์	กำมือ, กำหมัด
พระนขา	เล็บ
มูลพระนขา	ขี้เล็บ
พระอุระ, พระทรวง, พระถัน	อก
ยอดพระถัน	หัวนม
พระกษิรธารา	น้ำนม

คำราชาศัพท์	*ความหมาย*
พระอุทร	ท้อง
พระนาภี	สะดือ
บั้นพระองค์	เอว
พระปรัศว์	สีข้าง
พระโสณี	ตะโพก
พระชนอง, พระปฤษฎางค์, พระที่นั่ง	ก้น
พระอัณฑะ	ลูกอัณฑะ
พระคุยหฐาน	องค์ที่ลับ
พระอูรุ	ต้นขา
พระเพลา	ตัก
พระชงฆ์	แข้ง
พระชานุ	เข่า
หลังพระชงฆ์	น่อง
พระบาท	เท้า
ส้นพระบาท	ส้นเท้า
ฝ่าพระบาท	ฝ่าเท้า
พระโลมา	ขน
พระมังสา	เนื้อ
กล้ามพระมังสา	กล้ามเนื้อ
พระปีฬก	ไฝ
พระหทัย, พระกมล	หัวใจ
พระปิตตะ	ดี
พระปัปผาสะ	ปอด
พระวักกะ	ไต
พระอันตะ	ไส้ใหญ่
พระอันตคุณ	ไส้น้อย
พระมัตถุลงค์	มันในสมอง
เอ็นพระวรกาย	เส้น, เอ็น
พระองคาพยพ	ส่วนต่าง ๆ ของร่างกาย
พระเขฬะ	น้ำลาย
มูลพระนาสิก	น้ำมูก
น้ำพระอันตร, พระอัสสุชล	น้ำตา

คำราชาศัพท์	*ความหมาย*
พระโลหิต	เลือด
พระเสโท	ไคล
พระอัฐิ	กระดูก
พระอังคาร	เถ้ากระดูก
พระบังคนเบา	ปัสสาวะ
พระบังคนหนัก	อุจจาระ
พระปัสสาสะ	ลมหายใจเข้า
พระชีพจร	ชีพจร
พระฉายา	เงา
พระบรมศพ	ศพ
พระบรมฉายาลักษณ์	รูปถ่าย
พระบรมสาทิสลักษณ์	รูปวาด

3. หมวดเครื่องอุปโภค บริโภค

คำราชาศัพท์	*ความหมาย*
พระกระยาหาร	อาหาร
พระกระยาเสวย	ข้าว
พระสุธารส	น้ำดื่ม
พระสุธารสชา	น้ำชา
น้ำจัณฑ์	เหล้า
พระโอสถ	ยารักษาโรค
พระโอสถเส้น	ยาเส้นสำหรับสูบ
พระโอสถมวน	บุหรี่
พระศรี	หมาก
เครื่องว่าง	ของว่าง
เครื่องคาว, เครื่องต้นคาว, เครื่องเสวย	ของกิน, กับข้าว เครื่องหวาน,
เครื่องต้นหวาน	ของหวาน
พระโอสถประจุ	ยาถ่าย
หีบพระศรี	หีบหมาก

คำราชาศัพท์	*ความหมาย*
พานพระศรี	พานหมาก
พระล่วม	กระเป๋าหมาก, บุหรี่
พระมังสี	จอกหมอก, พานรองสังข์
พระเต้า	คนโทน้ำ
พระสุพรรณศรี	กระโถนเล็ก
พระสุพรรณราช	กระโถนใหญ่
บ้วนพระโอษฐ์	กระโถน
พระสุพรรณภาชน์	โต๊ะสำหรับกับข้าวของกิน
โต๊ะข้างพระที่	โต๊ะเล็กข้างเตียงนอน
โต๊ะทรงพระอักษร	โต๊ะเขียนหนังสือ
พระเต้าทักษิโณทก	ที่กรวดน้ำ
กระเป๋าทรงถือ	กระเป๋าถือ
ตลับพระมณฑปเล็ก	ตลับเพชร
พระจุฬามณี	ปิ่นประดับเพชร
พระกุณฑล	ตุ้มหู
พระเกยูร	สร้อยอ่อน
ทองพระกร	กำไลมือ
พาหุรัด	กำไลสวมต้นแขน
พระธำมรงค์	แหวน
รัดพระองค์, พระปั้นเหน่ง	เข็มขัด
สายพระศอ	สายสร้อย
สร้อยข้อพระหัตถ์, วลัย	สร้อยข้อมือ
พระสังวาลย์	สร้อยยาวสวมสะพายแล่ง
พระกรรเจียก	จอนหู, ดอกไม้ทัดหู
เครื่องพระสำอาง	เครื่องหอม เช่น กระแจะ, แป้งร่ำ, แป้งหอม
พระฉาย	กระจกส่อง
พระสุคนธ์	น้ำอบ, น้ำหอม, น้ำปรุง
พระมาลา	หมวก
พระเวฐนะ	ผ้าโพก
พระภูษาชุบสรง	ผ้าอาบน้ำ

คำราชาศัพท์	*ความหมาย*
ผ้าซับพระองค์	ผ้าเช็ดตัว
ผ้าคลุมพระองค์	ผ้าห่ม
พระกัมพล	ผ้าขนสัตว์
คลุมพระบรรทม	ผ้าห่มนอน
ผ้าซับพระพักตร์	ผ้าเช็ดหน้า
ผ้าทรง	ผ้านุ่ง
พระภูษา	ผ้านุ่ง
พระสนับเพลา	กางเกงใน
เสื้อทรง, เครื่องแบบ	เสื้อ
ฉลองพระบาท, รองพระบาท	รองเท้า
ถุงพระบาท	ถุงเท้า
ฉลองพระเนตร	แว่นตา
ฉลองพระหัตถ์	ช้อน
นาฬิกาข้อพระหัตถ์	นาฬิกาข้อมือ
ฉลองพระหัตถ์ตะเกียบ	ตะเกียบ
แก้วน้ำเสวย	แก้วน้ำดื่ม
ฉลองได, นารายณ์หัตถ์	ไม้เกาหลัง
พระแสง	ศัตราวุธ
พระแสงกรรบิด	มีดโกน, มีดเจียนหมาก
พระแสงกรรไกร	กรรไกร
พระแสงกระบี่	กระบี่
พระสาง	หวี
พระตรา	ตราราชอิสริยาภรณ์
พระราชลัญจกร	ตราประทับ
พระสุจหนี่	เครื่องลาด, เครื่องปู
พระยี่ภู่	ที่นอน, ที่นั่ง, ฟูก
พระเขนย	หมอนหนุน
พระขนน, พระเขนยอิง	หมอนอิง
พระแท่น	เตียง
พระราชบรรจถรณ์	ที่นอน, เตียง
พระกลด	ร่ม

คำราชาศัพท์	*ความหมาย*
พระบัญชร	หน้าต่าง
พระอู่	เปล
พระแกล	บานหน้าต่าง
ห้องพระสำราญ	ห้องพักผ่อน
ห้องแต่งพระองค์	ห้องแต่งตัว
ห้องลงพระบังคน	ห้องสุขา
ตำหนัก	เรือน
พระที่นั่ง	อาคาร
พระบรมมหาราชวัง	บ้านของพระมหากษัตริย์

4. หมวดกริยา

คำราชาศัพท์	*ความหมาย*
ทรงพระราชสมภพ	เกิด
เสวย	กิน
ทรงพระพิโรธ, กริ้ว	โกรธ
โสกันต์	โกนจุก
พระบรมราชูปถัมภ์, พระบรมราชินูปถัมภ์	เกื้อกูล, อุดหนุน
ทรงกระพริบพระเนตร	กระพริบตา
ทรงกระแอม	กระแอม
ถวายพระกลด, อยู่งานพระกลด	กั้นร่ม
เสวยพระโอสถ	กินยา
ขอพระราชทาน	ขอ
ไม่ควรจะกราบบังคมทูลพระกรุณา	ขอโทษ
ขอพระราชทานพระบรมราชานุญาต	ขออนุญาต
ขอพระราชทานทูลเกล้าฯ ถวาย	ขอให้ (ให้ของเล็กยกได้)
ขอพระราชทานน้อมเกล้าฯ ถวาย	ขอให้ (ให้ของใหญ่)
รู้สึกเป็นพระมหากรุณาธิคุณเป็นล้นเกล้า ฯ	ขอบใจ
ทรงขอบใจ	ขอบใจ
ทรงพระอักษร	เขียน, อ่านหนังสือ
ทรงพระราชหัตถเลขา	เขียนจดหมาย

คำราชาศัพท์	*ความหมาย*
เสด็จเข้าที่บรรทม	เข้านอน
เฝ้าทูลละอองธุลีพระบาท	เข้าพบ
ทรงพระราชดำริ	คิด
ทรงมีพระราชหฤทัยระลึกถึง	คิดถึง
ถวายคำนับ	คำนับ
ประทับแรม	ค้างคืน
มีพระประสูติกาล	คลอด
พระบรมราชโองการ	คำสั่ง
พระบรมราโชวาท	คำสั่งสอน
ตั้งเครื่อง	จัดตั้งของกิน
ทรงจาม ทรงพระปินาสะ	จาม
จุมพิต	จูบ
ทรงพระประชวร	เจ็บป่วย
พระราชทาน	แจก, ให้
ทรงสัมผัสมือ	จับมือ
สมโภช	ฉลอง
พระราชพิธีฉัตรมงคล	ฉลองพระเศวตฉัตร
ทรงพระกรุณาโปรดเกล้าฯ, โปรด	ชอบ
เทียบเครื่อง	ชิมอาหาร
เชิญเสด็จพระดำเนิน	เชิญไป
ดวงพระราชสมภพ, ดวงพระชนมพรรษา	ดวงชะตา
ทรงลงพระปรมาภิไธย	เซ็นชื่อ
เสวย	ดื่ม
ทอดพระเนตร	ดู
ทรงพระดำเนิน, เสด็จพระราชดำเนิน	เดิน
ทรงดีใจ	ดีใจ
ทรงบาตร	ตักบาตร
ถวายการตรวจโรค	ตรวจโรค
ทรงพระราชวินิจฉัย	ตัดสิน
สวรรคต	ตาย
ทรงเครื่อง, แต่งพระองค์	แต่งตัว
ทรงพระราชนิพนธ์	แต่งหนังสือ

คำราชาศัพท์	*ความหมาย*
ทรงเครื่องใหญ่	ตัดผม
รับเสด็จ	ต้อนรับ, เฝ้า ฯ
พระราชปุจฉา, ทรงถาม	ถาม
โดยเสด็จพระราชกุศล	ทำบุญร่วมด้วย
ทรงมีพระราชปฏิสันถาร	ทักทาย
ทรงพระสุคนธ์	ทาเครื่องหอม
ทรงบำเพ็ญพระราชกุศล	ทำบุญ
เข้าที่พระบรรทม	นอน อยู่งานนวด,
ถวายงานนวด	นวด พักผ่อน
พระอิริยาบถ	นอนเล่น
ประทับ	นั่ง
นำเสด็จตรวจแถวกองเกียรติยศ	นำตรวจแถว
ทรงผนวช	บวช
กราบบังทูลพระกรุณา	บอก
สดับปกรณ์	บังสุกุล, บังสกุล
ทรงพระประชวร	ป่วย
ทรงพระประชวรพระวาโย	ป่วยเป็นลม
ทรงพระประชวรพระโรคหวัด	เป็นหวัด
เสด็จพระราชดำเนิน	ไป
ลาดพระที่	ปูที่นอน
เสด็จประพาส	ไปเที่ยว
เฝ้าส่งเสด็จ ฯ	ไปส่ง
ซูบพระองค์	ผอม
ทรงพระสุบิน	ฝัน
มีพระราชดำรัส, มีพระราชกระแส	พูด
ทรงฟัง	ฟัง
ทรงธรรม	ฟังเทศน์
ถวายตัว	มอบตัว
ทรงพระครรภ์	มีครรภ์
ประทับยืน, ทรงยืน	ยืน
แย้มพระโอษฐ	ยิ้ม
ทรงยินดี	ยินดี

คำราชาศัพท์	ความหมาย
ทรงพระกันแสง	ร้องไห้
ทรงรับ	รับ
ทรงศีล	รับศีล
ทรงพระกรุณาโปรดเกล้าฯ, โปรด	รัก
ทรงพระอุเทกะ, ทรงเรอ	เรอ
ทรงทราบฝ่าละอองธุลีพระบาท	รู้
มีพระราชกระแสรับสั่งให้หา	เรียกหา
ทรงศึกษา, ทรงเล่าเรียน	เรียน
ลงพระราชอาญา	ลงโทษ
กราบถวายบังคมลา	ลา
ทรงกีฬา	เล่นกีฬา
สรงพระพักตร์	ล้างหน้า
ชำระพระหัตถ์	ล้างมือ
ชำระพระบาท	ล้างเท้า
วิสัญญีภาพ	สลบ
ทรงพระสำราญ	สบาย
ทรงสนพระทัย	สนใจ
ทรงพระสรวล	หัวเราะ
พระราชทานสัมภาษณ์	ให้สัมภาษณ์
ต้องพระราชประสงค์	อยากได้
ทรงพระเจริญ, ทรงพ่วงพี	อ้วน
ถวายพระพรชัยมงคล	อวยพร
ทรงพระอักษร	อ่านหนังสือ
สรง, สรงน้ำ	อาบน้ำ
ทรงพระกรรสะ, ทรงพระกาสะ	ไอ

5. หมวดคำที่ใช้กับพระสงฆ์

คำราชาศัพท์	*ความหมาย*
โยม	บิดา, มารดา
อาตมา	คำพูดแทนตัวเอง
จำวัด	นอน
ทำวัตร	สวดมนต์ นิมนต์,
อาราธนา	เชิญ ไหว้
นมัสการ	ฉัน กิน
อาพาธ	ป่วย
มรณภาพ	ตาย
ปลงผม	โกนผม
สรงน้ำ	อาบน้ำ
จังหัน	อาหารเช้า
รับนิมนต์	รับเชิญ
ครองจีวร	ห่มจีวร, แต่งตัว
ถวาย	มอบให้
มหาบพิตร	เรียกพระเจ้าแผ่นดิน
ไปถาน	อุจจาระ
ฉันยา	กินยา
ประเคน	ถวาย
อาสนะ	ที่นั่ง
อาราธนา	ขอให้กระทำ
ปัจจัย	เงิน
ลิขิต	จดหมาย
กุฏิ	ที่อยู่
ขอถวาย	ขอให้
อุบาสกะอุบาสิกา	คนรู้จัก
บรรทม	นอน (พระสังฆราช)
ถาน	ส้วม

6. หมวดคำสุภาพ

คำศัพท์	ความหมาย
นารีจำศีล	กล้วยบวดชี
กล้วยกุ	กล้วยสั้น
กล้วยกระ, กล้วยเปลือกบาง	กล้วยไข่
เยื่อเคย	กะปิ
โรคกลาก	ขี้กลาก
โรคเกลื้อน	ขี้เกลื้อน
โรคเรื้อน	ขี้เรื้อน
มูลดิน	ขี้ดิน
มูลสัตว์	ขี้สัตว์
สีผึ้ง	ขี้ผึ้ง
ฟอง	ไข่
ขนมทราย	ขนมขี้หนู
ขนมเส้น	ขนมจีน
ขนมสอดไส้	ขนมใส่ไส้
ขนมทองฟู	ขนมตาล
ขนมบัวสาว	ขนมเทียน
กระบือ	ควาย
โค	วัว
สุนัข	หมา
สุกร	หมู
นางเห็น	อีเห็น
นางเก้ง	อีเก้ง
รากดิน	ไส้เดือน
ช้างแม่หนัก	ช้างแม่แปรก (ปัดแหรก) ช้างตัวที่เป็นหัวหน้าโขลง
ช้าง 2 เชือก	ช้าง 2 ตัว
ช้าง 2 ช้าง	
ดอกขจร	ดอกสลิด
ดอกสามหาว	ดอกผักตบ
ลั่นทม	ดอกลั่นทม

คำศัพท์	*ความหมาย*
ดอกถันวิพาร์	ดอกนมแมว
ดอกเหล็ก	ดอกขี้เหล็ก
ต้นอเนกคุณ	ต้นตำแย
ต้นเถาถันหัตถินี	ต้นเถานมช้าง
เถามุ้ย	เถาหมามุ้ย
เถาวัลย์เขียว	เถาย่านาง
ผักสามหาว	ผักตบ
ผักรู้นอน	ผักกะเฉด
ฟักเหลือง	ฟักทอง
มะเขือเผา	มะเขือกะหำ
ผลไม้	ลูกไม้
ปลีกล้วย	หัวปลี
เห็ดปลวก	เห็ดโคน
ปลาหาง	ปลาช่อน
ปลายาว	ปลาไหล
ปลาลิ้นสุนัข	ปลาลิ้นหมา
ม้า 2 ม้า	ม้า 2 ตัว
วานร	ลิง
สี่คู่	แปดตัว
ไม้ตีพริก	สากตำน้ำพริก
ศิลา	หิน
ตกลูก	สัตว์ออกลูก
ดอกซ่อนกลิ่น	ดอกซ่อนชู้
ดอกมณฑาขาว	ดอกยี่หุบ
ดอกทอดยาว	ดอกผักบุ้ง
ดอกมัลลิกา	ดอกมะลิ
ต้นหนามรอบข้อ	ต้นพุงดอ
ต้นปาริชาติ	ต้นทองหลาง
ถั่วเพาะ	ถั่วงอก
เถาศีรษะวานร	เถาหัวลิง
เถากระพังโหม	เถาตูดหมูตูดหมา
ผลนางนูน	ลูกอีนูน

คำศัพท์	*ความหมาย*
ผลมูลละมั่ง	ลูกตะลิงปลิง
ผักปลาบ	ผักไห่
ผักปันผาสะ	ผักปอด
ผลอุลิด	ลูกแตงโม
ผลมูลกา	ลูกขี้กา
ปลาใบไม้	ปลาสลิด
ปลามัจฉะ	ปลาร้า
วิฬาร์	แมว

차상호
  한국외국어대학교 태국어과 졸업
  한국외국어대학교 대학원 아시아지역학과 졸업(저치학석사)
  태국 국립 쭐라롱껀대학교 대학원 수료
  동국대학교 대학원 정치학과 졸업(정치학박사)
  현재 한국외국어대학교 태국어과 교수

저서
  대학 태국어 강독(1985)
  대학 태국어 회화(1986)
  태.한사전(공편저) (1993)
  가장 알기 쉬운 태국어 회화(삼지사 1994)
  태국 현대정치의 이해(1995)
  포켓 태국어 여행회화(삼지사 1996)
  태국의 이해(공편저) (1998)
  태국 현대민주정치론(2003)

가장 알기 쉬운 기초 태국어

  발 행 2017년 02월 01일
  저 자 차상호
  발행처 삼지사
  발행인 이재명

  등록번호   제406-2011-000021호
  주   소   경기도 파주시 산남로 47-10
  Tel 031-948-4502 Fax 031-948-4508
  홈페이지 samjisa.com
  정가 15000원

이책의 내용을 전재 및 무단 복제할 경우 법적인 제제를 받게 됩니다.
잘못된 책은 구입하신 서점에서 교환해 드립니다.